३५ दिवस

२०१९ ने दिली महाराष्ट्राच्या राजकारणाला कलाटणी

जीतेंद्र दीक्षित

अनुवाद
पराग पोतदार

मेहता पब्लिशिंग हाऊस

◆ *या पुस्तकातील लेखकाची मते, घटना, वर्णने ही त्या लेखकाची असून त्याच्याशी प्रकाशक सहमत असतीलच असे नाही.*

35 DAYS by JITRENDRA DIXIT
© Jitrendra Dixit
Translated into Marathi Language by Parag Potdar

३५ दिवस / राजकीय

अनुवाद   : पराग पोतदार
author@mehtapublishinghouse.com
मराठी अनुवादाचे व प्रकाशनाचे हक्क मेहता पब्लिशिंग हाऊस, पुणे.

प्रकाशक   : सुनील अनिल मेहता, मेहता पब्लिशिंग हाऊस,
                 १९४१, सदाशिव पेठ, माडीवाले कॉलनी, पुणे – ३०.

मुखपृष्ठ   : सुनील धोपावकर
मुखपृष्ठ सौजन्य : शैलेश मुळे आणि दीपक साळवी
प्रथमावृत्ती   : ऑगस्ट, २०२०

P Book ISBN 9789353174774
E Book ISBN 9789353174781
E Books available on : play.google.com/store/books
www.amazon.in

हे पुस्तक मी माझ्या विविध गुरूंना अर्पण करीत आहे.

मिलिंदजी
मिलिंद खांडेकर
डिजिटल एडिटर - इंडिया, बीबीसी

बिग बॉस
उदयशंकर
अध्यक्ष, वॉल्ट डिस्ने कंपनी एशिया पॅसिफिक आणि चेअरमन - स्टार अँड
डिस्नी इंडिया

द क्रेझी ओल्ड मॅन
सुधाकर सोलोमनराज
राज्यशास्त्र विभागाचे प्रमुख, विल्सन कॉलेज, मुंबई

लेखकाचे मनोगत

सत्तास्थापनेच्या पार्श्वभूमीवर ३५ दिवसांच्या कालावधीनंतर उद्धव ठाकरे यांनी घेतलेली मुख्यमंत्रिपदाची शपथ ही घटना महाराष्ट्राच्या राजकीय इतिहासातील सर्वांत नाट्यमय आणि आश्चर्यकारक वाटणाऱ्या घटनाक्रमांनी भरलेली असल्याची नोंद इतिहासात होईल. मुंबईत २६ नोव्हेंबर २००८ रोजी झालेल्या दहशतवाद्यांच्या हल्ल्यानंतर भारतात टीव्हीवर सर्वाधिक काळ याच दिवसांत बातम्या पाहिल्या गेल्या. या ३५ दिवसांत जे काही घडले ते कुणाच्याही कल्पनेपलिकडचे होते आणि तथाकथित राजकीय पंडितांनाही अचंबित करणारे होते. या काळामध्ये राजकीय पक्षांकडून अनाकलनीय असे डाव-प्रतिडाव खेळले गेले, जे मित्र होते अचानक शत्रू झाले आणि जे शत्रू होते ते मित्र झाले. राजकीय पक्षांच्या विचारधारा निरर्थक ठरल्या आणि रक्ताच्या नात्यांपेक्षाही सत्ता संपादन करणे हे अधिक महत्त्वाचे ठरले. यातून राज्यातील बहुतांश राजकीय पक्षांचा आणि त्यांच्या नेत्यांचा खरा चेहरा जगासमोर उघड झाला. या सगळ्या नाट्यमय अशा घडामोडींनंतर महाराष्ट्राच्या राजकारणामध्ये आमूलाग्र असे बदल घडून आले. शिवसेनेने हिंदुत्वाच्या विचारधारेतील आक्रमक भूमिका काहीशी आवरती घेतली आणि सेक्युलरवादाचा अंगीकार केल्याचे दिसून आले. तीन दशकांपासून ज्यांच्याशी शत्रुत्व होते, त्यांच्याशी काँग्रेसने हातमिळवणी केली. मनसेने आक्रमक मराठीचा मुद्दा बाजूला सारला आणि शरद पवारांचे राजकीय महत्त्व व स्थान पुन्हा एकदा अधोरेखित झाले.

वृत्तवाहिनीचा पत्रकार या नात्याने माझ्या २० वर्षांच्या अनुभवविश्वात मी विधानसभेच्या आणि इतर अनेक निवडणुका कव्हर केलेल्या आहेत. परंतु महाराष्ट्राची २०१९ची विधानसभा निवडणूक झाल्यानंतरच्या नाट्यमय घडामोडी मोठ्या विलक्षण होत्या. तितक्याच गुंतागुंतीच्या आणि अनाकलनीयसुद्धा! माझ्या व्यावसायिक पेशाचा भाग म्हणून का होईना पण या सगळ्याचा मी एक साक्षीदार आहे. यातील अनेक महत्त्वाच्या घटना घडत असताना मी प्रत्यक्षात तिथे उपस्थितही होतो. त्यामुळे बहुतेक घडामोडींचे तर मी आणि माझ्या पत्रकारांच्या टीमने वेळोवेळी थेट प्रक्षेपण केलेले आहे. असे असले तरीही अशा अनेक बाबी आणि

घटना आहेत, ज्या या पुस्तकाच्या माध्यमातून वाचकांसमोर येणार आहेत. भारतातील प्रस्थापित राजकीय व्यवस्थेवरच प्रश्नचिन्ह उभे राहू शकेल अशा पद्धतीने घटना-घडामोडींनी भरलेला असा हा ३५ दिवसांचा काळ होता. पाच आठवडे सुरू असलेल्या राजकीय नाट्यानंतर सत्ता स्थापनेसाठी राजकीय पक्ष आश्चर्यकारक वाटणारे निर्णयही घेऊ शकतात आणि अनाकलनीय अशा युतीही होऊ शकतात हे पाहायला मिळाले. इतक्या दिवसांच्या या सगळ्या राजकीय नाट्यामध्ये 'हिरो' आणि 'व्हिलन' दोन्ही आहेत. जर तुम्ही रामायण आणि महाभारत ही प्राचीन काव्ये वाचलेली असतील, तर त्यातील अनेक पात्रे आजच्या काळातही दिसून येतील. भीम, अर्जुन, भीष्म, दुर्योधन, शकुनी, राम, हनुमान आणि असे कितीतरी. अत्यंत कुशाग्र बुद्धीच्या राजकारणी व्यक्तीसाठी वय हा निव्वळ एक आकडा असतो हेदेखील यानिमित्ताने राजकीय घडामोडींमध्ये पाहायला मिळाले.

या पुस्तकाचे लेखन करीत असताना माझे मन २५ वर्षे मागे मुंबईच्या विल्सन कॉलेजमध्ये जाऊन पोहोचले. कारण तिथे मी राज्यशास्त्राचा विद्यार्थी होतो. त्यावेळी आम्ही इटलीचा राजकीय विचारवंत निकोलो मॅकियावेली याचा अभ्यास करायचो. 'मॅकियाव्हेलियन पॉलिटिक्स' ही संकल्पना बेईमानी आणि अनैतिक राजकारणाची समजली जात असे. त्याचा अभ्यास केल्यानंतर आज ५०० वर्षांनंतरसुद्धा त्याचे विचार किती कालसुसंगत आहेत हे आजच्या काळातील घडामोडी पाहिल्यानंतर लक्षात येते. भारतातील लोकशाहीची संकल्पना एका वेगळ्याच पद्धतीने आकार घेताना दिसू लागली आहे. हे पुस्तक लिहीत असताना मला असे वाटले की या ३५ दिवसांच्या कालावधीमध्ये लोकशाहीच्या सूर्याला जणू ग्रहण लागलेले होते आणि ज्या काही घटना घडत होत्या त्यातून लोकशाहीची जणू थट्टा सुरू होती. जरी सर्व राजकीय पक्ष आणि राजकारणी हे राज्यघटनेची शपथ घेत असले आणि भारतातील लोकशाही मूल्यांची जपणूक करीत असल्याचे चित्र निर्माण करीत असले तरी वास्तव अगदी याच्या उलट आहे हा विरोधाभास या काळात प्रकर्षाने दिसून आला. सत्ता स्थापन करण्यासाठी प्रसंगी बेईमानी करावी लागली तरीही ते स्वीकारले जाते हे या ३५ दिवसांनी दाखवून दिले. लोकशाहीचे सर्वसाधारण आकलन, त्यातील मूल्ये, नैतिकता आणि कायदा या सगळ्यांपुढेच या घटनाक्रमांनी एक प्रश्नचिन्ह उभे केले.

मी माझ्या कारकिर्दीची सुरुवात एक क्राईम रिपोर्टर म्हणून केली. परंतु हे सगळे राजकीय नाट्य पाहिल्यानंतर मात्र लालसा, परस्पर बेबनाव, खोटेपणा, फसवणूक, पाठीत खंजीर खुपसणे, बदला घेणे हे सारे शब्द आता राजकारण आणि गुन्हेगारी जगत दोन्हीमध्ये सामाईक झाल्याचे दिसू लागले आहे. खरे

राजकारण हे कितीही परोपकारी असल्याचे भासवित असले तरीही ते अंतिमतः स्वार्थाचेच असते. राजकारण निष्ठूर, भावनाशून्य असते; मात्र तरीही आपले ध्येय साध्य करण्यासाठी राजकारणात लोकांच्याच भावनांचा वापर केला जातो. या सगळ्या कहाणीमध्ये तुम्हाला काही हिरोसारखे वाटतील तर काही व्हिलनसारखेसुद्धा भासतील आणि त्यांनी परस्परांच्या भूमिका बदलल्याचेही दिसून येईल. तर काही पात्रांमध्ये हे दोन्ही गुण दिसून येतील. हे सगळे राजकीय नाट्य कव्हर करीत असताना मला राजकारणावरील दोन विधानांची हटकून आठवण झाली. रुझवेल्ट म्हणाले होते, "तुम्हाला भूतकाळाची जितकी चांगली माहिती असेल तितके तुम्ही भविष्यासाठी अधिक सज्ज झालेले असता." आयरिश विचारवंत आणि तत्त्वज्ञ एडमंड बुर्के याचेही विचार असेच आहेत. ते म्हणतात, "ज्यांना इतिहास नीट माहीत नसतो ते त्याची पुनरावृत्ती करतात."[१]

या शब्दांमुळेच मी हे पुस्तक लिहिण्यास खरंतर प्रवृत्त झालो. कारण एक पत्रकार म्हणून मला जे काही कव्हर करायला मिळत होते ते सारे ऐतिहासिक होते आणि भविष्याच्या दृष्टिकोनातून त्याची नोंद होणे आवश्यक होते. सत्तेसाठी कोणकोणत्या प्रकारच्या खेळी खेळल्या गेल्या हे सारे नोंदवलेले असणे भविष्यासाठी आवश्यक होते.

या पुस्तकाचा पहिला मसुदा मी तयार केला तो संपूर्णतः माझ्या स्मरणशक्तीवर आणि वेळोवेळी कव्हरेज करताना मी काढलेल्या नोट्सच्या आधारे. परंतु पुन्हा एकदा त्याची खातरजमा करण्यासाठी आणि वस्तुस्थिती दर्शवणारा वस्तुनिष्ठ भागच यावा या उद्देशाने मी कितीतरी तासांचे व्हिडिओ फुटेज पुन्हा पुन्हा पाहिले आणि महिन्याभरातील वृत्तपत्रांत प्रसिद्ध झालेल्या बातम्यांचाही अभ्यास केला. हे पुस्तक म्हणजे केवळ त्या काळात घडलेल्या घटनांची क्रमाने सांगितलेली माहिती नाही, तर हा 'ग्रेट पॉलिटिकल ड्रामा' घडत असताना त्या विषयातील माझे स्वतःचे अनुभव, माझी निरीक्षणे आणि विश्लेषण यांचाही समावेश या पुस्तकात तपशिलाने करण्यात आला आहे. महाराष्ट्रातील सध्याच्या राजकारणाचे एक वास्तव चित्र वाचकांसमोर उभे राहावे, त्यातून राज्यातील काही महत्त्वाच्या राजकीय व्यक्तिमत्त्वांचे व्यक्तिचित्र डोळ्यांसमोर उभे राहावे. त्यांच्या उदयाचा

1.http://www.thetimewall.com/edmund-burke-1729-1797-those-who-dont-know-history-are-destined-to-repeat-it-george-santayana-1863-1952-those-who-cannot-remember-the-past-are-condemned-to-repeat-it/

आणि अधोगतीचा काळ दाखवता यावा हा या पुस्तक निर्मितीमागचा एक ठळक हेतू आहे. यात कुणाविषयीही हेतूपूर्वक द्वेषाची भावना तीळमात्रही बाळगलेली नाही.

हे पुस्तक लिहिण्याच्या निमित्ताने मी पुन्हा एकदा त्या धावपळीच्या दिवसांत फिरून आलो. या घटनाक्रमांना सादर करण्यासाठी अनेकदा रोजच्या आयुष्यात कितीतरी तडजोडी कराव्या लागत होत्या. या सगळ्या राजकीय पेचाच्या काळामध्ये मला दररोज जेमतेम चार-पाच तासांचीच झोप मिळत होती. रोजचे जेवण आणि व्यायाम यांचे ताळतंत्र पार बिघडून गेलेले होते. साप्ताहिक सुट्टीचे तर नावही काढता येत नव्हते. माझा सात वर्षांचा मुलगा वेदांत याला मी निवडणुकांचे निकाल लागल्यानंतर तब्बल ३५ दिवसांनी भेटू शकलो होतो. ती सगळी परिस्थितीच अशी होती की मला दररोज सकाळी ६ वाजता घरातून बाहेर पडावे लागत होते. त्यावेळी तो बिचारा झोपलेला असायचा आणि मी जेव्हा रात्री १२ वाजता काम संपवून घरी परत यायचो तेव्हाही तो पुन्हा त्याच्या स्वप्नांच्या दुनियेत रममाण होण्यासाठी गेलेला असायचा. मी जेव्हा २८ नोव्हेंबर रोजी रात्री ९.३० वाजता घरी पोहोचलो तेव्हा त्याच्या चेहऱ्यावरचा आनंद पाहिल्यानंतर आपले वडील राज्याचे मुख्यमंत्री झाले आहेत हे समजल्यानंतर आदित्य ठाकरेला जितका आनंद झाला असेल त्यापेक्षाही माझ्या मुलाच्या चेहऱ्यावर मला अधिक आनंद दिसला. तो आयुष्यातील अतिशय हृद्य असा क्षण होता.

हे पुस्तक लिहिण्यासाठी मला अनेक लोकांनी प्रेरणा दिली त्या सर्वांचा मी ऋणी आहे. माझे मित्र ॲड. गणेश सोवनी, सुनिल मेहरोत्रा, अनिल तिवारी यांनी मला या विषयावर लिहिण्यासाठी प्रोत्साहित केले. मुंबईचे माजी पोलीस आयुक्त डी. सिवनंदन यांचाही मी विशेष आभारी आहे. त्यांनीच मला स्वतःचा वेगळ्या पद्धतीने शोध घेण्यास भाग पाडले. माझे सहकारी गणेश ठाकूर, मृत्युंजय सिंग, वैभव परब, रश्मी पुराणिक, सौमित्र पोटे, वेदांत नेब, अंकित गुप्ता यांनी वेळोवेळी विविध संदर्भ देऊन मधल्या रिकाम्या जागा भरण्यात मोलाची मदत केली. मी पूर्णवेळ ऑफिसमध्ये काम केल्यानंतर हे पुस्तक लिहिण्यासाठी घरी वेगळा वेळ देणारी माझी पत्नी रिंपी आणि मुलगा वेदांत यांचेही आभार निश्चितच मानायला हवेत.

– जीतेंद्र दीक्षित

प्रस्तावना

भारताला जेव्हा स्वातंत्र्य मिळालेले नव्हते तेव्हापासूनच महाराष्ट्र हे राज्य राजकीयदृष्ट्या कायमच महत्त्वाचे राहिलेले आहे. स्वातंत्र्यप्राप्तीच्या रणसंग्रामामध्ये महाराष्ट्रातील नेत्यांनी या देशात एक महत्त्वाची आणि मोलाची भूमिका बजावलेली आहे. लोकमान्य टिळक, गोपाळकृष्ण गोखले आणि विनोबा भावे हे भारतातील महत्त्वाचे असे वैचारिक जाण असणारे नेते होते. त्यांनी भारतातील स्वातंत्र्य चळवळीला आकार आणि गती दिली. समाजसुधारणा घडवून आणणारे महात्मा ज्योतिराव फुले, डॉ. बाबासाहेब आंबेडकर, नानाजी देशमुख हे सुद्धा याच राज्यातील नेते. भारताला स्वातंत्र्य मिळाल्यानंतरदेखील या राज्याने देशाच्या राजकारणावर प्रभाव पाडणारे अनेक उत्तमोत्तम नेते दिले. त्यामध्ये यशवंतराव चव्हाण, शंकरराव चव्हाण, शरद पवार, प्रमोद महाजन यांनी देशाच्या राजकारणात एक महत्त्वाची भूमिका बजावली. महाराष्ट्राने काही राष्ट्रपती आणि लोकसभेचे सभापतीही दिले. दिल्लीच्या तख्ताकडे जाणारा मार्ग महाराष्ट्रातून जातो असे मानले जाते.

या राज्यामध्ये लोकसभेच्या ४८ जागा आहेत. उत्तरप्रदेशनंतर सर्वाधिक जागा महाराष्ट्राच्याच आहेत. त्यामुळेच जेव्हा विविध पक्षांच्या सहकार्याने युती करून सत्ता स्थापन करण्याची वेळ येते तेव्हा त्यात महाराष्ट्रातील या जागा अत्यंत महत्त्वाच्या ठरत आलेल्या आहेत.

२०१९ च्या लोकसभा निवडणुकांमध्ये भाजपला घवघवीत असे यश मिळाले. भाजप-शिवसेना युतीने मिळून ४१ जागा जिंकल्या. विरोधातील काँग्रेस-राष्ट्रवादी यांच्या आघाडीला मोजक्या जागांवर समाधान मानावे लागले. असादुद्दीन ओवेसी यांच्या एआयएमआयएमला केवळ एक जागा जिंकता आली आणि एक जागा अपक्ष उमेदवाराला मिळाली. अवघ्या तीनच महिन्यांपूर्वी पुलवामा येथे दहशतवादी हल्ला झालेला होता. त्याचा बदला घेण्यासाठी भारताने जो एअरस्ट्राईक केला त्यानंतर भाजप-शिवसेनेच्या नेत्यांनी लोकांच्या भावनांना योग्य रीतीने हाताळले. त्यामुळे नोटबंदी आणि जीएसटीची जाचक रीतीने होणारी अंमलबजावणी यांचे परिणाम निवडणुकीच्या निकालात दिसतील अशी चिंता मोदी सरकारला होती,

परंतु या घटनेनंतर त्याचा काहीही परिणाम झाला नाही.

पुलवामा हल्ल्यानंतर काहीच दिवसांत भाजपने शिवसेनेसमवेत लोकसभा आणि विधानसभेसाठी युती केली. हे भाजपचे एक राजकीय यश मानले गेले होते कारण मागील तीन वर्षांत युती असतानाही भाजप व शिवसेना यांच्यामध्ये केंद्रात व राज्यात जे काही परस्पर ताणतणाव दिसून येत होते ते पाहता या वेळी शिवसेना भाजपशी हातमिळवणी करण्यास अजिबात उत्सुक नसल्याचे संकेत मिळत होते. दोन्ही पक्षांमध्ये अनेक मुद्द्यांवरून वाद आणि तणाव होते. असे म्हटले जात होते की भाजपचे अध्यक्ष अमित शहा देखील शिवसेनेशिवाय स्वतंत्रपणे निवडणुका लढवण्यास तयार होते. परंतु शिवसेना आपल्यासमवेत राज्यात असायला हवी हा देवेंद्र फडवणीसांचा आग्रह असल्याने त्यांनी तो मान्य केलेला होता.

लोकसभा आणि विधानसभा निवडणुकीच्या प्रचारादरम्यान परस्परातील नाते उत्तम असल्याचे या दोन्ही पक्षांनी जगाला दाखवले. इतकंच काय नरेंद्र मोदी आणि अमित शहा हे लोकसभेसाठी उमेदवारी अर्ज दाखल करायला जात असताना उद्धव ठाकरेही त्यांच्यासमवेत गेले. या प्रचारादरम्यान हे सर्व राजकीय नेते एकमेकांसमवेत राजकीय व्यासपीठावर एकत्रित आले आणि सर्व प्रचारप्रक्रियेत एकमेकांच्या पाठिशी खंबीरपणे उभे असल्याचे त्यांनी जगाला दाखवले. २४ ऑक्टोबर रोजी निवडणुकीचा निकाल जाहीर होईपर्यंत सारे काही आलबेल आहे असेच चित्र निर्माण झालेले होते.

त्यानंतर जे काही घडले ते ऐतिहासिक होते. सत्तालोलुपता, कपट, परस्पर वैर आणि संधीसाधूपणा यांचे ओंगळवाणे प्रदर्शन घडवणारे होते.

संकल्पना

उद्धव ठाकरे यांनी राज्याच्या मुख्यमंत्रिपदाची शपथ घेईपर्यंतचे ३५ दिवस म्हणजे महाराष्ट्राच्या राजकीय इतिहासात सर्वाधिक नाट्यमय आणि आश्चर्यकारक घटनांनी परिपूर्ण असे दिवस होते. मुंबईमध्ये २००८ मध्ये झालेल्या दहशतवादी हल्ल्यानंतर दूरचित्रवाहिन्यांवर याच विषयाच्या बातम्या सर्वाधिक पाहिल्या गेल्या होत्या. या दिवसांत जे काही घडले ते कुणाच्याही कल्पनेपलिकडचे होते आणि भल्या भल्या राजकीय पंडितांनाही गोंधळात टाकणारे होते. या काळामध्ये राजकीय पक्षांचे अनाकलनीय असे डावपेच दिसून येत होते, मित्रांचे शत्रू बनत होते, पूर्वीचे शत्रू मित्र बनत होते, पूर्वी ज्या विचारसरणींना घट्ट धरून ठेवले होते त्या आज अनावश्यक ठरताना दिसत होत्या, रक्ताच्या नात्यांपेक्षाही सत्तेची लालसा अधिक मोठी ठरताना दिसत होती. या सगळ्या घटना-घडामोडींतून सर्वच राजकीय पक्षांचे आणि राजकीय नेत्यांचे खरे चेहरे उघड झाले.

अनुक्रमणिका

१

एका 'पवार'फुल गेमची सुरुवात!

महाराष्ट्राच्या विधानसभा निवडणुकीची मतमोजणी २४ ऑक्टोबर रोजी होणार होती आणि त्यापूर्वी २१ ऑक्टोबर रोजी पांढराशुभ्र कुर्ता घालून राष्ट्रवादी काँग्रेस पक्षाचे (एनसीपी) प्रवक्ते नवाब मलिक आणि अणुशक्ती नगरचा एक उमेदवार सकाळपासून वृत्तवाहिनीवर दिसू लागले. सकाळी साधारण ११ वाजण्याच्या सुमारास एबीपी न्यूजचे राजकीय बातमीदार मृत्युंजय सिंग हे कुर्ल्यातील मुस्लिमबहुल वस्ती असणाऱ्या त्यांच्या घराजवळ पोहोचले. मलिक हे अतिशय आनंदात होते. त्यांच्या विरोधी उमेदवारापेक्षा ते १६ हजार मतांनी आघाडीवर होते. सकाळी मतमोजणी सुरू झाल्यापासूनच असा अंदाज येत होता की भाजप-शिवसेना पुन्हा एकदा विजयी ठरतील आणि सरकार स्थापनेचा दावा करतील. मलिक यांचा राष्ट्रवादी हा पक्ष तिसऱ्या स्थानावर दिसत होता. मात्र २०१४ पेक्षा पक्षाची कामगिरी अधिक चांगली झाली आहे याचा आनंद मलिक यांच्या चेहऱ्यावर दिसत होता. त्यांचे समर्थक त्यांच्या निवासस्थानाबाहेर मिठाई घेऊन जमले आणि ते त्यांच्या समर्थनार्थ घोषणाही देऊ लागले. या निकालाविषयी त्यांची तत्काळ प्रतिक्रिया घेण्याचा विचार मृत्युंजयने केलेला होता. मृत्युंजय मुलाखतीला सुरुवात करणार इतक्यातच, मलिक यांचा फोन वाजला. मलिक यांनी फोन घेतला आणि ते एका खोलीच्या कोपऱ्यात जाऊन बोलू लागले. सुमारे पाच मिनिटे ते पलिकडच्या व्यक्तीशी काहीतरी गंभीरपणे बोलत होते. मलिक यांच्या बोलण्याच्या पद्धतीवरून आणि त्यांच्या एकूण देहबोलीवरून एवढे लक्षात येत होते की ते पक्षातील त्यांच्यापेक्षा उच्च पदावरील कुण्या व्यक्तीशी बोलत असावेत. कॉल संपल्यानंतर मलिक पुन्हा एकदा मृत्युंजयच्या कॅमेऱ्यासमोर बोलण्यासाठी दाखल झाले. या वेळी मात्र त्यांच्या चेहऱ्यावर कसलेतरी गूढ स्मितहास्य दिसून येत होते. पुढील पाच मिनिटांच्या मुलाखतीमध्ये मलिक यांनी भाजपवर सडकून टीका केली.

निवडणुकीमध्ये गैरप्रकार केल्याचा, मतदारांना खोटी आश्वासने दिल्याचा आरोप त्यांनी या वेळी केला. काँग्रेस आणि राष्ट्रवादीचे उमेदवार भाजप-शिवसेनेच्या विरोधात जे आरोप प्रत्यारोप सातत्याने करीत आले होते तेच सगळे आरोप त्यांनीही केले. त्यामुळे मलिकसुद्धा जे काही बोलले त्यात धक्कादायक वाटावे असे काहीही नव्हते. परंतु तरीही मुलाखतीच्या शेवटच्या टप्प्यात ते असे काहीतरी बोलले जे पुढे होणाऱ्या घटनांच्या संदर्भात बरेचसे सूचक होते. मलिक यांच्या चेहऱ्यावर एक निराळेच स्मित होते. ते म्हणाले, "जर शिवसेनेची इच्छा असेल.. तर ते काँग्रेस आणि राष्ट्रवादीसोबत सरकार स्थापन करू शकतात. राजकारण हा शेवटी शक्यतांचा खेळ आहे. राजकारणात काहीही शक्य असते. राजकारणात सगळे पर्याय खुले असतात."(१)

मलिक यांचे ते वक्तव्य ऐकून मृत्युंजयसुद्धा आश्चर्यचकीत झाले. मलिक जे काही म्हणाले होते ते वास्तवात येण्याच्या शक्यता फारच कमी होत्या. कारण शिवसेना आणि भाजप हे गेल्या ३० वर्षांपासूनचे राजकीय भागीदार होते. गेल्या पाच वर्षांपासून त्यांनी मिळूनच महाराष्ट्र आणि केंद्रातही सत्ता स्थापन केलेली होती. गेल्या वेळची लोकसभा निवडणूकसुद्धा त्यांनी एकत्रितपणे युती करूनच लढवलेली होती. दुसऱ्या बाजूला शिवसेनेची विचारधारा काँग्रेस आणि राष्ट्रवादी पक्षाच्या विचारधारेशी अजिबात जुळणारी नव्हती. कारण शिवसेना ही उजव्या विचारधारेची आहे आणि कट्टर हिंदुत्वाचा पुरस्कार करणारी आहे. तर काँग्रेस आणि राष्ट्रवादी हे दोन्ही पक्ष स्वतःला कायम धर्मनिरपेक्ष पक्ष म्हणूनच जनतेसमोर मांडत आलेले आहेत. राज्यातील आणि राष्ट्रीय स्तरावरच्या अनेक मुद्द्यांबाबत शिवसेना – काँग्रेसमध्ये अनेक मतभेदही होते. तरीही त्या सुरुवातीच्या धक्क्यातून सावरून मृत्युंजयने उत्साहाच्या भरात मलिक यांचे ते वक्तव्य सोडून दिले.

कहानी मे ट्विस्ट!

दुपारनंतर राज्यातील राजकीय चित्र बहुतांशी स्पष्ट झालेले होते. निवडणूक निकालापूर्वीच्या अंदाजामध्ये भाजप आणि शिवसेनेचाच विजय होणार हे दिसत होते. भारतीय जनता पक्ष हा सर्वाधिक जागा मिळवणारा पक्ष ठरला आणि त्यांना १०५ जागांवर विजय मिळाला. त्यांचे साथीदार असलेल्या शिवसेनेला ५६ जागा मिळाल्या. राष्ट्रवादी काँग्रेस पक्ष हा तिसऱ्या क्रमांकाचा मोठा राजकीय पक्ष ठरला आणि त्यांना ५४ जागा मिळाल्या. काँग्रेसला ४४ जागांसह शेवटच्या

---

1. २ डिसेंबर २०१९ रोजी 'एबीपी न्यूज'चे राजकीय बातमीदार मृत्युंजय सिंग यांची लेखकाने घेतलेली मुलाखत

क्रमांकावर समाधान मानावे लागले होते. इतर लहान पक्ष आणि अपक्षांना मिळून २९ जागा मिळाल्या होत्या. विधानसभेतील एकूण २८८ जागांपैकी बहुमत सिद्ध करण्यासाठी १४५ जागांची 'मॅजिक फिगर' गाठावी लागणार होती. भाजपच्या १०५ जागा आणि शिवसेनेच्या ५६ जागा एकत्रित धरल्यास एकूण संख्या १६१ होत होती. त्यामुळे मॅजिक फिगरपेक्षाही अधिक जागा युतीकडे होत्या. त्यामुळे भाजप-शिवसेना युती सहजपणे सरकार स्थापन करू शकत होते. परंतु त्यानंतर या सगळ्या घटना घडामोडींमध्ये खरा ट्विस्ट सुरू झाला![२]

शिवसेना भवनाच्या बाहेर जल्लोषाचे वातावरण होते. मुंबईतील दादरमधील पक्षाच्या मुख्यालयासमोर आनंदाला उधाण आलेले होते. भगव्या रंगाचे कपडे परिधान करून शिवसैनिक ढोल ताशांचा गजर करीत होते. 'आवाज कुणाचा? शिवसेनेचा!', 'उद्धव ठाकरेंचा विजय असो.' 'शिवसेना झिंदाबाद' अशा गगनभेदी आरोळ्या आणि घोषणा दिल्या जात होत्या. शिवसेनेचे कार्याध्यक्ष उद्धव ठाकरे आणि वरळीतून पहिल्यांदाच आमदार म्हणून निवडून आलेले त्यांचे चिरंजीव आदित्य ठाकरे यांचे जोरदार स्वागत करण्यात आले. या दोघांचे आगमन झाल्यानंतर ते पत्रकार परिषद घेणार होते. शपथविधी केव्हा होणार आणि सत्ता स्थापनेचा मुहूर्त कधी असणार, आदित्य ठाकरे उपमुख्यमंत्री होणार का, नव्या सरकारमध्ये शिवसेनेच्या वाट्याला नक्की कोणती खाती येणार आणि सेनेचे प्राधान्य कोणत्या खात्यांना असणार याविषयी पत्रकारांनाही उत्सुकता लागून राहिलेली होती. परंतु उद्धव ठाकरे यांचा चेहरा मात्र काही वेगळेच सांगत होता. त्यांच्या चेहऱ्यावरील भाव बाहेर सुरू असलेल्या आनंदोत्सवाशी जुळत नव्हते. उद्धव काहीसे गंभीर वाटत होते. एखाद्या चित्रपटात शोभेल अशा टोनमध्ये उद्धव ठाकरे बोलू लागले, ''लोकसभा निवडणुकांपूर्वी जेव्हा युती झालेली होती तेव्हा दोन्ही पक्षांनी ५०:५०चा फॉर्म्युला मान्य केलेला होता. त्यानुसार जागांचे वाटपही १४४:१४४ करण्यात आलेले होते. भाजपचे राज्याचे प्रदेशाध्यक्ष चंद्रकांत पाटील यांनी मला विनंती केली की मी भाजपची जागा वाटपाची समस्या समजून घ्यावी. ते मी समजून घेतले आणि त्यामुळे कमी जागांसाठी आम्ही तयार झालो. पण त्यांच्या समस्या अशाच वाढत राहणार असतील तर मी काहीही करू शकणार नाही.'' याचा अर्थ शिवसेनेला ५०:५० चा फॉर्म्युला मंत्रिपद वाटपामध्येही अपेक्षित होता. खातेवाटप करतानाही ते समसमान व्हावे तसेच मुख्यमंत्रिपदसुद्धा अडीच अडीच वर्षांसाठी दोन्ही पक्षांकडे विभागून असावे अशी त्यांची अपेक्षा होती. १९९५ मध्ये जेव्हा युती सत्तेत आलेली होती, त्यापेक्षा हा फॉर्म्युला

---

2. https://eci.gov.in/assembly-election/ae-2019-maharashtra/

निश्चितच वेगळा होता.

१९९५ च्या फॉर्म्युल्यानुसार ज्या पक्षाला सर्वाधिक जागा मिळतील त्यांचा मुख्यमंत्री होईल. आणि दुसऱ्या क्रमांकावर असणाऱ्या पक्षाला उपमुख्यमंत्रिपद दिले जाईल. त्यामुळे शिवसेनेचे मनोहर जोशी हे मुख्यमंत्री बनले होते आणि भाजपचे गोपीनाथ मुंडे हे उपमुख्यमंत्री बनले होते.

पत्रकार परिषदेच्या दरम्यान उद्धव ठाकरे यांची प्रतिक्रिया ऐकून नवाब मलिक यांच्या वक्तव्याची एकदम आठवण झाली आणि उद्धव ठाकरे यांना विचारले की शिवसेनेचा मुख्यमंत्री व्हावा म्हणून राष्ट्रवादी काँग्रेस आणि काँग्रेस यांचा पाठिंबा शिवसेना स्वीकारेल का? त्यावर उद्धव ठाकरे म्हणाले, 'मला कसलीही घाई नाही. मला सत्तेची लालसासुद्धा नाही आणि त्यामुळे केवळ सत्तेत येण्यासाठी आम्ही चुकीचे असे काही करणार नाही.'

भाजपसाठी विजयाची फळे कडूच

शिवसेना भवनपासून अवघ्या १४ किलोमीटर अंतरावर असणाऱ्या नरीमनपॉइंटवरील भाजपच्या मुख्यालयात देवेंद्र फडणवीस हे कॅमेऱ्यासमोर येताना आपल्या चेहऱ्यावर पूर्वीचेच हास्य टिकवण्याची धडपड करताना दिसत होते. या निवडणूक निकालानंतर आपण आनंदी आणि समाधानी आहोत असे दाखवण्याचा त्यांचा आटापिटा सुरू होता. परंतु ज्या व्यक्ती त्यांना नेहमी भेटत असतील त्यांच्या खचितच लक्षात येत होते की त्यांची ही देहबोली नेहमीसारखी निश्चितच नाही. भाजप हा राज्यातील सर्वाधिक १०५ जागा जिंकणारा पक्ष ठरला होता तरीही प्रत्यक्षातील कामगिरीपेक्षा अपेक्षा कितीतरी अधिक होत्या. भाजपला अपेक्षा होती की आपल्या पक्षाला एकहाती १४० जागा सहज स्वबळावर मिळतील आणि युतीच्या जागा मिळून आपण २२० जागांचे लक्ष्य गाठू शकू. महाराष्ट्रामध्ये पहिल्यांदाच भाजपने मुख्यमंत्रिपदाचा चेहरा जाहीर करून ही निवडणूक लढवलेली होती. आणि हा चेहरा होता देवेंद्र फडणवीस यांचा! निवडणूक कार्यक्रम जाहीर होण्यापूर्वी नाशिकमध्ये भाजपची रॅली निघालेली होती त्यामध्ये पंतप्रधान नरेंद्र मोदी यांनी जाहीर केले होते की भाजपच्या नेतृत्वाखाली महाराष्ट्रात स्थापन होणाऱ्या शासनाचे नेतृत्व देवेंद्र फडणवीस हेच करतील. त्यामुळे निवडणुकीतील यशासाठी पक्षाचा सारा भार फडणवीस यांच्यावर टाकण्यात आलेला होता आणि आपण पुन्हा जोरदार यश संपादन करू याची फडणवीस यांनाही पूर्ण खात्री होती.

उत्तम राजकीय पार्श्वभूमी असलेल्या कुटुंबातून देवेंद्र फडणवीस यांचे नेतृत्व

उभे राहिलेले आहे. त्यांचे वडील गंगाधर फडणवीस हे नागपूरचे आमदार होते. लॉ आणि बिझनेस मॅनेजमेंट या विषयांचा अभ्यास केलेल्या फडणवीस यांनी त्यांची राजकीय कारकिर्द महाविद्यालयीन दिवसांपासूनच सुरू केली. त्यावेळी भाजपची विद्यार्थी संघटना असलेल्या अखिल भारतीय विद्यार्थी परिषदेचे सक्रिय कार्यकर्ते म्हणून त्यांनी सुरुवात केली. नागपूरच्या रामनगर वॉर्डातून ते नगरसेवक म्हणून पहिल्यांदा निवडून आले तेव्हापासून त्यांच्या यशस्वी राजकीय कारकिर्दीची खऱ्या अर्थाने सुरुवात झाली. नागपूर महापालिकेचे सर्वांत तरुण महापौर म्हणून ते ओळखले जाऊ लागले. १९९९ पासून विधानसभेच्या निवडणुकीत त्यांनी सातत्याने विजय संपादन केला. २०१४ मध्ये मुख्यमंत्री म्हणून धुरा सांभाळण्यापूर्वी त्यांच्याकडे भाजपच्या महाराष्ट्राच्या प्रदेशाध्यक्षपदाची सुत्रे होती.

'इंडियन एक्सप्रेस'च्या शुभांगी खापरे या गेल्या दोन दशकांपासून भाजपची वाटचाल कव्हर करीत आलेल्या आहेत. त्यांच्या नोंदीमध्ये त्या म्हणतात, ''फडणवीस हे स्वच्छ चारित्र्याचे व्यक्तिमत्त्व आहे. ते अतिशय प्रगल्भ आणि आधुनिकतेचा अंगीकार करणारे आहेत. महाराष्ट्राचे नेतृत्व करू शकेल अशा एका योग्य व्यक्तीच्या शोधामध्ये नरेंद्र मोदी होते. त्यांनी फडणवीस यांची अचूक निवड केली.''[३]

आपल्या राजकीय कारकिर्दीचा चढता आलेख कायम ठेवण्यासाठी फडणवीस यांना महाराष्ट्रात भाजप विजयी करणे आणि दुसऱ्यांदा मुख्यमंत्री बनणे ही आवश्यक बाब होती. महाराष्ट्राच्या सत्ताकेंद्रात जी चर्चा सुरू होती त्यानुसार, नरेंद्र मोदींना हवे ते यश मिळवून देणारा व्यक्ती म्हणून फडणवीस स्वतःला घडवत होते आणि भविष्यात केंद्रामध्ये आघाडीच्या ठिकाणी जाण्याची त्यांची महत्त्वाकांक्षा होती.

मुख्यमंत्री म्हणून काम करीत असताना देवेंद्र फडणवीस यांनी राज्यातील अनेक आव्हाने समर्थपणे पेलली. मराठा समाजाला आरक्षण देण्यासंदर्भातील विषय हे त्यांच्या पुढ्यातील एक सर्वांत मोठे आव्हान होते. मराठा समाजाला शैक्षणिक संस्था आणि शासकीय नोकऱ्यांमध्ये आरक्षण हवे होते. त्यासाठी मराठा आरक्षणाची मागणी जोर धरू लागली. राज्यामध्ये मराठा समाजाने शांततामय मार्गाने मोर्चे काढण्यास सुरुवात केली परंतु त्यानंतर या मोर्चांना हिंसक वळणही लागले. २०१८ साली राज्याच्या विविध भागांतून अशा हिंसक घटना समोर येऊ लागल्या. एका आंदोलकाने तर आरक्षणाच्या मागणीसाठी औरंगाबाद येथे नदीत उडी मारून आत्महत्या केली.

---

3. शुभांगी खापरे यांची लेखकाने घेतलेली मुलाखत

त्यानंतर हे आंदोलन आणखीनच पेटले. आंदोलकांनी महामार्ग रोखून धरले. सार्वजनिक आणि खासगी मालमत्तेचे नुकसान सुरू झाले. पोलिसांवरही हल्ले झाले. हा संपूर्ण विषय खूप संवेदनशील पद्धतीने हाताळणे गरजेचे आहे हे फडणवीस ओळखून होते. महाराष्ट्राच्या राजकारणामध्ये मराठा ही जात अतिशय महत्त्वाची आणि प्रभाव टाकणारी म्हणून गणली जाते. राज्याच्या एकूण लोकसंख्येमध्ये मराठा-कुणबी या जातीचा वाटा ३१ टक्के इतका आहे.[४]

महाराष्ट्र राज्याची स्थापना झाल्यानंतर जितके मुख्यमंत्री झाले, त्यापैकी १० मुख्यमंत्री हे मराठा जातीचेच झालेले आहेत. हा तिढा सोडवण्यासाठी फडणवीस यांनी 'मराठा आरक्षण विधेयक' सादर केले. त्याअंतर्गत मराठा समाजात शिक्षण आणि नोकऱ्यांमध्ये सोशली अँड एज्युकेशनली बॅकवर्ड क्लास (एसइबीसी) अंतर्गत १६ टक्के आरक्षण देण्याची तयारी दर्शवली. दुसरे आव्हान होते कृषीक्षेत्राचे. दुष्काळामुळे कृषीक्षेत्रावर ओढवलेल्या संकटामुळे महाराष्ट्रातील हजारो शेतकरी दरवर्षी महाराष्ट्रात आत्महत्त्या करतात. २०१७ साली ५ ते ९ जून दरम्यान अनेक शेतकऱ्यांनी शेतमालाला योग्य भाव नसल्याचे कारण देत कष्टाने पिकवलेला शेतमाल आणि दूध रस्त्यावर ओतून दिले आणि आपला निषेध व्यक्त केला. राज्यामध्ये भाज्यांचे भावही मोठ्या प्रमाणावर वाढू लागले. त्यातून मार्ग काढण्यासाठी फडणवीस यांनी छोट्या आणि अल्पभूधारक शेतकऱ्यांना कर्जमाफी देण्याची घोषणा केली. या घोषणेमुळे राज्यातील ३४ लाख शेतकऱ्यांना लाभ होणार होता आणि त्यामुळे राज्यशासनाच्या तिजोरीवर ३० हजार कोटींचा अतिरिक्त बोजा पडणार होता. असे असूनही या निर्णयावर अनेक बाजूंनी टीका झाली. त्यामुळे कृषीक्षेत्रातील समस्या पूर्णत्वाने दूर झाली नाही. त्यामुळे फडणवीस यांच्यावरील दबाव वाढतच राहिला. निवडणुका जाहीर झाल्या आणि त्याच काळात दोन वर्षांपासून दुष्काळ असलेल्या मराठवाडा आणि विदर्भामध्ये चांगला पाऊस झाला. महाराष्ट्राच्या ४७ वर्षांमध्ये पाच वर्षांचा कालावधी पूर्ण करणारे फडणवीस हे दुसरे मुख्यमंत्री ठरले.[५]

प्रादेशिक विषयांचा आपण निपटारा केला आहे आणि ते मार्गी लावलेले आहेत अशा भ्रमातून फडणवीस यांनी त्यांच्या निवडणूक प्रचार मोहिमेत राष्ट्रीय मुद्द्यांना प्राधान्य दिले. पंतप्रधान नरेंद्र मोदी यांच्या समवेत फडणवीस यांनी

---

4. Times of India, 26 July 2018

5. https://www.indiatoday.in/news-analysis/story/maharashtraelection-devendra-fadnavis-first-chief-minister-to-complete-fullterm- in-47-years-1602250-2019-09-23

निवडणुकीच्या रॅली काढल्या.

जम्मू काश्मीरमधील पुलवामा येथे झालेल्या दहशतवाद्यांच्या हल्ल्यानंतर भारताने जो एअरस्ट्राईक केला त्याच विषयाला महाराष्ट्राच्या प्रचारामध्ये प्राधान्य देण्यात आले. त्याचप्रमाणे जम्मू काश्मीरमधून ३७०वे कलम हटवण्याचा विषय देखील मते मिळवण्यासाठी आग्रहाने मांडला गेला. निवडणुकीचा निकाल जाहीर होण्यापूर्वी तीन दिवस अगोदर दिवाळी होती. निकाल जाहीर होण्यापूर्वी भाजपचे कार्यकर्ते यंदा पक्षासाठी 'डबल दिवाळी' असेल अशा वल्गना करताना दिसत होते. लोकसभेतील भाजपची कामगिरी पाहता विधानसभेतही आपल्याला घवघवीत यश मिळणार अशी त्यांना जवळपास खात्रीच होती. लोकसभेच्या निवडणुकीत भाजप-शिवसेनेला मिळून ४८ पैकी तब्बल ४१ जागा मिळालेल्या होत्या. देवेंद्र फडणवीस भाजप कार्यालयात पोहोचून पत्रकार परिषदेला संबोधित करेपर्यंत आनंदोत्सव सुरू करण्यात आलेला नव्हता. २०१४ च्या विधानसभा निवडणुकीमध्ये भाजप आणि शिवसेना स्वतंत्रपणे लढले होते. त्यावेळी भाजपला १२२ जागा मिळाल्या होत्या. मात्र या वेळी १७ जागांवर पराभव झाला होता. त्यामुळे फडणवीसांनी पत्रकार परिषदेमध्ये स्वतःचा बचाव करण्याचा पवित्रा घेतलेला दिसला. चेहऱ्यावर आलेला घाम त्यांनी पुसला. ते म्हणाले, "२०१४ सालच्या निवडणुकीत आम्ही २६० जागांवर लढलो होतो आणि त्यापैकी १२२ जागांवर जिंकलो होतो. या वेळी आम्ही केवळ १६४ जागांवर लढलो आणि १०२ जागांवर आम्हाला विजय मिळालेला आहे. (पत्रकार परिषदेनंतर थोड्याच वेळात ही संख्या १०५ वर गेली होती.) गेल्या निवडणुकीत आमचा स्ट्राईक रेट ४७ टक्के इतका होता यावेळी तो वाढून ७० टक्क्यांवर गेलेला आहे." अशा प्रकारे स्ट्राईक रेट चांगला असल्याचे दाखवून सकारात्मक बाजू मांडण्याचा प्रयत्न फडणवीस करीत होते. परंतु कटू वास्तव हेच होते की भाजपच्या जागा प्रत्यक्षात कमी झालेल्या होत्या आणि आता त्यांना सरकार स्थापन करण्यासाठी शिवसेनेवर अवलंबून राहावे लागणार होते. देवेंद्र फडणवीस यांचा हा वैयक्तिक पराभव मानला गेला. घरच्या मैदानावरच भाजपची सर्वाधिक वाईट कामगिरी झाली. विदर्भामध्ये भाजपला मोठा फटका बसला. या भागामध्ये २०१४ च्या तुलनेत भाजपच्या जागांची ४४ जागांवरून २९ जागांवर घसरण झाली. विधानसभेमध्ये विदर्भातून सर्वाधिक ६२ जागा येतात आणि अधिकाधिक आमदार निवडून विधानसभेवर जातात. खुद्द फडणवीस यांना पडलेल्या मतांमध्येसुद्धा लक्षणीय अशी घसरण झाल्याचे दिसून आले. २०१४ मध्ये ते ५९ हजारांच्या मताधिक्याने जिंकले होते ते प्रमाण २०१९ मध्ये घसरून ५० हजारांपेक्षाही कमी मताधिक्य त्यांना मिळाले. नागपूरमध्ये २०१४ च्या निवडणुकीत भाजपला १२ पैकी ११

जागा जिंकता आल्या होत्या परंतु २०१९च्या या निवडणुकीत मात्र केवळ ६ जागांवर समाधान मानावे लागले. भाजपची ही निवडणुकीतील कामगिरी का घसरत गेली याचा उहापोह या पुस्तकात पुढे स्वतंत्रपणे करण्यात आलेला आहे.

भाजपातील अंतर्गत असंतोष

महाराष्ट्रातील निवडणुकांचे नियोजन करीत असताना पक्षाने फडणवीस यांना मुक्त स्वातंत्र्य दिलेले होते असा एक सर्वसाधारण मतप्रवाह बनून गेलेला होता. त्यामुळे उमेदवारांची निवड करीत असताना त्यांची निवड आणि निर्णय यांचा वरचष्मा होता. फडणवीसांचा आग्रह असल्यामुळेच भाजपने शिवसेनेसमवेत निवडणुका लढवण्याचा निर्णय घेतला होता. मात्र सुत्रांकडून मिळालेल्या माहितीनुसार, खुद्द पक्षाचे अध्यक्षसुद्धा शिवसेनेसमवेत युती करून निवडणुका लढवण्यास फारसे इच्छुक नव्हते. परंतु देवेंद्र फडणवीस यांनी त्यांचे मन वळवले. निवडणूक लढवण्यासाठी उमेदवारांना तिकीटवाटप करीत असताना अनेक महत्त्वाच्या व्यक्तींचे तिकीट कापण्यात आल्याने ते कमालीचे संतप्त झालेले होते. एकनाथ खडसे, विनोद तावडे, प्रकाश मेहता आणि चंद्रशेखर बावनकुळे या सारख्या राज्यातील वरिष्ठ नेत्यांचीही तिकीटे कापून त्यांना राजकीय रणधुमाळीच्या रिंगणातूनच बाहेर काढण्यात आले.[६]

त्यामुळे अर्थातच हे चार नेते देवेंद्र फडणवीसांच्या बाबतीत फारसे सकारात्मक असण्याची शक्यता नव्हतीच. वस्तुतः २०१४च्या निवडणुकीमध्ये जेव्हा भाजप हा एकमेव सर्वांत मोठा पक्ष ठरला तेव्हा तावडे आणि खडसे हे मुख्यमंत्रिपदाच्या शर्यतीत होते. त्यावेळी मुख्यमंत्री म्हणून देवेंद्र फडणवीस यांचे नाव जाहीरसुद्धा झालेले नव्हते. त्यामुळे फडणवीस यांनी पक्षांतर्गतच अनेक हितशत्रू तयार केले होते का? या सर्वांचा मुख्यमंत्रिपदाच्या खुर्चीवर डोळा असल्याने आपण मुख्यमंत्री बनल्यानंतर हे सर्व जण आपल्याला त्रास देतील अशी फडणवीसांना भीती होती का? आपले स्थान सुरक्षित करण्यासाठीच केवळ फडणवीसांनी या सर्वांना तिकीट नाकारण्याची खेळी खेळलेली होती असे अनेकांचे मत बनलेले होते.

अर्थात असे असले तरीही शुभांगी खापरे यांचा मात्र त्याविषयीचा दृष्टिकोन भिन्न होता. त्यांच्यामते, 'प्रस्थापित आमदारांना तिकीट नाकारणे हे निःसंशयपणे धक्कादायकच होते परंतु त्यासाठी केवळ एकट्या फडणवीसांना दोष देऊन चालणार नाही. कारण हा पक्षाचा सामूहिक असा निर्णय होता. कोअर कमिटी आणि पक्षाचे संसदीय मंडळसुद्धा त्यात सहभागी होते आणि सर्व बाजूंचा विचार

6. Hindustan Times, 28 November 2019

केल्यानंतरच उमेदवारांची नावे पक्षाने ठरवलेली असणार.'(७)

तिकीट नाकारण्यात आल्याचे समजल्यानंतर तावडे, मेहता आणि बावनकुळे यांनी त्याविषयी मौन राखण्याचा मार्ग निवडला, परंतु एकनाथ खडसे यांनी त्यावर तीव्र आणि उघड प्रतिक्रिया देण्यास सुरुवात केली. खडसे हे उत्तर महाराष्ट्रातील मुक्ताईनगर येथील उमेदवार आणि पक्षाच्या स्थापनेपासूनचे सदस्य. फडणवीस यांच्याच सरकारात महसूल आणि कृषी मंत्री म्हणून त्यांनी २०१४ ते २०१६ या काळात काम पाहिलेले होते. परंतु भ्रष्टाचार आणि कार्यालयातील यंत्रणेचा गैरवापर यांचा ठपका ठेवण्यात आल्यामुळे त्यांना राजीनामा द्यावा लागला होता. तिकीट नाकारल्याचे समजल्यानंतर एबीपी न्यूजचे बातमीदार मृत्युंजय सिंह हे खडसे यांच्या निवासस्थानी त्यांची प्रतिक्रिया घेण्यासाठी जाऊन धडकले. खडसे आले तेच मुळी रागारागात. ते म्हणाले, "जेव्हा काही लोकांनी माझ्यावर आरोप केले तेव्हा मला पदाचा राजीनामा देण्यास सांगण्यात आले आणि मी लगेच राजीनामा दिला देखील. यात माझी महत्त्वाची तीन वर्षे वाया गेली. आतल्याच लोकांच्या उद्योगामुळे माझ्यावर हे आरोप करण्यात आले होते. शेवटी काय झाले? चौकशी पूर्ण झाली आणि काहीही निष्पन्न झाले नाही. मात्र या एकूण प्रकरणात मी खूपच दुखावलो गेलो. ज्या माणसांनी पक्षासाठी आपले अवघे आयुष्य खर्ची घातले आज त्यांनाच बाजूला केले जात आहे आणि बाहेरच्या लोकांना मात्र घेतले जात आहे. जे बेईमान असल्याचे पुरावेच मी सादर केलेले होते अशा राष्ट्रवादी आणि काँग्रेसमधील लोकांसमवेत आता सोबत बसायची वेळ आली आहे हे दुर्दैवी आहे. मी जर काही मोठी, गंभीर चूक केलेली असेल तर मी निश्चितपणे माफी मागेन. परंतु आज इतक्या वर्षांनंतरसुद्धा मला हेच कळत नाही की मी चुकीचे ठरावे असे नक्की काय वागलो आहे.''(८)

मुख्यमंत्रिपदाच्या शर्यतीतील आणखी एक इच्छुक उमेदवार म्हणजे पंकजा मुंडे. बीड जिल्ह्यातील परळी मतदारसंघात आपलेच बंधू धनंजय मुंडे यांच्याकडून त्यांना पराभव स्वीकारावा लागला.

भारतीय जनता पक्षातील एक महत्त्वाचे नेते असलेल्या गोपीनाथ मुंडे यांची ही कन्या. पंकजा मुंडे या दोन वेळा आमदार राहिल्या असून त्यांनी फडणवीस यांच्या नेतृत्वाखाली ग्रामीण, बाल आणि महिला कल्याण मंडळाचे मंत्री म्हणूनही काम पाहिलेले आहे. गर्दी खेचण्याची क्षमता असणारे नेतृत्व, उत्तम वक्ता म्हणून त्यांची जनमानसात ओळख आहे. अशा या पंकजा मुंडे यांचा पराभव झाल्यानंतर

---

7. शुभांगी खापरे यांची लेखकाने घेतलेली मुलाखत
8. एकनाथ खडसे यांची 'एबीपी न्यूज' वरील मुलाखत

ते आणखीनच धक्कादायक वाटले. कारण पंकजा मुंडे यांचा प्रचार करण्यासाठी दस्तुरखुद्द पंतप्रधान नरेंद्र मोदी आणि अमित शहा यांनी सभा घेतल्या होत्या.

आता फडणवीस यांचे सारे अंतर्गत शत्रू खवळून उठले होते आणि अपेक्षेपेक्षा मुद्दामच त्यांनी आपली कामगिरी कमी राहील असा प्रयत्न केला असावा. इतके असूनही फडणवीस हे सर्वांत मोठ्या विजयी पक्षाचे नेते आणि मुख्यमंत्रिपदाचे प्रबळ दावेदार होते. आता पुन्हा एकदा मुख्यमंत्रिपदाच्या हॉटसीटवर शिवसेनेसोबत विराजमान व्हायचे होते आणि सरकारस्थापनेची योजना पूर्णत्वास न्यायची होती.

जेव्हा सगळे निकाल जवळपास जाहीर झालेले होते त्याच सायंकाळी शिवसेनेचे खासदार आणि शिवसेनेचे मुखपत्र असलेल्या 'सामना'चे कार्यकारी संपादक संजय राऊत यांनी सिल्व्हर ओक येथे जाऊन राष्ट्रवादीचे प्रमुख शरद पवार यांची भेट घेतली. तासभर चाललेल्या बैठकीनंतर राऊत बाहेर आले आणि पत्रकारांनी त्यांना त्या बैठकीचे कारण विचारले. ''केवळ खासगी बैठक होती.'' असे सांगून काहीही फारसे भाष्य न करता ते तिथून निघून गेले.

२

घटस्फोटाची राजकीय रणभूमी

२९ ऑक्टोबर २०१९ : दुपारी १२ वाजता

दिवाळीचा तिसरा दिवस. भाऊबीज होती त्या दिवशी. मुख्यमंत्री देवेंद्र फडणवीस यांनी त्यांच्या निवासस्थानी वर्षा बंगल्यावर सर्व राजकीय पत्रकारांना त्यांच्या कुटुंबासह जेवणासाठी खास निमंत्रित केले होते. या वर्षी पाऊस बेभरवशाचा ठरल्याने आणि दिवाळीच्या आदल्या दिवशीच पाऊस झाल्याने बंगल्या समोरच्या मोकळ्या हिरवळीला टेंटने झाकून टाकण्यात आले होते. हिरवळीवर छान शाही बुफे जेवणाची सोय केलेली होती. महाराष्ट्रीयन, पंजाबी, चायनीज, इटालियन पद्धतीच्या विविध प्रकारांची अक्षरशः रेलचेल होती. वेगवेगळ्या आईसक्रीमपासून ते गोड पदार्थांचे अनेकानेक प्रकार मिळणारे एक विशेष काउंटरही तिथे होते. पोट भरून जाईल असे सगळे जेवणाचे प्रकार तिथे होते खरे, पण तिथे आलेल्या पत्रकारांना मात्र खरी भूक वेगळीच होती. ती भूक होती नवी माहिती मिळवण्याची. कारण निवडणुकीचे निकाल लागले त्याला आता एक आठवडा उलटून गेलेला होता तरीही अजूनही सरकार स्थापनेच्या कोणत्याही हालचाली दिसून येत नव्हत्या. काही बातमीदारांना असे वाटत होते की कदाचित दिवाळीनंतर सरकार स्थापनेच्या संदर्भातील बोलणी केली जातील. तर इतर अनेकांना वाटत होते की पडद्यामागे भाजप आणि शिवसेनेची सरकार स्थापनेची चर्चा सुरू आहे मात्र त्याचा पत्ता लागू दिला जात नाही. आणि येत्या एक दोन दिवसांत फडणवीस हे मुख्यमंत्रिपदाची शपथ घेतील असा अंदाज होता.

दिनांक २४ ऑक्टोबर २०१९ रोजी पत्रकार परिषद झाल्यानंतर फडणवीस दुसऱ्यांदा प्रसारमाध्यमांच्या समोर आलेले होते. या मधल्या सहा दिवसांतसुद्धा अनेक महत्त्वाच्या घडामोडी घडून गेलेल्या होत्या. त्यामुळे फडणवीस त्यावर

भाष्य करून काही चित्र स्पष्ट करतील अशी आशा पत्रकारांना होती. फडणवीसांनी बोलावलेले असले तरीही हा पूर्णपणे अनौपचारिक असा स्नेहमेळावा आहे असे प्रसारमाध्यमांना अगोदरच फडणवीस यांच्या मीडिया टीमने कळवलेले होते. त्यामुळे अधिकृत ठरेल असे कोणतेही वक्तव्य इथे होणार नव्हते, त्याचबरोबर बंगल्यात कॅमेरे आणायलासुद्धा परवानगी नव्हती. विविध वृत्तवाहिन्या आणि वृत्तपत्रांचे मिळून सुमारे ६० प्रतिनिधी तिथे उपस्थित होते. फडणवीस हे त्यांची बँकर पत्नी अमृता यांच्यासमवेत तिथे आले. अमृता फडणवीस या ट्वीटरवर स्वतःची ओळख प्लेबॅक सिंगर आणि समाजसेविका अशी करतात. फडणवीस यांच्या मुख्यमंत्रिपदाच्या कारकिर्दीत त्या अनेकदा विविध कारणांमुळे बातम्यांमध्ये झळकल्या होत्या. फडणवीस यांच्या समवेत मुंबई बंदरावरील एका क्रूजच्या उद्घाटनासाठी गेलेले असताना चांगला सेल्फी मिळावा म्हणून जहाजाच्या टोकावर धोकादायक पद्धतीने जाऊन बसल्याने त्या वादाच्या भोवऱ्यात अडकल्या होत्या. अशा प्रकारच्या वर्तनाने त्यांचे संरक्षण करण्यासाठी तिथे सज्ज असलेल्या पोलिसांचीही त्यांनी भंबेरी उडवून दिली होती.[१]

या गेट टूगेदरच्या वेळी त्यांनी ऑफव्हाइट रंगाचा ड्रेस घातलेला होता तर फडणवीस यांनी नेहमीसारखे शर्टवर हाफ जॅकेट (नरेंद्र मोदी पंतप्रधान झाल्यानंतर ते अशा प्रकारचे जॅकेट घालतात व ते कमालीचे लोकप्रिय झाले व त्यालाच मोदी जॅकेट असेही म्हटले जाते.) घातलेले होते.[२]

मुख्यमंत्री होण्यापूर्वी ते नेहमी हलक्या रंगाचे फॉर्मल शर्ट आणि पँट घालायचे. परंतु २०१४च्या विजयानंतर त्यांनी आपला पेहराव बदलला. यजमानाच्या भूमिकेत असल्याने फडणवीस आणि त्यांच्या पत्नीने आलेल्या प्रत्येक अतिथीचे मनापासून स्वागत केले. त्यांच्या समवेत त्यावेळी भाजपचे प्रवक्ते केशव उपाध्याय हे देखील होते.

सर्वांना भेटून झाल्यानंतर आणि गप्पांमध्ये थोडासा वेळ घालवल्यानंतर फडणवीस एका छोट्याशा व्यासपीठावर त्यांची पत्नी अमृता आणि केशव उपाध्ये यांच्यासमवेत बसले. फडणवीसांनी तिथे उपस्थित सर्व पत्रकारांचे आभार मानले आणि मग कॅमरे नसलेली अनौपचारिक पत्रकार परिषद सुरू झाली. पत्रकारही याच क्षणाची वाट पाहत होते. प्रत्येकाच्या डोक्यात मुख्यमंत्रिपदाचाच विषय होता.

---

1. https://www.thehindu.com/news/cities/mumbai/maharashtra-cms-wife-amruta-fadnavis-apologises-for-selfie-on-ship-says-it-wasnt-risky/article25284647.ece
2. Outlook, 8 November 2018

सत्तेची खुर्ची कुणाला मिळणार?

उद्धव ठाकरे यांच्या मुख्यमंत्रिपदाच्या मागणीवर भाष्य करताना फडणवीस स्पष्टपणे म्हणाले, "आम्ही कधीही शिवसेनेला अडीच अडीच वर्षांसाठी मुख्यमंत्री असेल असा शब्द दिलेला नव्हता. लोकसभा निवडणुकीपूर्वी युती करताना मात्र शिवसेनेने सत्तेमध्ये समान विभागणी करून अडीच अडीच वर्षांसाठी मुख्यमंत्रिपदासह समान भागीदारी असावी असा प्रस्ताव दिलेला होता. हा प्रस्ताव माझ्यासमोर मात्र चर्चिला गेलेला नाही. त्यामुळे या संदर्भात काही ठरले असेल तर त्यावर भाजपचे अध्यक्ष अमित शहा किंवा उद्धव ठाकरे यांनाच ठाऊक असेल." भाजपच्या नेतृत्वाखालीच शासन स्थापन केले जाईल अशी ग्वाही त्यांनी दिली आणि नरेंद्र मोदी यांनी घोषित केल्याप्रमाणे मीच मुख्यमंत्री होईन असा विश्वास त्यांनी व्यक्त केला. भाजप आमदारांची बैठक ही केवळ त्यांच्या नावावर शिक्कामोर्तब करण्यासाठी आहे, असेही फडणवीस तेव्हा म्हणाले होते.

शिवसेनेचे मुखपत्र असलेल्या 'सामना'मधून अग्रलेखांतून जी टीका केली जात होती त्याविषयीची आपली स्पष्ट नाराजी या वेळी फडणवीस यांनी चर्चेदरम्यान व्यक्त केली. 'अन्य वृत्तपत्रांच्या तुलनेत आता 'सामना'मध्ये येणाऱ्या मतांकडे मी दुर्लक्ष करतो' असेही त्यांनी यावेळी सांगितले. मात्र पक्षाच्या विरोधात सातत्याने भूमिका मांडत असल्याने या वृत्तपत्राविषयी ते नाराज दिसून येत होते.

"राष्ट्रवादी आणि काँग्रेस पक्षसुद्धा आमच्यावर ज्या शब्दांत कधी टीका करणार नाही अशी टीका त्यांनी आमच्याविरोधात केलेली आहे. मग तुम्ही त्यांच्या विरोधात लिहिण्याचे धाडस का दाखवत नाही? ज्यांच्यासमवेत तुम्ही इतका काळ सत्तेमध्ये होतात, सत्तेची फळे चाखलीत त्याच पक्षावर अशा भाषेतून टीका करणे यातून तुम्ही कोणताही चांगला संदेश देत नाही हे शिवसेनेला सांगायला हवे."

फडणवीसांच्या घरी सुरू असलेली ही चर्चा जरी अनौपचारिक असली तरीही आपण जे काही बोलणार आहोत त्यातील काहीही ऑफ द रेकॉर्ड राहणार नाही हे फडणवीससुद्धा जाणून होते. ही चर्चा साधारणतः २० मिनिटे चालली आणि ती संपताच वृत्तवाहिन्यांच्या बातमीदारांनी बंगल्याच्या दारातून त्यांचे कॅमेरे व लाईव्ह सेटअप जिथे लावलेले होते, तिथे धाव घेतली. मुख्यमंत्रिपद हे अडीच अडीच वर्षांसाठी असेल हा उद्धव ठाकरे यांचा दावा फडणवीस यांनी फेटाळून लावला अशी बातमी वृत्तवाहिन्यांवर झळकू लागली. सगळे बातमीदार कॅमेऱ्याच्या समोर उभे राहून फडवणीस जे जे बोलले ते सांगू लागले.

फडणवीस यांच्या प्रतिक्रियेनंतर त्याचे तीव्र पडसाद उमटले आणि शिवसेना

खवळून उठली. सत्ता स्थापनेची बोलणी करण्यासाठी हॉटेल सोफीटेलमध्ये दोन्ही पक्षांचे नेते संध्याकाळी भेटणार होते. शिवसेनेचे सुभाष देसाई, संजय राऊत हे शिवसेनेतर्फे आणि भुपेंद्र यादव आणि प्रकाश जावडेकर हेसुद्धा या बैठकीला उपस्थित राहणार होते. परंतु जेव्हा अनौपचारिक चर्चेमध्ये फडणवीस काय बोलले हे जेव्हा वृत्तवाहिन्यांवर झळकू लागले, तेव्हा शिवसेनेने त्या बैठकीवर बहिष्कार टाकला. 'सामना'च्या संपादकीय कार्यालयात संजय राऊत यांनी तातडीने पत्रकार परिषद बोलावली आणि भाजपसमवेत आता कोणत्याही प्रकारची चर्चा थांबवण्यात येत आहे, असे सांगितले. राऊत म्हणाले, "फडणवीस आता शब्द फिरवत आहेत. लोकसभा निवडणुकीच्या वेळी ५०-५०चा फॉर्म्युला चर्चिलाच गेला नव्हता असे जर फडणवीस म्हणत असतील तर मग आपल्याला आता सत्याची व्याख्याच बदलावी लागेल."

संजय राऊत यांनी तिकडे पत्रकार परिषद घेतली आणि इकडे शिवसेनेच्या कार्यकर्त्यांनी १८ फेब्रुवारी २०१९ रोजी वरळीच्या हॉटेल ब्ल्यू सीमध्ये झालेल्या पत्रकार परिषदेचे व्हिडिओ व्हायरल करायला सुरुवात केली. ही पत्रकार परिषद आगामी लोकसभा आणि विधानसभा निवडणुकीमध्ये भाजप व शिवसेना युतीची घोषणा करण्यासाठी आयोजित करण्यात आलेली होती. या पत्रकार परिषदेत देवेंद्र फडणवीस, उद्धव ठाकरे आणि अमित शहा यांनी संयुक्तपणे निवेदन केलेले होते. या क्लिपमध्ये देवेंद्र फडणवीस बोलताना दिसत होते की, आमच्यामध्ये काही मुद्यांबाबत मतभिन्नता असली तरीही तत्वतः दोन्ही पक्ष (भाजप व शिवसेना) हिंदुत्व आणि राष्ट्रीय धोरणांचे अनुसरण करणारे आहेत. आजच्या परिस्थितीत राष्ट्रीय विचारांनाच आव्हान दिले जात आहे अशा परिस्थितीत देशाच्या आणि समाजाच्या हिताच्या दृष्टीने आपण एकत्रित येणे ही अनिवार्य अशी बाब आहे. त्यामुळेच, लोकसभा आणि विधानसभा या दोन्ही निवडणुका आम्ही एकत्रितपणे लढवू. विधानसभेसाठी अन्य छोट्या आघाड्यांसाठी काही जागा सोडल्यानंतर उर्वरित जागा भाजप व शिवसेना समसमान लढवतील. त्याचप्रमाणे पदे आणि जबाबदाऱ्या यांचेही वाटप समसमान पद्धतीने केले जाईल.

या व्हिडिओ क्लिपमध्ये कोणताही नेता मुख्यमंत्रिपद अडीच अडीच वर्षे दोन्ही पक्षांना विभागून दिले जाईल असे म्हणताना नव्हता. याकडे संजय राऊत यांचे लक्ष पत्रकारांनी वेधले. त्यावर ते म्हणाले, "जेव्हा फडणवीस म्हणतात की आम्ही पदे आणि जबाबदाऱ्या यांचे समसमान वाटप करू तेव्हा त्यात मुख्यमंत्रिपददेखील अध्यारुत असते. कारण मुख्यमंत्री हे सुद्धा एक जबाबदारीचे पदच आहे."

दुसऱ्या दिवशी ३० ऑक्टोबर रोजी उद्धव ठाकरे यांनी सर्व शिवसेना

आमदारांची विधीमंडळ नेता निवडण्यासाठी एक बैठक बोलावली. ही निव्वळ औपचारिकता होती कारण मुंबई शेजारच्या ठाणे शहरातील आमदार आणि शिवसेनेतील एक समर्थ नेते एकनाथ शिंदे यांना नेता म्हणून निवडण्याचे सर्वाधिकार सर्व आमदारांनी यापूर्वीच उद्धव ठाकरे यांना दिलेले होते. ही निवड झाल्यानंतर राजकीय वर्तुळात अशीही चर्चा सुरू झाली की जर शिवसेनेला मुख्यमंत्रिपद अडीच वर्षांसाठी मिळाले तर कदाचित त्या पदासाठी एकनाथ शिंदेंचे नाव उद्धव ठाकरे सुचवतील. प्रसारमाध्यमांना जरी त्या बैठकीला उपस्थित राहण्याची परवानगी मिळालेली नसली तरीही त्या बैठकीत उद्धव ठाकरे यांनी आमदारांना काय सांगितले याचे सारे तपशील थोड्याच वेळात बाहेर पडले. उद्धव ठाकरे यांनी आमदारांना सांगितले की, मी राष्ट्रवादी आणि काँग्रेस पक्षाच्या संपर्कात आहे. फडणवीस यांनी त्यांचा शब्द पाळावा. आपले जे आधी ठरले होते त्यापेक्षा अधिक आम्हाला काहीही नको.

शिवसेना भवन येथे झालेल्या या बैठकीनंतर अल्पावधीतच संजय राऊत हे शरद पवार यांना भेटायला त्यांच्या निवासस्थानी गेले. एक तासाभरानंतर राऊत बाहेर आले. त्यांनी बातमीदारांना सांगितले, ही एक सदिच्छा भेट होती. मी नेहमीच त्यांना भेटत असतो. मी आत्ता त्यांना दिवाळीच्या शुभेच्छा देण्यासाठी भेटायला गेलो होतो. आम्ही राजकीय देवाणघेवाणी संदर्भात काहीही बोललो नाही मात्र सध्याची जी राजकीय परिस्थिती आहे त्याविषयी आम्ही चर्चा केली. अर्थात, आत्तापर्यंत माझ्याकडे अद्याप कुणीही कसलाही प्रस्ताव घेऊन आलेले नाही आणि आम्हीसुद्धा कुणाकडेही कसलीही ऑफर घेऊन गेलेलो नाही. निवडणुकांचे निकाल लागल्यानंतर राऊत यांची शरद पवार यांना जाऊन भेटण्याची ही दुसरी वेळ होती. निकाल जाहीर झाल्यानंतर २४ ऑक्टोबर रोजीसुद्धा राऊत पवारांना जाऊन भेटले होते.

'मी एनसीपी व काँग्रेसच्या संपर्कात आहे', असे उद्धव ठाकरे यांनी आपल्या आमदारांना सांगितल्यानंतर राऊत यांनी पवारांची भेट घेतल्याने त्याला एक वेगळे महत्त्व प्राप्त झाले. त्यामुळे राजकीय वर्तुळात विविध प्रकारच्या चर्चांना उधाण आले. पवार आणि शिवसेना यांच्यामध्ये खरोखर काही शिजते आहे का? की केवळ भाजपवर दबाव निर्माण करण्याचा प्रयत्न म्हणून या बैठका होत आहेत? असे प्रश्न उपस्थित होऊ लागले.

उद्धव ठाकरे यांच्या आक्रमक पवित्र्यामुळे, काँग्रेस-राष्ट्रवादीशी शिवसेना संपर्कात असल्याच्या बातम्यांमुळे आणि पाठोपाठ संजय राऊत यांनी शरद पवार यांच्यासमवेत लागोपाठ भेट घेऊन चर्चा केल्याने इकडे फडणवीस अस्वस्थ होणे स्वाभाविक होते. फडणवीस यांचे खबरी त्यांनी शिवसेनेतही पेरलेले होतेच.

त्यामुळे परिस्थिती आता अधिक विकोपाला जात असल्याचे त्यांनी सूचित केले. त्यामुळे हा तिढा सोडवण्यासाठी फडणवीस यांनी स्वतः पुढाकार घ्यायचे ठरवले आणि त्यांनी थेट उद्धव ठाकरेंनाच फोन केला. फोन वाजत राहिला पण उचलला गेला नाही. थोड्या वेळाने कॉल बॅक करतील म्हणून फडणवीस ठाकरे यांच्या फोनची वाट पाहत राहिले. परंतु ठाकरेंनी एकदाही कॉल केला नाही. या पूर्वी फडणवीस आणि ठाकरे फोनवर नियमितपणे बोलत असत आणि ठाकरेंनी त्यांच्या फोनला प्रतिसाद दिला नाही किंवा जर चुकून फोन घेता आला नाही तर कॉल बॅक केला नाही असे कधीच घडले नव्हते. त्यामुळे फडणवीस यांनी ठाकरे यांच्या मातोश्री या निवासस्थानी फोन केला. परंतु तिथे ते फोनवर आले नाहीत.

भाजप आणि शिवसेना यांच्यातील संवाद त्यामुळे खुंटला. काँग्रेसच्या नेत्यांनी या परिस्थितीचा लाभ कसा उचलता येऊ शकेल यावर चिंतन सुरू केले. त्या पार्श्वभूमीवर, महाराष्ट्रातील काँग्रेसचे वरिष्ठ नेते अशोक चव्हाण, पृथ्वीराज चव्हाण, माणिकराव ठाकरे आणि बाळासाहेब थोरात यांनी दिल्लीला प्रयाण केले. काँग्रेसच्या पक्षाध्यक्षा सोनिया गांधी आणि अखिल भारतीय काँग्रेस कमिटीचे सरचिटणीस के. सी. वेणूगोपाल यांच्याशी त्यांनी सध्याच्या महाराष्ट्राच्या परिस्थितीबद्दल सविस्तर चर्चा केली. त्यांनी महाराष्ट्रात सुरू असलेल्या घडामोडींची माहिती दिली आणि उद्धव ठाकरे हे सध्याच्या परिस्थितीत काही कठोर निर्णय घेऊ शकतात असेही सांगितले.

या संदर्भात, शरद पवार यांच्याशी आपण चर्चा करू असे सोनिया गांधी यांनी मान्य केले. सोनिया गांधी यांची राज्यातील काँग्रेस नेत्यांसमवेत बैठक होते न होते तो संजय राऊत म्हणाले, ''मी राज्यपालांची भेट घेणार आहे आणि सर्वात मोठ्या पक्षाला (भाजप) सरकार स्थापनेसाठी बोलवावे अशी विनंती करणार आहे. जर भाजप विधीमंडळात त्यांचे बहुमत सिद्ध करू शकले नाही तर शिवसेना सत्तास्थापनेचा दावा करेल. आम्ही राष्ट्रवादी, काँग्रेस आणि इतरांच्या मदतीने सरकार स्थापन करू आणि आमच्या एकूण जागा १७० च्याही पुढे जातील.''

सर्व पक्षांना जितक्या जागा मिळालेल्या होत्या त्या पाहता राऊत जे काही सांगत होते ते अव्यावहारिक वाटत नव्हते. शिवसेना (५६)-राष्ट्रवादी (५४)-काँग्रेस (४४) यांच्या मिळून १५४ जागा होत होत्या. त्यामुळे विधानसभेत बहुमत सिद्ध करण्यासाठी आवश्यक असलेल्या १४५ च्या मॅजिक फिगरपेक्षा हे संख्याबळ निश्चितच जास्त होत होते. अपक्ष आणि छोट्या पक्षांनी पाठिंबा दिला तर तो बोनस ठरणार होता.

शिवसेना आपल्या भूमिकेवर ठाम राहिल्याने आणि अनपेक्षितपणे शिवसेना,

राष्ट्रवादी व काँग्रेस एकत्रित आल्याने फडणवीस यांना आपल्या हातातून डाव निसटतो आहे हे लक्षात आले आणि पक्षाच्या वरिष्ठ नेतृत्वाने आता या प्रकरणी पुढे येऊन हस्तक्षेप करणे गरजेचे झाले. दिनांक ३ नोव्हेंबर रोजी फडणवीस दिल्लीला गेले आणि त्यांनी अमित शहा यांच्यासमवेत ४० मिनिटे चर्चा केली. त्या दोघांत नक्की काय चर्चा झाली याचा तपशील अधिकृतपणे कळू शकला नाही तरी अमित शहांची हस्तक्षेप करण्याची इच्छा नव्हती असे सांगितले गेले आणि फडणवीस यांनीच ही सारी परिस्थिती स्वतः हाताळावी अशी वरिष्ठांची अपेक्षा दिसून आली. असे मानले जात होते की अमित शहा हे सुरुवातीपासूनच शिवसेनेसमवेत युती करण्यास उत्सुक नव्हते. त्यांची स्वतंत्रपणे लढण्याची तयारी होती. परंतु, फडणवीसांनी त्यांना युतीसाठी तयार केले होते. जेव्हा फडणवीस चर्चा करून अमित शहा यांच्या चेंबरमधून बाहेर आले तेव्हा त्यांचा चेहरा पुरेसा बोलका होता. त्यांच्या चेहऱ्यावर नेहमी दिसणारे हसू गायब झालेले होते. अमित शहा किंवा नरेंद्र मोदी यांनी उद्धव ठाकरे यांचे मन वळवण्यासाठी किंवा एकत्रित सत्ता स्थापन करण्यासाठी साधा एक फोनसुद्धा करण्याचे कष्ट घेतले नाहीत. महाराष्ट्राच्या या राजकीय परिस्थितीवर भाष्य करणारे कोणतेही जाहीर वक्तव्य या दोघांनीही केले नाही. आता असाही अंदाज अनेकजण वर्तवतात की जर या टॉपच्या दोन नेत्यांपैकी एखाद्याने जरी ठाकरे यांना त्यावेळी दूरध्वनी करून संवाद साधला असता तर ही परिस्थिती बदलू शकली असती. परंतु दोन्ही बाजूंना टोकाचा अहंकार आड आला. फडणवीस पक्षातील इतर काही कार्यक्रम करून त्याच सायंकाळी पुन्हा मुंबईला परतले.

फडणवीस यांनी अमित शहा यांची भेट घेतल्यानंतर अल्पावधीतच दिल्लीमध्ये त्याच दिवशी महाराष्ट्रातील या परिस्थिती संदर्भात आणखी एक महत्त्वाची बैठक झाली. ती म्हणजे राष्ट्रवादीचे सर्वेसर्वा शरद पवार आणि काँग्रेस पक्षाध्यक्षा सोनिया गांधी यांच्यामध्ये. या बैठकीला काँग्रेसचे वरिष्ठ नेते ए. के. अँटोनी हेसुद्धा उपस्थित होते. या बैठकीच्या केंद्रस्थानी असणारा मुद्दा होता तो म्हणजे शिवसेनेसोबत जाऊन सत्ता स्थापन करायची की नाही हाच. सोनिया गांधी यांची भेट घेतल्यानंतर पवार पत्रकारांना सामोरे गेले. त्यांनी सांगितले की, सध्या महाराष्ट्रात जी राजकीय परिस्थिती आहे त्याविषयी राष्ट्रवादी आणि काँग्रेसच्या नेत्यांच्या ज्या सूचना आहेत त्या सोनिया गांधी यांना भेटून सांगितल्या आहेत. परंतु हे सांगताना त्यांच्या चेहऱ्यावर मात्र एका मिश्कील हास्याची नांदी होती. पवार म्हणाले, 'लोकांनी आम्हाला विरोधात बसण्याचा आदेश दिलेला आहे. आजच्या घडीला काँग्रेस आणि राष्ट्रवादी यांच्याकडे स्वतंत्रपणे सत्ता स्थापन करण्यासाठी आवश्यक असणारे संख्या बळ नाही परंतु भविष्यात काय घडेल हे

आत्ताच सांगता येणार नाही. भाजप आणि त्यांच्या मित्रपक्षांकडे पुरेसे संख्याबळ आहे. त्यामुळे सत्ता स्थापन करणे ही त्यांची जबाबदारी आहे. ते काय करतात हे आम्ही पाहत आहोत.'

शिवसेना या सगळ्या प्रकरणात घासाघीस करून अधिकाधिक पदरात पाडून घेण्याचा प्रयत्न करत आहे का असे एका पत्रकाराने विचारले असता पवार म्हणाले, 'मला वाटत नाही की हे घासाघीस करून काही मिळवण्याचा प्रयत्न आहे. या दोघांमधील हा खेळ आता गंभीर झालेला आहे. शिवसेनेने भाजपच्या संदर्भात आता ठाम भूमिका घेतल्याचे दिसून येते.'

शरद पवार तिकडे दिल्लीमध्ये पत्रकारांशी बोलत असताना इकडे संजय राऊत हे त्यांच्या कार्यालयातून माध्यमांच्या सतत संपर्कात होते. पवारांचे पत्रकारांशी बोलून होताच राऊत यांची प्रतिक्रिया घेण्यासाठी जे बातमीदार बाहेर थांबलेले होते त्यांना त्यांनी आत बोलावले. त्यांनी केवळ एका ओळीत भूमिका स्पष्ट केली, 'राष्ट्रवादी आणि काँग्रेस यांच्यासमवेत पडद्यामागून चर्चा सुरू आहेत.'

या पडद्यामागील चर्चा आणखी जोरात सुरू झाल्या तेव्हा दोनच दिवसानंतर मी स्वतः ५ नोव्हेंबर रोजी राष्ट्रवादीचे प्रवक्ते नवाब मलिक यांची त्यांच्या निवासस्थानी भेट घेतली. मलिकचे बॉस शरद पवार हे शिवसेनेसोबत जाणार का याविषयी थेट भाष्य करताना पवार सावध पवित्रा घेत होते, मात्र मलिक हे त्या तुलनेत मोकळेपणाने बोलणारे होते. मलिक यांनी त्यांच्या मुलाखतीत सहजतेने सांगितले, 'जर शिवसेनेने भाजपसमवेत असणारी युती तोडली आणि काही वेगळे करायचे ठरवले तर पर्यायी सरकार राज्यामध्ये स्थापन होऊ शकते. गेल्या पाच वर्षांपासून भाजप शिवसेनेचा अवमान करीत आलेली आहे. आणि आता मात्र चाव्या त्यांच्या हातात आहेत. जर शिवसेनेने ठोस निर्णय घेतला तर राष्ट्रवादी आणि काँग्रेससमवेत एकत्र बसून काही मार्ग शोधता येऊ शकेल.'

'तुम्ही आणि काँग्रेस पक्ष शिवसेनेला एक धर्मांध पक्ष म्हणून हिणवत आलेले आहात आणि स्वतःला धर्मनिरपेक्ष म्हणवून घेता. परंतु मग राजकीय पक्षांच्या विचारधारांचे काय?' असे मी त्यांना थेट विचारले.

'भाजपच्या संगतीमुळे शिवसेना त्यांच्या मूळ भूमिकेपासून दूर गेली. शिवसेना कायमच प्रादेशिक राजकारण करत आलेली आहे. राजकारणाधारित प्रादेशिकवाद या पक्षाने कधीही केलेला नाही. १९८७ पासून शिवसेनेने धार्मिक राजकारणाला सुरुवात केली. भाजपसमवेत गेल्यानंतरच त्यांच्या या भूमिकेत बदल झालेला आहे. त्यामुळे ती भूमिका पुन्हा बदलू शकते.'

मलिक यांचे शब्दच हे सूचित करीत होते की आता गोष्टी पुष्कळ पुढे गेलेल्या आहेत. शिवसेना आणि राष्ट्रवादी हे एकमेकांशी आघाडी करण्यास

तयार आहेत, आता फक्त कॉंग्रेसचे मन वळवणे एवढाच एक 'टास्क' शिल्लक राहिलेला आहे.

जसजसा एकेक दिवस पुढे जात होता तसतसे भाजप आणि शिवसेना हे घटस्फोटाच्या उंबरठ्यावर येऊन ठेपलेले आहेत, हे जवळपास स्पष्ट होऊ लागले होते. भाजपचे वरिष्ठ नेते सुधीर मुनगंटीवार यांच्या एका वक्तव्याकडे सगळ्यांचेच लक्ष वेधले गेले. वर्षा बंगल्यावर भाजपच्या कोअर कमिटीची बैठक झाल्यानंतर बाहेर आल्यावर मुनगंटीवारांनी पत्रकारांना माहिती दिली. "आनंदाची बातमी आहे की कोणत्याही क्षणी सरकार स्थापन केले जाऊ शकेल." साधारणतः दोन आठवड्यांपासून राजकारण्यांचा पाठलाग करून दमलेल्या आणि सातत्याने ओव्हरटाईम करणाऱ्या बातमीदारांना आता ही अंधातर अवस्था संपणार या आशेने हायसे वाटले. अंतिमतः सरकार स्थापन होणार होते तर. परंतु झाले उलटेच. मुनगंटीवार यांच्या या वक्तव्याने उद्धव ठाकरे हे सतर्क झाले. आणि शिवसेनेच्या नेत्यांमध्ये गोंधळाचे व संभ्रमाचे वातावरण निर्माण झाले. कारण तोपर्यंत शिवसेनेसमवेत सरकार स्थापन करण्यासंदर्भात कोणतीही चर्चा झालेली नव्हती. मग शिवसेनेच्या पाठिंब्याशिवाय ते सरकार कसे स्थापन करणार होते? त्यांना राष्ट्रवादीने पाठिंबा द्यायचे तर आश्वासन दिलेले नसेल ना? की राष्ट्रवादी शिवसेनेसमवेत डबल गेम करते आहे? की भाजप शिवसेनेच्या आमदारांना बंडखोरी करण्यासाठी प्रवृत्त करण्यासाठी असे करते आहे?

भाजपचे सरकार स्थापन होण्यासाठी केवळ दोन शक्यता होत्या. पहिली म्हणजे, १४५ ची मॅजिक फिगर मिळवण्यासाठी शिवसेना किंवा राष्ट्रवादी यांचा पाठिंबा मिळवणे. दुसरे म्हणजे, इतर पक्षांतील आमदार फोडायचे आणि ज्यावेळी विधानसभेमध्ये विश्वास प्रस्ताव दाखल केला जाईल त्यावेळी त्यांनी तटस्थ राहायचे. त्यामुळे मॅजिक फिगर १४५ वरून खाली येऊ शकेल. भाजपचे १०५ आमदार आणि १५ अपक्षांच्या मदतीने (तेवढे आमदार सोबत असल्याचा त्यांनी दावा केला होता.) विश्वास प्रस्ताव जिंकू शकल्यास त्यांना सरकार स्थापन करता येणार होते. मात्र, संजय राऊत यांनी तातडीने शरद पवार यांना फोन केला आणि खातरजमा करून घेतली. परंतु भाजप व राष्ट्रवादी यांच्यामध्ये काहीही शिजत नसल्याचे समजल्यानंतर त्यांनी सुटकेचा निःश्वास टाकला.

त्यानंतर राऊत यांनी त्यांचे मत प्रदर्शित केले. ते म्हणाले, "जर देवेंद्र फडणवीस हेच पुढील पाच वर्षांसाठी मुख्यमंत्री राहणार असतील तर आम्हाला पुढे काहीही चर्चा करण्याची इच्छा नाही. आम्ही आमचा शब्द फिरवलेला नाही. शिवसेनेच्या नेतृत्वाखाली महाराष्ट्रामध्ये सरकार स्थापन केले जाईल आणि

शिवसेनेचाच मुख्यमंत्री असेल.''

उद्धव ठाकरे मात्र प्राप्त परिस्थितीत कोणताही धोका पत्करण्यास तयार नव्हते. त्यांनी ७ नोव्हेंबर रोजी तातडीने सर्व ५६ आमदारांना आपल्या मातोश्री या निवासस्थानी पोहोचण्याचे आदेश दिले. भाजप शिवसेनेच्या काही आमदारांना फोडण्याचा प्रयत्न करेल अशी भीती ठाकरे यांनी आमदारांना दाखवली आणि त्यांची ही भीती शिवसेनेचे मुखपत्र असलेल्या 'सामना'च्या अग्रलेखातून त्या दिवशी व्यक्तही झाली. त्या अग्रलेखात म्हटले होते, ''नव्याने निवडून आलेल्या आमदारांशी संपर्क साधला जातो आहे आणि त्यांच्याशी थैली (पैशांची बॅग)ची भाषा बोलली जात आहे. या तक्रारी सातत्याने वाढत आहेत.'' महाराष्ट्र काँग्रेसचे प्रदेशाध्यक्ष बाळासाहेब थोरात यांनी देखील भाजप अनैतिक पद्धतीने आमदार फोडण्याचा प्रयत्न करीत असल्याचा आरोप केला. ''भाजप साम, दाम, दंड, भेद या सगळ्यांचा वापर करून आमचे आमदार फोडण्याचा प्रयत्न करीत आहे. या पूर्वीही त्यांनी असे केलेले आहे.'' सावधगिरीचा उपाय म्हणून उद्धव ठाकरे यांनी आपल्या शिवसेनेच्या सर्व आमदारांना मातोश्री बंगल्यापासून अवघ्या दोन किलोमीटर अंतरावर असलेल्या रंगशारदा या हॉटेलमध्ये हलवले. दरम्यान, भाजपचे मुंबईतील नेते मात्र सत्तास्थापनेच्या योजनांची आखणी करीत होते. राष्ट्रीय स्वयंसेवक संघाने (आरएसएस) मध्यस्ती करून भाजप आणि शिवसेनेचे मनोमीलन घडवून आणावे असे आवाहन भाजपचे वरिष्ठ नेते आणि केंद्रिय मंत्री नितीन गडकरी यांनी केल्याचे वृत्त प्रसिद्ध झाले. या संदर्भात बातमीदारांशी त्यांना नागपूर विमानतळावर संवाद साधला होता, ते म्हणाले, ''राष्ट्रीय स्वयंसेवक संघाचे सरसंघचालक मोहन भागवत किंवा संघ यांचा या सगळ्यांशी काहीही संबंध नाही. त्यामुळे जे काही घडते आहे त्याचा संबंध आरएसएसशी कारण नसताना जोडणे योग्य होणार नाही...''

दिनांक ८ डिसेंबर रोजी देवेंद्र फडवणीस यांच्या आधीच्या सरकारचा कार्यकाळ पूर्ण होत होता. नवे सरकार घडवताना पुन्हा तेच मुख्यमंत्री म्हणून धुरा सांभाळणार असल्याचा दावा त्यांना सिद्ध करून दाखववा लागणार होता. परंतु आता शिवसेनेसमवेत चर्चा करून काहीही होणार नाही हे एव्हाना स्पष्ट झाल्यासारखे होते. ही कोंडी फुटण्यासाठी नरेंद्र मोदी किंवा अमित शहा हे देखील संवाद साधण्यासाठी पुढाकार घेताना दिसत नव्हते. आरएसएससुद्धा हस्तक्षेप करू इच्छित नव्हती. अशा सगळ्या परिस्थितीमध्ये आपल्याला दुसऱ्यांदा मुख्यमंत्री होता येणार नाही हे त्यांना कळून चुकले होते. त्यामुळे आता त्या मुख्यमंत्रिपदाच्या शर्यतीतून आपण बाहेर पडायचे असे त्यांनी ठरवले. फडणवीस हे काही वरिष्ठ नेत्यांसमवेत राजभवनला गेले आणि तिथे त्यांनी राज्यपाल भगतसिंग कोश्यारी

यांच्याकडे आपल्या मुख्यमंत्रिपदाचा राजीनामा दिला. राज्यपालांनी प्रभारी मुख्यमंत्री म्हणून काही काळासाठी त्यांना जबाबदारी सांभाळण्यास सांगितले.

राजीनामा दिल्यानंतर फडणवीस हे शासकीय विश्रामगृह असलेल्या सह्याद्री येथे पत्रकार परिषदेसाठी उपस्थित राहिले. पत्रकारांशी बोलत असताना ते अतिशय शांतचित्त आणि संतुलित वाटत होते, परंतु त्यांच्या शब्दांतून मात्र आक्रमकता प्रगट होत होती. या वेळी पहिल्यांदा फडणवीस हे शिवसेनेच्या आणि उद्धव ठाकरे यांच्या विरोधात उघडपणे बोलले. ते म्हणाले, "निवडणूक निकाल जाहीर झाल्यानंतरच्या माझ्या पहिल्या पत्रकार परिषदेत आम्ही युतीचे सरकार स्थापन करू असे मी जाहीर केले होते. मी त्यासाठी उद्धव यांचे आभारही मानले होते. परंतु दुर्दैवाने गेल्या १५ दिवसांमध्ये प्रसारमाध्यमांतून जी वक्तव्ये समोर येत आहेत ती पाहता हे सांगावेसे वाटते की मुख्यमंत्रिपद अडीच-अडीच वर्षांसाठी वाटून घेण्यासंदर्भात माझ्यासमोर काहीही ठरलेले नव्हते हेच सत्य आहे. या मुद्द्यावर एकदा चर्चा झालेली होती, परंतु तो विषय खंडीत झालेला होता. त्यानंतर आम्ही पुन्हा एकदा यावर बोललो होतो, परंतु अडीच वर्षासंदर्भात कोणताही निर्णय घेण्यात आलेला नव्हता. म्हणूनच दिवाळीमध्ये अनौपचारिक चर्चेच्या वेळीसुद्धा मी सांगितले होते की असा कोणताही निर्णय निदान माझ्यासमोर तरी झालेला नाही. कदाचित उद्धव आणि अमित शहा यांच्यामध्ये तो झालेला असू शकतो. त्यामुळे त्यांनाच ते माहीत असू शकेल. मला त्या बाबतीत काहीही माहिती नाही. त्यानंतर मी अमितभाई आणि नितीन गडकरी यांनाही त्या बाबतीत विचारले परंतु ते म्हणाले, 'मुख्यमंत्रिपद वाटून घेण्यासंदर्भात कोणताही शब्द देण्यात आलेला नव्हता.' मला कुणालाही खोटे सिद्ध करायचे नाही. कोणत्याही स्वरूपाचे गैरसमज योग्य संवादातून, चर्चेतून दूर होऊ शकतात. परंतु त्यांनी आमच्याशी न बोलण्याचीच भूमिका घेतलेली आहे. मी उद्धव ठाकरे यांना अनेकदा फोन केला परंतु ते माझा फोन घेतच नाहीत. त्यामुळे आम्ही आमच्या बाजूने चर्चा थांबवलेली नाही. शिवसेनेने त्यांच्याकडून चर्चा थांबवलेली आहे. त्यांना आमच्याशी बोलायला वेळ नाही परंतु ज्यांच्या विरोधात निवडणूक लढले त्या राष्ट्रवादी आणि काँग्रेसशी मात्र दिवसातून तीन वेळा ते बोलू शकतात. मला वाटतं, पहिल्या दिवसापासूनच त्यांना काँग्रेस आणि राष्ट्रवादीसोबत जायची इच्छा होती. पण हे काही योग्य धोरण नव्हे."

'सामना'तून अग्रलेखाद्वारे भाजपवर सातत्याने टीकेची झोड उठवणाऱ्या आणि दररोज माध्यमांमध्ये काही ना काही वक्तव्ये देणाऱ्या संजय राऊत यांच्याविषयी फडणवीस म्हणाले, 'विसंवादाची दरी आणखी वाढत जाईल अशी वक्तव्ये करणारे लोक उद्धव यांच्या आजुबाजूला आहेत. अशा प्रकारची वक्तव्ये केल्याने

तुम्हाला माध्यमांत जागा मिळेल, परंतु त्यामुळे तुम्ही सरकार स्थापन करू शकणार नाही. आम्ही तुम्हाला तुमच्याच भाषेत उत्तरही देऊ शकतो परंतु ते आम्हाला शोभणार नाही आणि आम्ही ते करणारही नाही. शिवसेनेने नरेंद्र मोदी यांच्यावर 'सामना' आणि इतर माध्यमांतून खूप खालच्या पातळीवर टीका केलेली आहे. परंतु जेव्हा तुम्ही राज्यात आणि केंद्रात आमच्यासोबत असता तेव्हा हे असे वागणे मान्य होण्यासारखे नाही. हे अयोग्यच आहे. त्यामुळे आम्ही खूप दुखावलो गेलो आहोत.'

उद्धव ठाकरे हे आपल्या मातोश्री या निवासस्थानी थांबून फडणवीस यांची पत्रकार परिषद फार बारकाईने पाहत होते. त्यांनी केलेल्या आरोपांमुळे ते आणखीनच चवताळून उठले. उद्धव ठाकरे यांनी या विषयावर प्रत्युत्तर देण्यासाठी तातडीने शिवसेनेचे माध्यम समन्वयक म्हणून काम पाहणाऱ्या हर्षल प्रधान यांना पत्रकार परिषद आयोजित करण्यास सांगितली.

शिवसेना भवनमध्ये पत्रकारांना संबोधित करण्यासाठी जेव्हा उद्धव ठाकरे सभागृहात दाखल झाले तेव्हा त्यांच्या चेहऱ्यावरील संताप लक्षात येत होता. ते म्हणाले, "ते मला खोटारडा ठरवत आहेत आणि हा आरोप मी अजिबात सहन करू शकत नाही. त्यामुळे मी त्यांच्याशी संवाद थांबवला. माझ्या संपूर्ण आयुष्यात मी कधीही खोटे बोललेलो नाही. जर पुन्हा ते म्हणाले की मी खोटं बोलतो आहे तर मी त्यांच्याशी कोणत्याही प्रकारचे संबंध ठेवणार नाही. माझे वडील बाळासाहेब यांच्या खोलीत अमित शहा आणि मी हे ठरवलेले होते. मी अमित शहांशी बोलताना हे स्पष्ट केले होते की मी माझ्या वडिलांना शब्द दिलेला आहे की एक दिवस शिवसैनिक हा महाराष्ट्राचा मुख्यमंत्री बनलेला असेल. मग तो तुमच्या सोबत असेल किंवा तुमच्या शिवायही. पण मी त्या शब्दाला जागणार आहे."

भाजपचे नेतेच खोटारडे आहेत असे सांगत ते म्हणाले, "आम्हाला राम मंदिर हवे हे ते कोणत्या तोंडाने म्हणतात आणि रामाची आरतीसुद्धा कोणत्या तोंडाने करतात? हा खोटारडेपणा हिंदुत्वामध्ये कधीही स्वीकारला जात नाही. मी तुमच्या शब्दांवर विश्वास ठेवत नाही. जर तुम्हाला युती पुन्हा हवी असेल तर अगोदर देवापुढे तशी शपथ घ्या."

ज्या काँग्रेसने हिंदू दहशतवाद हा मुद्दा उपस्थित केलेला होता त्यांच्या समवेत तुम्ही जाणार का असा प्रश्न एका पत्रकाराने विचारला. त्यावर भाजपने यापूर्वी विरोधकांशी कशा पद्धतीने हातमिळवणी केलेली आहे याकडे उद्धव ठाकरे यांनी लक्ष वेधले. ते म्हणाले, "तुम्ही मेहबुबा मुफ्ती समवेत बसता आणि सरकार स्थापन करता? नितीश कुमार आणि रामविलास पासवानसुद्धा तुम्हाला चालतात? हे पक्षाचे कसले धोरण आहे? म्हणजे तुम्ही जे काही कराल ते सगळं

योग्य असतं का? तुम्ही नवाज शरीफच्या वाढदिवसाला जाता, हे योग्य आहे का?''

उद्धव ठाकरे यांचा पत्रकार परिषदेतील आक्रमक अभिनिवेश पाहून भाजपच्या वरिष्ठ नेत्यांना समजले की आता परिस्थिती इतकी विकोपाला गेलेली आहे की शिवसेनेसोबत सरकार स्थापन करणे शक्य नाही. दरम्यान, सर्वात मोठा विजेता राजकीय पक्ष म्हणून राज्यपाल कोश्यारी यांनी दिनांक ९ नोव्हेंबर रोजी भाजपला बहुमत सिद्ध करण्यासाठी आणि सरकार स्थापन करण्याची क्षमता सिद्ध करण्यासाठी निमंत्रित केले. भाजपने त्यासाठी २४ तासांचा अवधी मागून घेतला. परंतु, दुसऱ्याच दिवशी भाजपने राज्यपालांना कळवले की त्यांच्याकडे पुरेसे संख्याबळ नसल्याने ते सरकार स्थापन करू शकणार नाहीत.

भाजपसोबतचे शिवसेनेचे सगळे संबंध इतके विकोपाला जाण्यामागे मुख्यमंत्रिपदाची खुर्ची हा एकमेव मुद्दा होता का? शिवसेनेतीलच एका वरिष्ठ नेत्याने सांगितले की, 'भाजपकडून शिवसेनेची इतकी वर्षे जी अवहेलना होत होती, त्यामुळे साचून राहिलेला जो उद्वेग होता त्याचा स्फोट होण्यासाठी मुख्यमंत्रिपदाचा मुद्दा हे केवळ एक निमित्त ठरले.'

भीतीचे कारण

शिवसेनेला महाराष्ट्रातून साफ करून टाकायचे अशी भाजपची दीर्घकालीन खेळी असावी असे शिवसेनेच्या वरच्या फळीतील नेत्यांना या सगळ्या आरोप प्रत्यारोपानंतर ठामपणे वाटू लागले होते. २०१४ च्या निवडणुकीत भाजपला शिवसेनेपेक्षा दुप्पट जागा मिळालेल्या होत्या. भाजपने ही निवडणूक स्वतंत्रपणे लढवलेली होती. २०१७ च्या मुंबई महापालिकेच्या निवडणुकीतसुद्धा या दोन्ही पक्षांमध्ये काटे की टक्कर झालेली होती आणि भाजपला शिवसेनेपेक्षा केवळ दोन जागा कमी मिळाल्या होत्या. राज्यात इतर अनेक ठिकाणच्या स्थानिक स्वराज्य संस्थांच्या निवडणुकांमध्ये हे दोन्ही पक्ष स्वतंत्रपणे लढले होते. त्यामध्येही अधिक जागा भाजपच्या वाट्याला आलेल्या होत्या. भाजपची महाराष्ट्रात जी वेगवान घोडदौड सुरू होती, त्यामुळे शिवसेनेच्या मनात असुरक्षिततेची भावना घर करीत होती.

इंडियन एक्सप्रेसच्या वरिष्ठ संपादक शुभांगी खापरे यांच्या मते, गेल्या पाच वर्षांमध्ये शिवसेनेची राजकीय शक्ती कमी होत चालली होती. या काही वर्षांत भाजपची शक्ती वाढत आहे आणि शिवसेना कमकुवत होत चालली आहे असे जाणवत होते. त्यामुळे भाजप समवेत राहून असेच होत राहिले तर त्यांचा

राजकीय पाया डळमळीत होऊ शकेल असे शिवसेनेला वाटू लागले होते. म्हणूनच पुन्हा युती करण्यापेक्षा स्वतंत्रपणे निवडणूक लढवण्याचा शिवसेना नेत्यांचा आग्रह होता.[३]

मिड-डेचे राजकीय संपादक धर्मेंद्र झोरे हे खापरे यांच्या मताशी सहमत आहेत. त्यांच्या मते, जर भाजप याच पद्धतीने वाढत राहिला तर शिवसेनेचे अस्तित्व नष्ट होईल अशी भीती शिवसेनेच्या मनात आहे. त्यांच्याशी युती करणाऱ्या छोट्या पक्षांचे अस्तित्व संपवून टाकतात अशी भाजपविषयीची प्रतिमा त्यांच्या मनात आहे.[४]

तुमचे मंत्रालय, माझी अधिकारशाही!

कोणताही राजकीय पक्ष सत्तेवर आला तरी प्रशासनाची सगळी सूत्रे ही नोकरशहांच्या अर्थात प्रशासन चालवणाऱ्या अधिकाऱ्यांच्या हातीच एकवटलेली असतात. फडणवीसांना हे नेमकेपणाने समजलेले होते. त्यामुळे त्यांनी सगळ्या विभागांतील अधिकारी वर्गावर आपली मजबूत पकड निर्माण केलेली होती. त्यामुळे जरी सत्तेच्या वाटपामध्ये फडणवीसांच्या नेतृत्वाखालील सरकारात शिवसेनेच्या आमदारांच्या वाट्याला अनेक मंत्रिपदे आलेली होती तरी फडणवीसांच्या हातीच सगळी सूत्रे एकवटलेली असायची कारण त्यांनी त्यांच्याशी एकनिष्ठ असणाऱ्या अधिकाऱ्यांनाच महत्त्वाच्या पदांवर नेमलेले होते आणि ते नियमितपणे सगळ्या अंतर्गत गोष्टीची इत्थंभूत माहिती फडणवीसांना देत असत.[५]

भाजप आणि शिवसेना यांच्यातील भांडणाचे हे एक मुख्य कारण होते. शासनातील जी मुख्य व्यक्ती असते तिच्याशी नोकरशाहीतील अधिकारी वर्ग एकनिष्ठ राहतो त्यामुळेच फडणवीसांकडेच सगळी सूत्रे एकवटणे स्वाभाविक होते, असे शुभांगी खापरे यांचे मत आहे.

फडणवीस यांनी डायरेक्टर जनरल ऑफ इन्फॉर्मेशन अँड पब्लिक रिलेशन्स (डीजीआयपीआर)चे डायरेक्टर जनरल म्हणून ब्रजेश सिंग या आयपीएस अधिकाऱ्याची नियुक्ती केली. त्याच्या या कृतीमुळे शिवसेनेचे आमदार मात्र त्यांच्यावर अतिशय नाराज झाले. आत्तापर्यंत या पदावर आयएएस अधिकाऱ्याचीच नियुक्ती केली जात होती. मात्र मीडिया विंगच्या प्रमुखपदी एका आयपीएस अधिकाऱ्याची नियुक्ती ही तशी साधारण बाब नव्हती.

---

3. 'इंडियन एक्सप्रेस'च्या वरिष्ठ संपादक शुभांगी खापरे यांची घेतलेली मुलाखत.
4. 'मिड-डे'चे राजकीय संपादक धर्मेंद्र झोरे यांची लेखकाने घेतलेली मुलाखत
5. हिंदुस्थान टाईम्स. ३ मे २०१६

या पदावरच्या अधिकाऱ्याला विविध माध्यमसंस्थांना शासकीय जाहिराती देण्यापासून ते शासकीय प्रेस नोट देण्याचेही अधिकार बहाल करण्यात आले होते. सर्व प्रकारच्या अधिकृत प्रेसनोट या त्यांच्या कार्यालयाच्या माध्यमातूनच पाठवणे बंधनकारक करण्यात आले होते.

तसेच कोणत्याही खात्यातून दिली जाणारी कोणतीही जाहिरात ही त्यांच्याकडून मान्य झाल्यानंतरच पुढे पाठवता येणार होती. यापूर्वीची सरकारे आणि विविध खाती यांना जाहिराती देण्याबाबत आणि माध्यमांना माहिती देण्याबाबत पूर्ण स्वातंत्र्य होते.

फडणवीस यांनी आपल्या मर्जीतील आयपीएस अधिकाऱ्याची डीजीआयपीआरच्या प्रमुखपदी नियुक्ती दोन कारणांसाठी केली होती, अशी राजकीय वर्तुळात चर्चा होती. पहिले म्हणजे, माध्यमांचा जाहिरातींचा महसूल नियंत्रित करून ते माध्यमांवर अंकुश प्रस्थापित करू शकणार होते आणि दुसरे म्हणजे नरेंद्र मोदी यांच्या पावलावर पाऊल टाकत स्वतःची प्रतिमा जाहिरातींतून उजळवता येणार होती. मग भले एखादे खाते प्रत्यक्षात अखत्यारित नसले तरीही प्रत्येक शासकीय जाहिरातीमध्ये आपले फोटो प्राधान्याने येतील यावर नियंत्रण राखता येणार होते. अर्थात सिंग यांचे धोरण हे सर्वोच्च न्यायालयाच्या आदेशाला बांधील असणार होते. 'शासकीय जाहिरातींमध्ये पंतप्रधान, मुख्यमंत्री आणि कॅबिनेट मंत्र्यांची छायाचित्रे छापण्यासंदर्भात न्यायालयाने मार्गदर्शक तत्त्वे जाहीर केलेली आहेत. मी घटनेशी बांधील राहून मुख्यमंत्र्यांशी चर्चा करून त्याची अंमलबजावणी कशी करायची याचा निर्णय घेईन. आम्ही मार्गदर्शक तत्त्वांचे कसोशीने पालन करू.' असे ते म्हणाले.

गेल्या दोन दशकांपासून राज्याचे राजकारण कव्हर करणारे आणि प्रकाश मेहता (फडणवीस यांच्या सरकारमध्ये गृहउद्योग मंत्री राहिलेले) यांचे समन्वयक म्हणून काम पाहणारे मयुर पारीख म्हणतात, की कोणत्या खात्याची धुरा कोणत्या पक्षाच्या मंत्र्याकडे आहे याने काहीही फरक पडत नाही. विविध विभागांच्या सर्व नोकरशहांवर फडणवीस यांचे थेट नियंत्रण आहे. एकदा काही मंत्री एकत्र आले आणि त्यांनी मागणी केली की, स्वतंत्र जनसंपर्क अधिकारी (पीआरओ) नेमून त्यांची मंत्रालये त्याच्याकडे सोपवावीत. या प्रस्तावाला कॅबिनेटच्या बैठकीत मान्यता मिळाली. परंतु, त्यानंतर कित्येक महिने उलटले तरीही कोणत्याही जनसंपर्क अधिकाऱ्याची त्यासाठी नियुक्तीच झाली नाही. या पदासाठी मंत्र्यांनी जी काही नावे सुचवलेली होती त्यासाठी अतिशय जुजबी कारणे दाखवून ती नावे नाकारण्यात आली. एका मंत्र्यांसाठी काम करणाऱ्या एका अधिकाऱ्याने सांगितले की, थेट मुख्यमंत्र्यांचा आशीर्वाद असल्याने नोकरशहा हे त्यांच्या मंत्र्यांना गृहीत

धरत असत. ते त्यांच्या आदेशाला धुडकावून लावत अगर सोयीस्करपणे दुर्लक्ष करीत. त्यामुळे मंत्री हतबल झालेले होते. अनेकदा तर मंत्री जेव्हा सचिवाला बैठकीसाठी बोलावत असत तेव्हा ते सरळ कामात व्यग्र असल्याचे कारण सांगून बैठकीला जाणे टाळत असत. केवळ एकनाथ शिंदे आणि रवींद्र वाईकर या शिवसेनेतील दोनच मंत्र्यांचा अपवाद होता. त्यांच्या हाताखाली असणारे अधिकारी त्यांचे सारे आदेश ऐकत असत. बाकीचे मात्र इतरांना फार गांभीर्याने घेत नसत.[६]

पर्यटन मंत्रालयातील एका कर्मचाऱ्याने नाव जाहीर न करण्याच्या अटीवर सांगितले, की मुख्यमंत्र्यांनी नेमलेल्या अधिकाऱ्यासमवेत मंत्र्यांचे सूर जुळत नसत. याउपर, जेव्हा एखादा मंत्री त्या अधिकाऱ्याची तक्रार करीत असे तेव्हा मुख्यमंत्री त्या अधिकाऱ्याची बाजू घेत त्याचा बचाव करत. जेव्हा परिस्थिती फारच चिघळत असे तेव्हा त्या अधिकाऱ्याची बदली केली जात असे. हेच कारण होते की अवघ्या दोन वर्षांत पर्यटन मंत्रालयामधून सहा आयएएस अधिकाऱ्यांच्या बदल्या करण्यात आल्या.[७]

हफिंगटन पोस्टमध्ये २०१९ सालातील ऑक्टोबर महिन्यात एक लेख प्रसिद्ध झाला. त्यामध्ये फडणवीसांच्या कॅबिनेटमधील एकाने नाव न जाहीर करण्याच्या अटीवर सांगितले की, या मुख्यमंत्र्यांचा त्यांच्याच कॅबिनेटवर विश्वास नाही. ते अधिकाऱ्यांच्या मदतीने हे सरकार आणि राज्य चालवतात. त्यातही काही निवडक अधिकारीच या सगळ्यात आघाडीवर आहेत.[८]

साधारण डझनभर आयएएस आणि आयपीएस अधिकारी हे मुख्यमंत्री देवेंद्र फडणवीस यांचे डोळे आणि कान बनून काम करतात.[९]

6.Ibid.
7.https://indianexpress.com/article/cities/mumbai/
mumbaiconfidential- devendra-fadnavis-maharshtra-government-
graftcase- 5422673/
8. https://www.huffingtonpost.in/entry/how-devendra-fadnavis-
cut-down-rivals-weakened-allies-to-dominate-maharashtra-
politics_in_5da8a466e4b034f1d69f2427
9. https://timesofindia.indiatimes.com/city/mumbai/the-only-bu-
reaucrat-ex-cm-devendra-fadnavis-trusted-with-his-midnight-mis-
sion/articleshow/72740614.cms

राणे फॅक्टर

शिवसेना आणि भाजपमध्ये काही उभे आडवे विसंवादाचे धागे नंतरच्या काळात निर्माण झाले त्यात एक कारण होते उद्धव ठाकरे यांच्याशी उघड शत्रुत्व असणारे नारायण राणे यांचा भाजप प्रवेश. नारायण राणे हे महाराष्ट्रातील एक असे राजकीय व्यक्तिमत्त्व आहे, ज्याने गेल्या १५ वर्षांच्या कालावधीत चार राजकीय पक्ष बदलले आहेत. ऐन तरुणपणीच्या काळामध्ये वयाच्या विसाव्या वर्षी त्यांनी राजकीय जीवनाची सुरुवात शिवसेनेतून केली. मुंबईतील चेंबूरचे शाखाप्रमुख म्हणून त्यांच्याकडे पहिली जबाबदारी दिली होती. राणे यांची आक्रमकता, त्यांची धाडसी वृत्ती नेतृत्व करण्याची क्षमता आणि धोका पत्करण्याची तयारी या गुणांमुळे ते पक्षामध्ये अल्पावधीत वर जात राहिले. राणे शक्तीशाली बनले आणि त्यामुळे १९९५मध्ये जेव्हा शिवसेना-भाजप युतीचे सरकार महाराष्ट्रात सत्तेत आले तेव्हा त्यांना महसूल मंत्री बनवण्यात आले. चार वर्षांनंतर राज्याचे तत्कालीन मुख्यमंत्री मनोहर जोशी यांच्या जागी राणे यांची वर्णी लागली.

नवभारत टाईम्सचे राजकीय संपादक अभिमन्यू शितोळे हे त्यावेळच्या आठवणी सांगताना म्हणतात, ठाकरे यांनी नारायण राणे यांना निवडले कारण ते पक्षाशी कमालीचे एकनिष्ठ होते. त्याचबरोबर एक अतिशय आक्रमक नेते होते. शिवसेनेचे प्राबल्य असणाऱ्या कोकणातून ते आलेले होते आणि त्यांनी पक्षासाठी पैसा आणण्याचेही काम केले होते. त्यातून ते मराठा असणं हा आणखी एक महत्त्वाचा या सगळ्यांत भर घालणारा मुद्दा होताच.

१९९९ मध्ये झालेल्या विधानसभेच्या निवडणुकीत, शिवसेना-भाजप युतीची सत्ता गेली आणि काँग्रेस-राष्ट्रवादीच्या आघाडीने सरकार स्थापन केले. दरम्यानच्या काळात, २००४ साली लोकसभेच्या निवडणूका आल्या. उद्धव ठाकरे यांना शिवसेनेचे कार्याध्यक्ष म्हणून जाहीर करण्यात आले आणि त्यांचे वडील बाळासाहेब ठाकरे यांच्यानंतर त्यांनी शिवसेनेची सूत्रे हाती घेतली. आता पक्षातील सगळे महत्त्वाचे निर्णय ते घेणार होते. त्यामुळेच २००४ च्या लोकसभा निवडणुकीसाठी उद्धव ठाकरे यांनी बहुतांश उमेदवार हे स्वतः निश्चित केलेले होते आणि त्यांच्याच पक्षातील वरिष्ठ नेत्यांनी सुचवलेल्या नावांकडे जाणीवपूर्वक दुर्लक्ष केले होते. त्यामुळे नारायण राणे वैतागले. त्याचाच परिणाम म्हणून जुलै २००५च्या पहिल्या आठवड्यात त्यांनी घोषणा केली की शिवसनेचे नेतेपद ते सोडणार आहेत. त्याचे कारण सांगताना त्यांनी उद्धव ठाकरे यांच्यावर कडवट टीका केली. ठाकरे यांचे मदतनीस मिलिंद नार्वेकर आणि शिवसेना नेते सुभाष देसाई हे गेल्या

चार पाच वर्षांपासून त्यांच्याविरोधात कान भरण्याचे काम करीत असल्याची टीकाही त्यांनी केली.

ते म्हणाले, 'उद्धव ठाकरे यांच्या नेतृत्वाखाली शिवसेना आपले तेज गमावून बसली आहे.' त्यांनी बाळासाहेब ठाकरे यांनाही त्यासाठी लक्ष्य केले. ते म्हणाले, 'आपल्या मुलावरच्या आंधळ्या प्रेमापुढे त्यांचे काहीही चालले नाही.' याचा परिणाम म्हणून नारायण राणे यांची पक्षातून हकालपट्टी करण्यात आली. पुन्हा एकदा आपल्याला मुख्यमंत्री बनण्याची संधी मिळू शकेल या आशेवर त्यांनी काँग्रेस पक्षात प्रवेश केला.

२००४ ते २०१४ या कालावधीत काँग्रेसचे मुख्यमंत्री आले आणि गेले परंतु राणेंचे नाव कोणत्याही स्तरावर एकदाही पुढे आले नाही. त्यामुळे संतापलेल्या राणेंनी २०१७ सालच्या सप्टेंबर महिन्यात काँग्रेससुद्धा सोडली आणि म्हणाले, 'मी या राष्ट्रीय पक्षामध्ये खूप आशा बाळगून प्रवेश केला होता. परंतु, मी दहा वर्षे काँग्रेससमवेत असतानाही त्यांनी या काळात माझ्या क्षमतांचा कधीही योग्य उपयोग करून घेतला नाही. याउलट मला वेळोवेळी अवमानित करण्यात आले.'

नंतर अवघ्या महिन्याभरात राणे यांनी आपला एक स्वतंत्र पक्ष स्थापन केला. त्याला त्यांनी महाराष्ट्र स्वाभिमान पक्ष (एमएसपी) असे नाव दिले. सात महिन्यानंतर, भाजपच्या पाठिंब्यावर ते राज्यसभेसाठी निवडून गेले. शिवसेनेला हे अर्थातच आवडले नाही. आपला राजकीय भागीदार असलेला भाजप शिवसेनेचा शत्रू असलेल्या व्यक्तीला जवळ करतो ही बाब त्यांना खटकल्याशिवाय राहिली नाही. राणेंनी केवळ उद्धव ठाकरेंवर नाही तर त्यांचे वडील बाळासाहेब ठाकरे यांच्यावरही वाईट भाषेत टीका केली होती. पण त्या संदर्भात, शिवसेनेला फार काही करता आले नाही. नंतर २०१९ सालच्या ऑक्टोबर महिन्यात नारायण राणे यांचा मुलगा नितेश यानेसुद्धा काँग्रेस सोडली आणि त्याने भाजपमध्ये प्रवेश केला. आता नारायण राणेंनी उघडपणाने भाजपचा कोकणात प्रचार करण्याची मोहीम उघडली.

या आगीत तेल घालायचे काम केले ते नारायण राणेंचा मोठा मुलगा निलेश याने. त्याने शिवसेनेच्या विरोधात अपप्रचार सुरू केला. त्याने माध्यमांना प्रतिक्रिया देताना म्हटले की, 'आम्ही ठाकरेंच्या सगळ्या पडद्यामागच्या गोष्टी चव्हाट्यावर आणू शकतो. मातोश्रीच्या प्रत्येक मजल्यावर काय घडते हे आम्हाला ठाऊक होते. जर लोकांना ठाकरेंचे सत्य समजले तर त्यांचे खरे रूप समोर येईल.'

अशाप्रकारे भूमिका मांडल्यानंतर ठाकरेंना लपायला जागा मिळणार नाही अशी त्याची कल्पना होती. शिवसेनेचे ठाण्यातील नेते आनंद दिघे यांच्या मृत्यूलाही बाळासाहेब ठाकरेच जबाबदार असल्याचा गंभीर आरोपही त्याने केला.

त्याचप्रमाणे प्रख्यात बॉलीवूड गायक सोनू निगम याच्या हत्येचे षडयंत्रदेखील ठाकरे यांनी रचले होते असाही आरोप त्याने केला.(१०)

असे असूनही भाजप आणि शिवसेना यांनी २०१९ची विधानसभा निवडणूक संपूर्ण महाराष्ट्रात एकत्रितपणे लढवली. परंतु, कणकवली येथील जागा मात्र अशी होती जिथे दोन्ही पक्षांनी त्यांचे अधिकृत उमेदवार आमने-सामने उभे केले. भाजपने तेथील प्रस्थापित आमदार आणि नारायण राणेंचा मुलगा नितेश राणे याला उमेदवारी दिली तर शिवसेनेने त्यांच्या सतीश सावंत यांना राणेच्या विरोधात उभे केले. तिथे मात्र दोन्ही पक्षांनी आपल्या युतीची पर्वा केली नाही.

भाजपचे हात पोहोचले शिवसेनेच्या तिजोरीपर्यंत

भारतातील सर्वांत श्रीमंत महापालिका म्हणजे मुंबई महापालिका. त्यांचे वार्षिक बजेट हे साधारणतः ३० हजार कोटी रुपयांचे असते. म्हणजे भारतातील काही छोट्या राज्यांच्या बजेट इतके!(११)

शिवसेनेची मुंबई महापालिकेवर साधारणतः दोन दशकांपासून सत्ता राहिलेली आहे. १९९७ पासून ते सातत्याने सत्तेवर राहिलेले आहेत. अगदी भाजपसमवेत युती केल्यापासून हे सुरू आहे. पदांची वाटणी करतानासुद्धा महापौरपदाचा उमेदवार शिवसेनेचाच राहील आणि भाजपचा उमेदवार उपमहापौर राहील हे स्पष्ट केले जायचे. परंतु २०१४च्या विधानसभा निवडणुकीमध्ये मात्र भाजपला शिवसेनेपेक्षा अधिक जागा मिळाल्या. त्याबरोबर भाजपची भाषा बदलली. भाजप म्हणू लागले, की जर शिवसेनेने आम्हाला अधिक जागा द्यायची तयारी दाखवली तरच २०१७च्या मुंबई महापालिकेच्या निवडणुकीसाठी आम्ही पुन्हा युती करू. शिवसेनेने त्यास नकार दिला आणि त्यातून मग युती तुटली. दोन्ही पक्षांनी स्वतंत्रपणाने निवडणुकीच्या रिंगणात उतरायचे ठरवले. यापूर्वी १९९२मध्ये ते असे स्वतंत्रपणे लढले होते. आता २०१९ मध्ये पुन्हा ती वेळ आली. परस्परांमधील ताणतणाव इतके विकोपाला गेले की उद्धव ठाकरे यांनी जाहीर केले की फडणवीस यांचे सरकार आता नोटीस पीरियडवर आहे. त्याद्वारे त्यांनी सरकारमधून बाहेर पडण्याचा थेट इशाराच दिला. फडणवीस यांच्यासमवेत बैठक झाल्यानंतर शिवसेनेच्या

10.https://www.timesnownews.com/india/article/nilesh-rane-thackeray-family-matoshree-shiv-sena-uddhav-thackeray-bal-thackeray-balasaheb-narayan-rane-mumbai-maharashtra/358365

11. The Hindu, 25 January 2019

काही आमदारांनी त्यांचे राजीनामे वृत्तवाहिन्यांवर दाखवले आणि ठाकरे यांच्याकडून आदेश आल्याबरोबर ते राजीनामे सुपुर्द केले जातील असे स्पष्ट केले.(१२)

परंतु त्याचवेळी भाजपमधील काही अंतर्गत सूत्रांनी दिलेल्या माहितीनुसार, शिवसेनेचेच काही आमदार भाजपच्या संपर्कात होते. सरकारमधून शिवसेना बाहेर पडल्यास भाजपमुळे शिवसेना पक्षात फूट पडेल (कारण हे आमदार फुटतील) या कारणामुळे उद्धव ठाकरे यांनी सत्तेतून बाहेर पडण्याचा विचार सोडून दिला.(१३)

एकूण २२७ जागांपैकी ८४ जागा शिवसेना जिंकलेली होती तर भाजपकडे ८२ जागा होत्या. अर्थात केवळ दोन जागा कमी. बहुमत सिद्ध करण्यासाठी ११४ जागा असणे आवश्यक होते. ही परिस्थिती शिवसेनेसाठी अतिशय जिकीरीची निर्माण झालेली होती. मुंबई आणि ठाणे येथील महापालिका म्हणजे शिवसेनेसाठी बालेकिल्ला समजल्या जातात. जर तिथे घुसण्याचा मार्ग भाजपने स्वतंत्रपणे तयार केला असता तर शिवसेनेच्या अस्तित्वाचाच प्रश्न त्यातून निर्माण झाला असता.

शिवसेनेला फंड मिळवून देणारा सर्वांत मोठा स्रोत म्हणजे मुंबई महापालिका आहे. राजकीय पक्षांचे मुंबई महापालिकेसमवेत असणारे आर्थिक संबंध माहिती अधिकाराच्या क्षेत्रात काम करणारे अनिल गलगली यांनी स्पष्ट केले. ते म्हणतात, "फंडिंग हे दोन पातळ्यांवर होते. जेव्हा रस्ते, पाण्याच्या पाईपलाईन्स आदी नागरी प्रकल्पांसाठी जेव्हा निविदा काढल्या जातात तेव्हा त्याचा कंत्राटदार ते कंत्राट मिळवण्यासाठी राजकीय पक्षांकडे पैशांची प्रलोभने ठेवतो. त्यातून राजकीय पक्षांना एक निश्चित रक्कम दिली जाते आणि सत्तेत असणाऱ्या पक्षाला अर्थातच जास्त पैसे मिळतात. खालच्या पातळीवर विविध राजकीय पक्ष आपल्या नगरसेवकांच्या माध्यमातून पैसे मिळवण्याचा प्रयत्न करतात. त्यांच्या वॉर्डमध्ये नागरी सुविधा प्रकल्पांसाठी अनुदान वितरित करतात आणि त्यांना कंत्राटदारांकडून त्यांचा वाटा मिळत जातो.(१४)

---

12. https://www.tribuneindia.com/news/archive/as-uddhav-mullspulling-out-of-maha-govt-bjp-wants-to-split-his-sena-362311

13. https://www.tribuneindia.com/news/archive/as-uddhav-considerspulling- out-of-maharashtra-govt-bjp-wants-to-split-his-sena-362311

14. अनिल गलगली यांची लेखकाने घेतलेली मुलाखत.

मुंबई महापालिकेतील लढत आता अटीतटीची झाल्याचे दिसत होते. आता भाजपचे हात शिवसेनेच्या तिजोरीपर्यंत पोहोचतील असे वाटत होते. अर्थात भाजपने आपण महापौर पदासाठी आपला उमेदवार देणार नाही आणि शिवसेनेच्या उमेदवाराला सहकार्य करू असे जाहीर केले होते. त्यातून शिवसेना आता आमच्या टप्प्यात आलेली आहे असा एक सूचक संदेशही त्यांनी दिला होता. मुंबई महापालिकेचे आयुक्त म्हणून आयएएस अधिकारी अजोय मेहता यांची नियुक्ती हे देखील दोन्ही पक्षांमधील वादाचे एक महत्त्वाचे कारण ठरले. मेहता हे फडणवीसांशी एकनिष्ठ असल्याचे बोलले जात होते आणि त्यांची एकनिष्ठता ही अर्थातच शिवसेनेला अस्वस्थ करणारी बाब होती. उदाहरणातूनच स्पष्ट करायचे झाले तर, मुंबई महापालिकेने मुंबईतील जमिनींचे कायदेशीर स्टेटस कळावे म्हणून नागरिकांच्या मदतीसाठी एक ॲप आणि एक संकेतस्थळ सुरू केले. हा कार्यक्रम मलबारहीलमधील सह्याद्री या महाराष्ट्र शासनाचे अधिकृत विश्रामगृह असलेल्या ठिकाणी झाला. या ॲप व संकेतस्थळाचे उद्घाटन मुख्यमंत्री देवेंद्र फडणवीस यांच्या हस्ते झाले. परंतु या कार्यक्रमासाठी शिवसेनेचे मुंबईचे महापौर विश्वनाथ म्हाडेश्वर यांना मात्र निमंत्रित करण्यात आले नाही. यामुळे शिवसेना अर्थातच संतापली. शिवसेनेच्या नेत्यांनी महापालिकेच्या सभागृहात एक बैठक बोलावली आणि मेहता यांनी उपस्थित राहावे आणि माफी मागावी अशी मागणी लावून धरली. परंतु मेहता यांनी मात्र येण्यास नकार दिला. त्यानंतर महिला नगरसेवक त्यांच्या ऑफिसमध्ये थेट घुसल्या आणि जबरदस्तीने त्यांना सभागृहात आणले. या ॲपचे आणि संकेतस्थळाचे हे औपचारिक उद्घाटन नव्हते असे सांगून पळवाट काढण्याचा मेहतांनी प्रयत्न केला. या अजोय मेहता यांना पुढे महाराष्ट्राचे मुख्य सचिव म्हणून फडणवीसांनी बढती दिली.[१५]

अवजड उद्योगांनी संबंधही बनवले अवजड

केंद्रशासनामध्ये खात्यांचे वाटप करताना शिवसेना आणि भाजपमधील संबंध आणखी ताणले गेले. जेव्हा जेव्हा नॅशनल डेमोक्रॅटीक अलायन्स (एनडीए) केंद्रात सत्तेमध्ये आलेली होती तेव्हा अवजड उद्योग मंत्रालय हे शिवसेनेला देण्यात आले होते. कोणतीही तक्रार न करता शिवसेनेने ते स्वीकारले होते. इतर मंत्रालयांशी तुलना केली असता हे पद मात्र तितकेसे महत्त्वाचे नव्हते असे पक्षाचे

15. https://www.thehindu.com/news/cities/mumbai/shiv-sena-cor-porators-take-bmc-commisioner-to-task/article21357690.ece

मत होते.(१६)

अटल बिहारी वाजपेयी यांचे सरकार असताना हे अवजड उद्योग मंत्रिपद शिवसेनेच्या मनोहर जोशी यांना देण्यात आले होते. मे २०१४ मध्ये नरेंद्र मोदी जेव्हा पंतप्रधान बनले तेव्हा पुन्हा शिवसेनेच्या वाट्याला तेच पद आले. शिवसेनेच्या वतीने अनंत गीते यांचे नाव त्यासाठी ठरवण्यात आले होते. परंतु त्यांनी कार्यालयात पदभार स्वीकारण्यास नकार दिला. ते म्हणाले, मोदी यांनी पदभार स्वीकारल्यानंतर शिवसेनेला वेगळे मंत्रिपद दिले जाईल अशी आम्हाला अपेक्षा होती. त्या पार्श्वभूमीवर उद्धव ठाकरे यांनी राजनाथ सिंह यांची दिल्लीमध्ये भेट घेतली आणि त्यांची नाराजी व्यक्त केली. २०१९ च्या निवडणुकीमध्ये शिवसेना आणखीनच वैतागली जेव्हा पुन्हा एकदा मोदींच्या कॅबिनेटमध्ये त्यांना अवजड उद्योग हेच खाते देण्याची ऑफर पुढे करण्यात आली. शिवसेनेला किमान रेल्वे किंवा नागरी उड्डाण अशा एखाद्या मंत्रालयाची अपेक्षा होती. कारण एनडीएत भाजपनंतर शिवसेना दुसऱ्या क्रमांकाचा सर्वांत मोठा पक्ष होता.

शिवसेनेने अधिक केंद्रिय मंत्रिपदांची मागणी केली अथवा लोकसभेचे उपाध्यक्षपद मिळावे अशी मागणी केली. त्याचप्रमाणे राज्यपाल पदासाठी काही शिवसेना नेत्यांची नावे सुचवून हा प्रश्न सोडवण्याचा प्रयत्न करण्यात आला. परंतु, अर्थातच आपली नाराजी भाजपकडे व्यक्त करण्याखेरीज शिवसेना प्राप्त परिस्थितीत फार काही करू शकली नाही. कारण एनडीए आणि मोदी कॅबिनेटमधून शिवसेना बाहेर पडली असती तरी सरकारला काहीही फरक पडला नसता. कारण लोकसभेमध्ये भाजपला बहुमतापेक्षाही अधिक जागा प्राप्त झालेल्या होत्या. त्यामुळे चांगल्या संख्याबळामुळे त्यांचे सरकार स्थिर आणि सुरक्षित होते. एनडीएसोबत राहणे म्हणजे शिवसेनेला आपल्या मागण्या दुर्लक्षित होऊनसुद्धा काहीही करता येणार नव्हते आणि जे पद देऊ केले जात होते ते स्वीकारण्याखेरीज गत्यंतर नव्हते. हे तेच २०१९ वर्ष होते जेव्हा शिवसेनेने महाराष्ट्रातील शासन स्थापन करण्यासाठी राष्ट्रवादी आणि काँग्रेस समवेत हात मिळवण्याचे निश्चित केले होते. मोदी कॅबिनेटमधील शिवसेनेचे एकमेव नेते अरविंद सावंत यांना राजीनामा द्यायला लावून त्यांनी परत बोलावले.

आरे.. झाडांची कत्तल

विधानसभेची निवडणूक होण्यापूर्वी अगदी दोन आठवडे अगोदर भाजप आणि शिवसेनेमध्ये तणावाचे वातावरण निर्माण झाले. मेट्रो रेलच्या कार शेड

---

16. बिझनेस स्टँडर्ड, १२ नोव्हेंबर, २०१९.

बांधण्यासाठी आरे कॉलनी परिसरातील अनेक झाडे तोडण्यात आली होती. आणि त्या घटनेनंतर हा मुद्दा दोन्ही पक्षांच्या अहंकाराचा मुद्दा बनून गेला. मेट्रो रेलची ही कारशेड 'मेट्रो लाईन ३' या नव्या मेट्रोलाईनसाठी बांधण्यात येत होती. पश्चिम मुंबई ते कफ परेड या मार्गावर मेट्रो लाईन ३चे काम सुरू आहे. मुंबईच्या सभोवताली डझनावारी मेट्रोलाईन्स उभारण्यात येत आहेत त्यापैकीच एक ही लाईन आहे. मेट्रो लाईन ३ला सेवा देण्यासाठी कार शेड बांधणे आवश्यक होते. त्यासाठी उत्तर मुंबईतील आरे कॉलनीची जागा निश्चित करण्यात आली होती. या जागेला अनेक पर्यावरण संस्थांनी तसेच येथे राहणाऱ्या स्थानिक पर्यावरणप्रेमी लोकांनी विरोध दर्शवला.

या ठिकाणी बांधकाम सुरू करण्यासाठी अतिशय हिरवाईने नटलेल्या आणि संजय गांधी नॅशनल पार्कच्या जवळ असलेल्या अशा या परिसरातील सुमारे २७०० झाडे कापावी लागणार होती. पर्यावरणप्रेमींच्या मते या १३ हजार हेक्टर परिसरातील झाडांचे रक्षण आवश्यक आहे कारण हा परिसर म्हणजे मुंबईची फुप्फुसे आहेत. या ठिकाणी २७ आदिवासी गावे आहेत आणि तिथे प्राण्यांच्या, पक्ष्यांच्या आणि कीटकांच्या अनेकानेक प्रजातीही आहेत. जेव्हा मुंबईच्या नागरी वृक्ष प्राधिकरण समितीने या प्रकल्पासाठी झाडे तोडण्यास मंजुरी दिली तेव्हा अनेक पर्यावरण क्षेत्रात काम करणारे गट एकत्र आले आणि त्यांनी मुंबई उच्च न्यायालयात या प्रकरणी दाद मागितली व सरकारच्या भूमिकेला आव्हान दिले. ही कार शेड अन्य कोणत्याही दुसऱ्या ठिकाणी उभारली जावी अशी त्यांची आग्रही मागणी होती. परंतु मुंबई मेट्रो रेल कॉर्पोरेशन (एमएमआरसी)ने त्या मागणीला विरोध केला आणि इतर पर्याय फारसे योग्य नाहीत आणि आरे येथील जागेला कोणताही दुसरा पर्याय नाही अशी भूमिका घेतली. त्यामुळे विविध पर्यावरण प्रेमी संघटनांची आणि अशासकीय संस्थांची एकजूट झाली आणि त्यांनी या विरोधात निदर्शने सुरू केली. या निदर्शकांमध्ये महाविद्यालयीन युवक-युवतींचा सहभाग मोठा होता. हा तापलेला मुद्दा बॉम्बे स्कॉटिशचे विद्यार्थी[१७] असलेल्या आदित्य ठाकरे यांनी अचूकरीतीने उचलला. त्यांनी आपल्या राजकीय कारकिर्दीची सुरुवात नुकतीच २०१० सालापासून केलेली आहे. शिवसेनेच्या तरुणांची संघटना असलेल्या युवा सेनेचे आदित्य ठाकरे हे प्रमुख आहेत. राजकीय पदार्पणानंतरचा त्यांचा हा पहिलाच इतक्या मोठ्या पातळीवरचा संघर्ष होता. त्यांचे वडिल उद्धव आणि युवा सेनेची मातृत्व संस्था असलेल्या शिवसेनेचे भक्कम पाठबळ त्यांच्या पाठीशी होते. दिनांक ४ ऑक्टोबर २०१९ साली उच्च न्यायालयाने विनंती

17. मुंबईतील एक प्रसिद्ध शाळा.

अर्ज फेटाळून लावला आणि त्याच सायंकाळी ७ वाजता झाडे तोडण्यास सुरुवात झाली. जेव्हा ही बातमी पर्यावरणप्रेमी कार्यकर्त्यांकडे पोहोचली तेव्हा त्यांचा उद्रेक झाला. मोठ्या संख्येने तरुण या ठिकाणी धावून आले आणि त्यांनी ही झाडे तोडण्यापासून रोखण्याचा प्रयत्न केला. परंतु, विरोध होऊ शकतो हे गृहीत धरून एमएमआरसीने अगोदरच पोलिसांची कुमक मागवून ठेवलेली होती आणि त्यांना आत येण्यापासून रोखण्याची पूर्ण तयारी केलेली होती. ही झाडे तोडण्यापासून रोखण्याचा पर्यावरण प्रेमींनी आटोकाट प्रयत्न केला परंतु त्यांना लवकरच पोलीसी खाक्याला सामोरे जावे लागले आणि त्यातील २९ जणांना पोलिसांनी अटक केली. अल्पावधीतच शिवसेनेचे नेते आणि कार्यकर्ते घटनास्थळी दाखल झाले. त्यांनी शासनाच्या विरोधात जोरदार घोषणाबाजी सुरू केली.

त्यांनाही पोलिसांनी पकडले आणि त्या परिसरापासून लांब नेले. कायद्याचा अभ्यास करणाऱ्या काही तरुण विद्यार्थ्यांनी या प्रकरणी सर्वोच्च न्यायालयामध्ये दाद मागितली आणि झाडांच्या कत्तलीला स्थगिती देणारा आदेश सर्वोच्च न्यायालयाने दिला. पर्यावरणप्रेमींना या स्थगितीच्या आदेशाने काही प्रमाणात दिलासा मिळाला परंतु तोपर्यंत कधीही भरून न येणारे नुकसान झालेले होते. कारण सुमारे २२०० झाडांची कत्तल करण्यात आली होती आणि त्यामुळे त्यातून शासनाच्या विरोधात उद्रेक निर्माण झाला. झाडे तोडण्याच्या आदेशाला त्यामुळे स्थगिती मिळालेली असली तरीही जागा मोकळी झालेली असल्याने एमएमआरसीने त्या ठिकाणी शेड उभारण्यांचे काम सुरू देखील केले. कारण न्यायालयाचा आदेश झाडे न तोडण्यासंदर्भात होता. शेडच्या बांधकामासंदर्भात नव्हता. एमएमआरसीने केलेली ही कृती म्हणजे केवळ शिवसेनेचाच नव्हे तर आदित्य ठाकरे व त्यांचे वडील उद्धव ठाकरे यांचा पराभव मानला जाऊ लागला. कारण ही लढाई केवळ पर्यावरण रक्षक आणि एमएमआरसी यांच्यामधील नव्हती तर ती उद्धव ठाकरे आणि देवेंद्र फडणवीस यांच्यातील होती. हा फडणवीसांसाठी अत्यंत महत्वाकांक्षी असा प्रकल्प होता आणि त्याच्या प्रमुख असलेल्या अश्विनी भिडे यादेखील त्यांनीच निवडून नेमलेल्या होत्या. त्यामुळे उद्धव ठाकरे हे सरकारचा भाग असतानाही ते २२०० झाडांची डोळ्यांदेखत होणारी कत्तल रोखू शकले नाहीत असा संदेश त्यातून गेला. निदर्शने करणाऱ्या पर्यावरण रक्षकांवर गुन्हे दाखल करू नयेत अशी विनंती आदित्य ठाकरे यांनी मुख्यमंत्री फडणवीस यांच्याकडे केली परंतु त्या विनंतीलाही केराची टोपली दाखवण्यात आली. संतापलेल्या आदित्य ठाकरे यांनी ट्वीट केले, की "मुंबई मेट्रो प्रकल्पावरील अधिकाऱ्यांना येथील झाडे तोडायला लावण्यापेक्षा पाकव्याप्त काश्मीरमध्ये तेथील दहशतवाद्यांचे तळ उद्धवस्त करण्यासाठी पाठवून द्यावे."

“हा प्रकल्प वस्तुतः मुंबईचा अभिमान बनणे गरजेचे होते मात्र. मुंबई मेट्रो ३ मात्र हे सारे रात्रीच्या अंधारात, लाज वाटावी अशा पद्धतीने, कपटीपणाने आणि प्रचंड पोलिसांच्या बंदोबस्तात करीत आहे. ज्या प्रकल्पामुळे मुंबईला मोकळी हवा मिळणे अपेक्षित आहे, तो प्रकल्प बिबट्या, ठिपक्यांची मांजर आणि इतर अनेक जंगली प्राण्यांचं वसतीस्थान असणाऱ्या जंगलाचे तुकडे करत आहे.”

दिनांक ५ ऑक्टोबर रोजी झालेल्या पत्रकार परिषदेत उद्धव ठाकरे अधिक आक्रमकपणाने या सगळ्यावर व्यक्त झाले. ते म्हणाले, आरेचा मुद्दा त्यांच्यासाठी सर्वांत महत्त्वाचा होता. आरेच्या जंगलातील ‘खुन्यांना’ आपण आगामी निवडणुकीत सत्तेत आल्यानंतर कदापि सोडणार नाही, असा इशारा त्यांनी दिला. त्यांना आपण योग्य तो धडा शिकवू असेही ते म्हणाले. अर्थातच शिवसेनेच्या या वक्तव्यांमुळे काँग्रेसने नेमकी संधी साधली आणि शिवसेनेच्या दुटप्पी धोरणाबद्दल त्यांच्यावर टीका केली. काँग्रेसच्या नेत्यांनी आरोप केला की, शिवसेना ही आत्ताच केंद्रात आणि राज्यात सत्तेत आहे. इतकेच काय मुंबई महापालिकासुद्धा त्यांच्याच ताब्यात आहे आणि तरीही ते झाडे तोडण्यापासून रोखू शकले नाहीत याचे आश्चर्य आहे.

अर्थातच शिवसेनाला शरमिंदा करणारी अशी ही परिस्थिती होती. या सगळ्याला जबाबदार असणारी एकच व्यक्ती समोर दिसत होती ती म्हणजे देवेंद्र फडणवीस. उद्धव ठाकरे यांनासुद्धा कडवट घोट पचवावे लागत होते कारण त्यांच्या मुलाने राजकारणी म्हणून पहिल्यांदा जो मुद्दा हाती घेतला होता, त्यामध्ये त्याला पराभव पत्करावा लागलेला होता. त्यामुळे हे प्रकरण उद्धव ठाकरे यांच्या जिव्हारी लागले असणार.

इंडियन एक्सप्रेसच्या वरिष्ठ संपादक शुभांगी खापरे यांनी या विषयाची दुसरी बाजू समोर आणली. त्या म्हणतात, “फडणवीस यांचे शासन हे त्यांच्या पायाभूत सुविधांच्या प्रकल्पांच्या निमित्ताने शिवसेनेच्या मुंबईतील अधिसत्तेला आव्हान देऊ पाहत होते. मेट्रो ट्रेनच्या प्रकल्पामुळे मुंबईचा चेहरामोहरा बदलणार होता आणि त्यातून सार्वजनिक वाहतूक व्यवस्थेचा वापर करणाऱ्या लक्षावधी लोकांच्या जीवनशैलीत सकारात्मक असा बदल घडणार होता. अर्थातच त्याचे सगळे श्रेय आपल्यालाच मिळावे म्हणून भाजप दावा करणार हे उघड आहे. याचे सारे श्रेय उद्या भाजप घेऊन जाईल, हे लक्षात आल्याने शिवसेना अस्वस्थ होऊन गेली. मुंबई महापालिका शिवसेनेच्या नियंत्रणाखाली असली तरीही फडणवीस यांच्या नियंत्रणाखाली असणाऱ्या राज्यशासनाच्या विविध एजन्सी अर्थातच शहरावर सकारात्मक परिणाम करताना दिसत होत्या. त्यामुळेच, पर्यावरणाचे निमित्त

मिळाल्यानंतर शिवसेनेने या प्रकल्पाला विरोध करण्यास सुरुवात केलेली होती.''(१८)

प्रमोद महाजनांसारख्या मध्यस्थाचा अभाव

या दोन्ही पक्षांमधील ताणतणाव आणि परस्परसंबंध विकोपाला जाण्याचे आणखी एक मुख्य कारण म्हणजे प्रमोद महाजनांसारख्या मध्यस्थी करू शकणाऱ्या प्रभावी नेत्याचा अभाव होय. या पूर्वी भाजप आणि शिवसेना यांच्यामध्ये जेव्हा केव्हा काही वादाचे मुद्दे उभे राहत असत तेव्हा तेव्हा एक 'संकटमोचक' म्हणून महाजनांची भूमिका महत्त्वाची राहिलेली आहे.

प्रमोद महाजन यांचा सार्वजनिक जीवनात खूप लवकर प्रवेश झाला. त्यांनी राष्ट्रीय स्वयंसेवक संघातून एक स्वयंसेवक म्हणून सुरुवात केली आणि लवकरच त्यांनी भाजपमध्ये प्रवेश घेतला. अल्पावधीतच प्रमोद महाजन हे पक्षाचा एक महत्त्वाचा चेहरा बनले. महाजन हे स्व. अटल बिहारी वाजपेयी यांच्या कॅबिनेटमधील एक नुसते मंत्री नव्हते तर ते त्यांचे अतिशय विश्वासू असे सहकारी होते. पक्षामध्ये जरी वाजपेयींचा माणूस म्हणूनच त्यांच्याकडे पाहिले जात असले तरीही त्यांनी वाजपेयींचे प्रतिस्पर्धी एल. के. अडवाणी यांच्याशीही चांगले संबंध जुळवून घेतलेले होते. महाराष्ट्रामध्ये भाजप व शिवसेनेला एकत्र आणण्यामध्ये त्यांची भूमिका अतिशय महत्त्वाची राहिली होती. १९८७ मध्ये प्रमोद महाजन यांच्या असे लक्षात आले की शिवसेनेने त्यांची विचारधारा मराठी माणूसकडून हिंदुत्वाकडे नेल्यामुळे त्यांच्या मतांमध्ये लक्षणीय वाढ झालेली आहे. अनुभवी पत्रकार प्रकाश अकोलकर हे या विषयीचे मत नोंदवताना म्हणतात, ''जेव्हा शिवसेना हिंदुत्वाच्या मुद्द्यावरून चांगली मते आपल्याकडे आकर्षित करीत आहे हे प्रमोद महाजनांच्या लक्षात आले तेव्हा १९८९ मध्ये त्यांनीही भाजपच्या हिमाचल प्रदेश येथे झालेल्या राष्ट्रीय परिषदेत राम मंदिर बांधण्यासंदर्भातील एक ठराव मांडला आणि तो संमत करून घेतला. हिंदुत्वाच्या विचारधारेवर त्यांनी शिवसेनेशी युती करावी असा प्रस्ताव मांडला. महाजन यांनी शिवसेनेची केडर बेस सिस्टीम बारकाईने पाहिलेली होती. १९६६ मध्ये जेव्हा पक्षाची स्थापना झाली तेव्हा मुंबईतील प्रत्येक वॉर्डमध्ये शिवसेनेची शाखा स्थापन केली जाईल असे ठरवण्यात आलेले होते. महाराष्ट्रातील शिवसेनेचा सर्वदूर झालेला प्रसार लक्षात घेऊन भाजपला महाराष्ट्रात विस्तारण्यासाठी शिवसेनेसोबत घेऊन जाणेच योग्य ठरेल असा महाजनांनी विचार केला.''

दोन्ही पक्षांनी एकत्र येत हिंदुत्वाच्या मुद्द्यावर युती केली याला कारणीभूत

---

18. शुभांगी खापरे यांच्या लेखकाने घेतलेल्या मुलाखतीतील सारांश

होते महाजनांचे प्रयत्न. त्यानंतर शिवसेनेचे सर्वेसर्वा बाळासाहेब ठाकरे यांच्यासाठी प्रमोद महाजन म्हणजे भारतीय जनता पक्षाची महाराष्ट्रातील सर्वांत विश्वासू व्यक्ती बनली होती. महाजनांना ठाकरे यांचे व्यक्तिमत्त्व पूर्णतः समजलेले होते आणि त्यामुळे त्यांनी त्यांच्या अहंकाराला खतपाणी द्यायचे काम खुबीने केले. राजकीय वर्तुळातही असे मानले जाते की प्रमोद महाजनांमुळेच ठाकरे यांनी महाराष्ट्राच्या बाहेर शिवसेना नेण्याचा कधी गांभीर्याने विचार केला नाही अथवा कोणत्याही राजकीय कारणासाठी महाराष्ट्राच्या बाहेर प्रवासही केला नाही. कारण महाजन हे जाणून होते की जर शिवसेनेने त्यांचे पंख महाराष्ट्राच्या बाहेर जाऊन विस्तारले तर भाजपसाठी ते कट्टर स्पर्धक व विरोधक बनतील. कारण दोघांचीही विचारधारा एकच असेल.. हिंदुत्व! त्यामुळे महाजनांना शिवसेनेला महाराष्ट्रापुरतेच सीमित ठेवायचे होते. त्यामुळेच ते शिवसेनेला 'मोठा भाऊ' असे संबोधत असत आणि त्यांना विधानसभेमध्येही अधिक जागा लढवण्यासाठी मान्यता देत असत.

जरी प्रमोद महाजनांनी बाळासाहेब ठाकरे यांचा विश्वास संपादन केलेला असला तरीही त्यांचा मुलगा उद्धव ठाकरे समवेत मात्र त्यांचे संबंध बिघडले होते. 'सामना'च्या हिंदी आवृत्तीचे कार्यकारी संपादक प्रेम शुक्ला या संदर्भातील एक आठवण सांगतात, 'रंगशारदा हॉटेलमध्ये भाजपचा एक कार्यक्रम झाल्यानंतर मी प्रमोद महाजनांची मुलाखत घेण्यासाठी गेलो होतो. ही मुलाखत कुठे प्रसिद्ध होणार आहे असे त्यांनी मला विचारले. मी अर्थातच 'सामना' असे उत्तर दिले. "तुमचे उद्धव तुला माझी मुलाखत त्यांच्या पेपरमध्ये प्रसिद्ध करण्याची परवानगी देणार नाहीत." त्यांनी मला सांगितले की २००४ च्या लोकसभा निवडणुकांपासूनच ते आणि उद्धव एकमेकांशी बोलत नाहीत आणि उद्धव त्यांचे फोन कॉलसुद्धा घेत नाहीत.' प्रेम शुक्ला यांच्या हेदेखील लक्षात आले होते की उद्धव यांनी पक्षाची सूत्रे हाती घेतल्यानंतर उद्धव ठाकरे यांनी भूतकाळात आपल्या वडिलांवर ज्यांचा प्रभाव होता अशा लोकांना जाणीवपूर्वक दूर ठेवले होते आणि प्रमोद महाजन हे त्यापैकी एक होते.[१९] बाळासाहेब ठाकरे यांना मात्र महाजन आवडत असत आणि ते त्यांचा आदरही करीत असत. मात्र भाजपच्या इतर तत्कालीन नेत्यांसमवेत मात्र बाळासाहेबांचे फारसे जमत नसे. गोपीनाथ मुंडे हे महत्त्वाकांक्षी होते. १९९५ मध्ये जेव्हा शिवसेना-भाजप युतीचे सरकार आले तेव्हा मुंडे हे उपमुख्यमंत्री बनले होते. परंतु त्यांनी अनेकदा मुख्यमंत्री बनण्याचा प्रयत्न केला. परंतु बाळासाहेबांना मात्र ते आवडलेले नव्हते. जेव्हा जेव्हा या दोन्ही पक्षांमध्ये कटुता निर्माण होत असे किंवा बाळासाहेब आपली नाराजी व्यक्त करीत असत.

---

19. प्रेम शुक्ला यांची लेखकाने घेतलेली मुलाखत.

तेव्हा तेव्हा प्रमोद महाजन पुढे होऊन ती परिस्थिती योग्य रीतीने हाताळत असत.

एप्रिल २००६ मध्ये, महाजन यांच्या भावानेच त्यांना गोळी मारल्याने जखमी झालेले महाजन हिंदुजा हॉस्पिटलमध्ये उपचार घेत होते, तेव्हा बाळासाहेब स्वतः त्यांना भेटायला गेले होते. ३ मे २००६ रोजी महाजन या जगातून निघून गेले. त्यांच्या मृत्युमुळे भाजपसाठी फार मोठे नुकसान झालेच परंतु आता दोन्ही पक्षांमध्ये जेव्हा परिस्थिती चिघळेल तेव्हा कुणीही 'संकटमोचक' मध्यस्थी करण्यासाठी नसेल हे देखील आता त्यानंतर स्पष्ट झालेले होते.

प्रमोद महाजनांसारख्या नेत्याची कमतरता असल्यामुळेच दीर्घकाळ असलेली परंतु कायम वादात असलेली दोन्ही पक्षांमधील युती २०१४च्या विधानसभा निवडणुका आणि २०१७च्या मुंबई महापालिकेच्या निवडणुकीच्या वेळी तुटली. दोन्ही पक्षांनी विधानसभा निवडणुक आणि २०१७ची मुंबई महापालिकेची निवडणुकही स्वतंत्रपणे लढवली. २०१७च्या निवडणुकांपूर्वी प्रमोद महाजनांची मुलगी पूनम हीने याविषयी आपले मत नोंदवले होते, ती म्हणाली, "ती वेळ वेगळी होती... दोन्ही पक्षांची ताकद एकत्र आल्याने वाढत होती. आम्ही अजूनही त्याचा आदर करतो. परंतु आता दोन्ही पक्ष विस्तारलेले आहेत. बाळासाहेब ठाकरे आणि प्रमोद महाजन जिवंत असताना जी काही परिस्थिती दोन्ही बाजूंना होती तशी आता राहिलेली नाही. तुम्ही त्यासाठी कुणालाही दोष देऊ शकत नाही. ठाकरे हे त्यांच्या पक्षाची काळजी घेतील आणि त्याचप्रमाणे मी माझ्या पक्षाची."[२०] २०१९च्या निवडणुकीसाठी शिवसेनेसोबत युती करणे ही एक मोठी चूक होती असे फडणवीस यांनी कधीही उघडपणे मान्य केले नाही. परंतु आपण स्वतंत्रपणे लढलो असतो तर अधिक चांगले झाले असते असे भाजपला कळून चुकले होते असे मानले जाते.[२१]

मोदी आणि शहा यांची हस्तक्षेप न करण्याची चूक

हा सगळा फज्जा उडत असताना पंतप्रधान नरेंद्र मोदी किंवा भाजपचे अध्यक्ष अमित शहा यांच्याकडून एकही शब्द उच्चारला गेला नाही. महाराष्ट्रातील राजकीय गुंतागुंतीविषयी त्यांनी कॅमेऱ्यासमोर कोणतेही भाष्य केले नाही किंवा कुठल्याही स्वरूपात वृत्तपत्रांनाही काही सांगितले नाही. अथवा उद्धव ठाकरे यांच्याशी संपर्क साधायचाही प्रयत्न केला नाही. फडणवीस यांना एकाकी झुंजावे लागले. कारण कदाचित शिवसेनेसमवेत युती करावी यासाठी त्यांनीच पक्षातील

20. हिंदुस्थान टाईम्स १७ फेब्रुवारी, २०१७

21. देवेंद्र फडणवीस यांची 'एबीपी माझा'वरील मुलाखत.१३ डिसेंबर, २०१९

वरिष्ठ नेत्यांची मनधरणी केलेली होती. त्यामुळे त्यांनाच या परिस्थितीचा सामना करावा लागत होता. अजूनही असे मानले जाते की, नरेंद्र मोदी यांनी स्वतः एखादा फोन जरी केला असता किंवा अमित शहा यांनी मातोश्रीवर जाऊन उद्धव ठाकरे यांची भेट जरी घेतली असती तरीही हा सर्व तणाव निवळून त्यातून मार्ग निघाला असता. परंतु अशा कोणत्याही प्रकारचे प्रयत्न झाले नाहीत ही वस्तुस्थिती आहे. दुसऱ्या बाजूला, अशीच काहीशी परिस्थिती हरियाणामध्ये असताना अमित शहा हे सक्रियरीत्या प्रयत्न करीत असताना दिसून येत होते. हरियाणा आणि महाराष्ट्र या दोन्ही ठिकाणच्या निवडणूक निकालांमध्ये अधांतर परिस्थिती निर्माण झालेली होती. दोन्ही राज्यांमध्ये भाजप हा सर्वांत जास्त जागा मिळवणारा पक्ष ठरला होता. परंतु सत्तास्थापनेचा जादुई आकडा गाठण्याइतपत बहुमत मात्र त्यांच्याकडे नव्हते. दोन्ही राज्यांत सत्ता स्थापन करण्यासाठी छोट्या पक्षांशी युती करणे आवश्यक होते. परंतु अमित शहा यांनी मात्र केवळ हरियाणावर लक्ष केंद्रित केले असल्याचे दिसले. त्यामुळेच अनेकांच्या मनात हाच प्रश्न अजूनही आहे की हरियाणासारखे छोटे राज्य, जे महाराष्ट्राच्या तुलनेत अतिशय कमी जागा लोकसभेसाठी देते अशा राज्यासाठी अमित शहांचा अधिक आग्रह आणि धडपड का दिसत होती?

मोदी आणि शहा हे महाराष्ट्राच्या राजकारणात हस्तक्षेप करीत नसल्याबाबत फडणवीसांना पत्रकारांनी विचारले तेव्हा फडणवीसांनी मात्र त्यांची पाठराखण केली. ''उद्धव ठाकरे हे कुणाचेही फोन घेत नाहीत. त्यामुळे जर पंतप्रधानांनी फोन केला आणि त्यांनी उचलला नाही तर ते योग्य ठरणार नाही. आमचा पक्ष हा काही रस्त्यावर आलेला नाही.''[२२]

---

22. देवेंद्र फडणवीस यांनी 'एबीपी माझा'ला दिलेली मुलाखत. १३ डिसेंबर, २०१९.

३

बदललेली शिवसेना

मी पुन्हा येईन !
मी पुन्हा येईन!
मी पुन्हा येईन!

आपल्या निवडणुक प्रचाराच्या दरम्यान देवेंद्र फडणवीस यांचा विजयाचा कमालीचा आत्मविश्वास या वरील शब्दांतून व्यक्त होताना दिसत होता. निवडणुका होण्यापूर्वी सगळे काही त्यांच्या बाजूनेच चालले आहे असे चित्र दिसून येत होते.

यापूर्वीच्या मुख्यमंत्रिपदाच्या कारकिर्दीत त्यांनी अनेक आव्हानांना सुयोग्य पद्धतीने हाताळल्याचे दिसून आले होते. त्यात मराठा आरक्षण आणि शेतकऱ्यांचा संप ही दोन प्रमुख आव्हाने होती. दुष्काळग्रस्त भागांमध्ये चांगला पाऊस झाल्याने त्यांनाही दिलासा देणारी परिस्थिती निर्माण झालेली होती. शिवसेनेनेसुद्धा भाजपसमवेत युती करून कमी जागांवर निवडणूक लढवण्याचीही तयारी दर्शवलेली होती. भाजपचे वरिष्ठ नेते फडणवीसांच्या एकूण कामगिरीवर समाधानी आणि खूश होते. त्यामुळे निवडणुकीपूर्वी खूप काळ अगोदरच मुख्यमंत्रिपदाचे पक्षाचे उमेदवार म्हणून त्यांचे नाव भाजपतर्फे जाहीर करण्यात आलेले होते. परंतु निवडणुकीच्या निकालांनी मात्र त्यांचे सत्तेत परतण्याचे स्वप्न पार धुळीला मिळवले. अर्थात, फडणवीसांच्या नेतृत्वाखाली भाजप हा सर्वांत अधिक जागा मिळवणारा पक्ष ठरला आणि भाजप-शिवसेना युतीच्या जागा मिळून १६१ जागांचे बहुमतही आरामात सिद्ध करता येण्यासारखी परिस्थिती होती. तरीही फडवणीस पुन्हा मुख्यमंत्री बनू शकले नाहीत. सत्तेचा हा सजलेला सारीपाट शिवसेना उद्ध्वस्त करून टाकेल असा अंदाज फडणवीसच काय अन्य कुणीही करू शकले नव्हते. ही कोसळत जाणारी परिस्थितीही भाजप सावरू शकली नाही. मग फडणवीस आणि भाजपची नक्की चूक काय झाली? याचे उत्तर त्यांचा शिवसेनेकडे पाहण्याचा

जो दृष्टिकोन आहे त्यात दडलेले आहे.

शिवसेना : बदलती संस्कृती

जेव्हा अटल बिहारी वाजपेयी यांच्यासमवेत एनडीएचा भाग म्हणून शिवसेना त्यांच्यासमवेत गेली तेव्हा खऱ्या अर्थाने शिवसेनेच्या नेत्यांना एक वेगळी प्रतिष्ठा प्राप्त झाली. योग्य ते दबावतंत्र वापरून जे हवे असेल ते पदरात पाडून घ्यायची कला त्यांना अवगत झाली. जेव्हा बाळासाहेब ठाकरे हे शिवसेनेचे प्रमुख होते तेव्हा प्रमोद महाजन हे ठाकरे यांच्या गुडबुक्समधील नेते होते आणि जेव्हा जेव्हा भाजपसमवेत शिवसेनेचे संबंध ताणले जात तेव्हा तेव्हा संकटमोचक बनून ते उत्तम रीतीने त्यातून मार्ग काढत. बाळासाहेब ठाकरे यांचे २०१२ मध्ये निधन झाल्यानंतर देखील शिवसेनेची कार्यपद्धती तशीच राहिली. लागोपाठ घडलेल्या घटनांनंतरही फार काही करता आले नाही. उदाहरणार्थ २०१४च्या विधानसभा निवडणुकीपूर्वीच शिवसेना-भाजपची युती तुटली. उद्धव ठाकरे यांचे चिरंजीव आदित्य हे राजकारणात तेव्हा अगदीच नवीन होते, त्यावेळी भाजपच्या वरिष्ठ मंत्र्यांसमवेत सल्लामसलत करण्यासाठी त्यांना पाठवण्यात आले होते. जागावाटपाच्या वेळी जेव्हा चर्चा सुरू झाली तेव्हा आदित्य ठाकरे यांनी भूमिका मांडली की एकूण २८८ जागांपैकी शिवसेनेच्या वाट्याला १५० जागा तरी यायला हव्यात.[१] परंतु भाजपला मात्र ५०:५० चा फॉर्म्युला अपेक्षित होता. परंतु शिवसेना त्याला तयार नसल्याने ही युती तुटली. त्या निवडणुकीत भाजपला सर्वाधिक १२२ जागा मिळाल्या आणि त्यांना राष्ट्रवादीच्या मदतीने सरकार स्थापन करता येण्यासारखी परिस्थिती होती. शिवसेनेला तेव्हा ६३ जागा मिळालेल्या होत्या. भाजपने एकूण जितक्या जागा जिंकलेल्या होत्या त्याच्या केवळ निम्म्या जागा शिवसेनेच्या वाट्याला आल्या. महिन्याभरानंतर मात्र शिवसेनेने घुमजाव केले आणि पुन्हा युती केली व सरकारमध्ये सहभागी झाले.

शिवसेना आणि भाजप हे राज्यात सत्तेमध्ये २०१४ ते २०१९ या कालावधीत एकत्र होते. या पाच वर्षांमध्ये त्यांच्यातील संबंध हे आणखीनच कटू होत गेले होते. मुंबई महापालिकेच्या २०१७च्या निवडणुकीमध्ये हे दोन्ही पक्ष एकमेकांच्या विरोधात रणांगणात उतरले होते. गेल्या तीन दशकांपासून ज्या महापालिकेवर शिवसेनेचे वर्चस्व आहे तिथे आपली सत्ता राहावी हा शिवसेनेसाठी प्रतिष्ठेचा प्रश्न होता. देशातील काही राज्यांचे बजेट असावे तेवढे मोठे बजेट असणारी मुंबई महापालिका ही भारतातील सर्वांत श्रीमंत स्थानिक स्वराज्य संस्था म्हणून

---

1. इकॉनॉमिक टाइम्स, ८ जुलै, २०१४

गणली जाते. अतिशय अटीतटीच्या अशा निवडणुकीच्या रणधुमाळीमध्ये भाजपला ८२ जागा मिळाल्या. अर्थात शिवसेनेला जितक्या मिळाल्या त्याच्यापेक्षा अवघ्या दोन जागा कमी! शिवसेनेने ८४ जागा जिंकल्या.

आणखी एक घटना अशी घडली जेव्हा दोन पक्षांमध्ये तणावाची परिस्थिती निर्माण झाली. पालघरच्या लोकसभेच्या जागेसाठी बायपोल जाहीर करण्यात आले. खासदार चिंतामण वानगा यांच्या निधनामुळे ही जागा रिक्त झालेली होती. ते भाजपचे उमेदवार होते आणि शिवसेनेसमवेत २०१४च्या जागावाटपानुसार पालघरची जागा भाजपच्या कोट्यात ठरलेली होती. परंतु तरीही शिवसेनेने वानगा यांचा मुलगा श्रीनिवास याला भाजपचे उमेदवार राजेंद्र गावीत यांच्या विरोधात मैदानात उतरवायचे ठरवले. तरीही गावित यांनी त्याला हरवले आणि भाजपची ती जागा राखली. मात्र या रस्सीखेचमुळे दोन्ही पक्षांमधील कटू झालेले संबंध पुन्हा एकदा अधोरेखीत झाले.[२]

त्यामुळे २०१९ मध्ये भाजपच्या वरिष्ठ फळीला असे वाटत होते की शिवसेना पुन्हा एकदा भाजपच्या विरोधातच भूमिका घेऊ शकेल. पुन्हा एकदा युती तोडण्याच्या धमक्या दिल्या जातील, त्यांच्या मागण्या मान्य झाल्यानंतर आणि त्यांच्या पक्षप्रमुखांना भाजपचे नेते मातोश्रीवर जाऊन भेटून आल्यावर त्यांचा अहंकार सुखावल्यानंतर पुन्हा एकदा ते जुळवून घेतील असे भाजपच्या नेत्यांना ठामपणे वाटत होते.

वृत्तवाहिनीला दिलेल्या एका मुलाखतीत देवेंद्र फडणवीस यांनी हे मान्य केले होते. ते म्हणाले, ''शिवसेना कधीही काँग्रेसशी हातमिळवणी करणार नाही असा आम्हाला अती विश्वास होता. उद्धव ठाकरे निकालानंतर काय बोलले आहेत याचा आम्ही फार विचार केलेला नव्हता. केवळ सत्तेसाठी बाळासाहेब ठाकरे यांच्या तत्त्वांच्या विरोधात शिवसेना जाईल असा विचार आम्ही कधीही केलेला नव्हता.''[३]

पॉटशॉट आणि आघाडीसुद्धा!

शिवसेनेचे भाजपसमवेत वेगाने बिघडत जाणारे संबंध शिवसेनेचे मुखपत्र असलेल्या 'सामना'च्या संपादकीयमधून प्रतिबिंबित होत होते. ते कुणीही वाचले असते तरी त्याचे मत असेच बनले असते की आता भाजप-शिवसेनेची युती धोक्यात आहे. 'सामना'मधून सातत्याने एक दिवसाआड भाजपवर, पंतप्रधान

---

2. न्यू इंडियन एक्सप्रेस. १६ मे, २०१८
3. 'एबीपी माझा'ला देवेंद्र फडणवीस यांची मुलाखत. १३ डिसेंबर, २०१९

नरेंद्र मोदींवर, पक्षाध्यक्ष अमित शहांवर, मुख्यमंत्री देवेंद्र फडणवीस यांच्यावर नोटबंदी, जीएसटी, कोकणमधील पेट्रोकेमिकल प्रकल्प, आरे जंगलातील झाडे तोडून तेथे मेट्रो ट्रेनसाठी शेड उभारण्याचा प्रयत्न आदी विविध मुद्द्यांवरून कडवट टीका केली जात होती. 'या शिवाय, शिवसेनेचे आमदार त्यांचे राजीनामे खिशात घेऊनच फिरत आहेत आणि शिवसेनेने या युतीमुळे गेल्या २५ वर्षांपासून खूप काही भोगलेले आहे' अशा शब्दांतील वक्तव्ये केली जात होती. त्यामुळे आता भाजप-शिवसेना या दोन्ही पक्षांमध्ये फार काही आलबेल सुरू नाही इतके आकलन राजकीय पंडितांना या सगळ्यांतून सहजतेने होत होते. २०१८ मध्ये शिवसेनेने अयोध्येतील राम मंदिराचा मुद्दा उचलून आपणच खरे हिंदुत्ववादी धोरण पाळणारे असल्याचे दाखवण्याचा प्रयत्न सुरू केला. त्याचाच एक भाग म्हणून उद्धव ठाकरे यांनी अयोध्येला भेट देण्यास सुरुवात केली आणि भाजपसाठी हिंदुत्वाची विचारधारा ही फक्त मते गोळा करण्याचा एक मार्ग आहे हे दाखवून देण्याचा प्रयत्न सुरू केला. राममंदिराची उभारणी वेगाने व्हावी म्हणून केंद्राने विशेष कायदा करावा अशी आग्रही मागणी त्यांनी लावून धरली आणि त्यासाठी 'पहले मंदिर फिर सरकार' अशी घोषणाही त्यांनी दिली. त्याचप्रमाणे, शिवसेना महाराष्ट्राच्या बाहेरदेखील पाय पसरू शकते हा सूचक इशारादेखील त्यांनी भाजपला दिला. आणि भाजपसाठी ही गोष्ट अडचणीची ठरू शकणार होती. इतक्या सगळ्या अवमानजनक बाबी आणि कडवटपणाने भरलेल्या गोष्टी सातत्याने 'सामना'मधून प्रकाशित होत असतानादेखील शिवसेनेने फेब्रुवारी २०१९ मध्ये भाजपसमवेत युती करण्याची तयारी दर्शवली. त्यांच्या या कृतीमुळे भाजपला असे वाटले की काहीही, कितीही बोलले गेले तरीही शिवसेना शेवटी युती करायला येते आणि भाजपशीच हात मिळवते. परंतु त्यांनी गृहीत धरलेली ही बाब यावेळी मात्र चुकीची असल्याचे नंतर सिद्ध झाले.

शिवसेना बदललेली होती आणि त्यांची कार्यपद्धती व आक्रमकता वरवरची नव्हती. ते त्यांच्या भूमिकेवर ठाम होते आणि भाजपला एकाकी सोडून ते आता विरोधकांशी हात मिळवायला सज्ज झालेले होते.

हिंदुत्व : आता चिकटवणे गरजेचे नव्हते

जेव्हा बाळासाहेब ठाकरे यांनी १९६० मध्ये शिवसेना स्थापन केली होती तेव्हा मराठी बोलणाऱ्या लोकांचा स्वाभिमान आणि त्यांच्या नोकऱ्यांसाठीचा संघर्ष हा कळीचा मुद्दा होता. स्थानिक लोकांच्या हक्कासाठी व न्यायासाठी संघर्ष करणारी संघटना म्हणून शिवसेना सातत्याने लोकांसमोर स्वतःला आणत राहिली.

त्यामुळे दक्षिणेकडील लोकांच्या विरोधात एक हिंसक मोहिम शिवसेनेने उघडली. विविध बँकिंग संस्था, शासकीय संस्था जिथे दक्षिण भारतीयांचे प्राबल्य होते त्यांच्या विरोधात आंदोलने सुरू केली. त्यांच्या या आंदोलनाला काँग्रेसचा छुपा पाठिंबा मिळाला कारण मुंबईच्या राजकीय वातावरणातील कम्युनिस्टांचा प्रभाव त्यांना कमी करायचा होता. १९८०च्या मध्यात मात्र पक्षाने कट्टर हिंदुत्वाची विचारधारा स्वीकारली आणि त्यानंतर अत्यंत आक्रमक, उजव्या विचारधारेचा राजकीय पक्ष अशी प्रतिमा निर्माण केली. त्यामुळे भाजपशी पुढे राजकीय युती करीत असताना शिवसेनेला चिकटलेले हे हिंदुत्व उपयुक्त ठरले. या हिंदुत्वाच्या बंधामुळेच या दोन्ही पक्षांमध्ये २५ वर्षांहून अधिक काळ युती टिकून राहिली. २०१९ मध्ये मात्र शिवसेनेचा पाठिंबा नसल्याने भाजपने सत्ता स्थापन करण्यास असमर्थता दर्शवली. त्यावेळी राज्यपाल कोश्यारी यांनी शिवसेनेचे पक्षनेते एकनाथ शिंदे यांना निमंत्रित केले आणि त्यांना सरकार स्थापन करण्याचे आवाहन केले. शिवसेनेने ५६ जागा जिंकलेल्या होत्या आणि सर्वाधिक जागा जिंकलेला हा भाजपनंतरचा दुसऱ्या क्रमाकाचा पक्ष होता. परंतु त्यांना सत्तास्थापनेचे निमंत्रण देत असताना त्यांच्या पक्षाने त्यांचे सामर्थ्य आणि इच्छाशक्ती दाखवून देण्यासाठी व सरकार स्थापन करण्यासाठी दुसऱ्या दिवशी (११ नोव्हेंबर) सायंकाळी ७.३० पर्यंतची मुदत दिली.

त्यामुळे आता शिवसेनेसाठी फार अवघड परिस्थिती बनलेली होती. त्यामुळे काँग्रेस व राष्ट्रवादीकडून पाठिंब्याचे पत्र मिळवण्यासाठी जेमतेम एकच दिवस हातामध्ये शिल्लक राहिलेला होता. राष्ट्रवादीकडून पाठिंबा मिळण्याची खात्री वाटत होती परंतु काँग्रेसकडून पाठिंबा मिळणार की नाही याविषयी मात्र अनिश्चितता होती. शरद पवार यांनी शिवसेनेला असे सुचवले की नवी आघाडी जर तयार करायची असेल तर त्यासाठी शिवसेना गंभीर आहे हे दिसावे लागेल. त्यासाठी केंद्रातील युती तोडून बाहेर पडणे योग्य ठरेल. त्यामुळे सत्तेची नवी समीकरणे जुळवत असताना शिवसेना या नव्या आघाडीबाबत गंभीर आहे हे शरद पवारांना काँग्रेसला पटवून देता येणार होते.

एनडीएसमवेत केंद्रात युती असल्याने तिथे नरेंद्र मोदी यांच्या कॅबिनेटमध्ये शिवसेनेच्या वाट्याला एक केंद्रिय मंत्रिपद आलेले होते. शिवसेनेचे खासदार हे दक्षिण मुंबईतील अरविंद सावंत होते. त्यांच्याकडे अवजड उद्योग हे केंद्रिय मंत्रिपद दिलेले होते. उद्धव ठाकरे यांच्या आदेशानुसार, सावंत ११ नोव्हेंबरच्या सकाळीच दिल्लीहून परत आले आणि त्यांनी पंतप्रधान नरेंद्र मोदी यांच्याकडे आपला राजीनामा सादर केला. त्यानंतर त्यांनी पत्रकारांशी संवाद साधला. ते म्हणाले, "त्यांनी सतत खोटे बोलून माझ्या पक्षाला खूप दुखावले आहे. त्यामुळे

आता त्यांच्याबाबतीत विश्वासच राहिलेला नाही. भाजप शिवसेनेसमवेत समसमान जागांचे आणि सत्तेचे वाटप करेल असे ठरलेले होते, परंतु आता ते त्यास नकार देत आहेत. अशा या वातावरणात मी तिथे त्यांचा भाग असणे योग्य नाही आणि त्यामुळे नैतिकतेच्या मुद्द्यावर सुद्धा मी केंद्रिय कॅबिनेटमध्ये मंत्री बनून राहणे योग्य नाही.[४] अरविंद सावंत यांनी मोदींच्या कॅबिनेटमधून बाहेर पडून दिलेला राजीनामा हे शिवसेनेच्या इतिहासातील एक महत्त्वाचे पाऊल म्हणून गणले जाणार होते. कारण सावंत यांच्या राजीनामा प्रकरणाला अनेकानेक आयाम होते. कारण केवळ धमक्या देऊन आपल्याला हव्या त्या गोष्टी करणारा पक्ष म्हणून शिवसेना राहिलेला नव्हता. दुसरे महत्त्वाचे म्हणजे त्यांनी भविष्यात येऊ घातलेल्या त्रिस्तरीय आघाडीच्या प्रस्तावाबाबत ते खरोखर गंभीर असल्याचे दाखवून दिले होते. सतत हिंदुत्वाची दुहाई देत भाजपशी जुळवून घेत राहण्याची गरज राहणार नाही हे देखील त्यांनी या कृतीतून दाखवून दिले. त्यांच्या या संबंध तोडण्याच्या कृतीमुळे शिवसेनेच्या भूमिकेमध्ये एक मोठा बदल होत असल्याचे त्यांनी दाखवून दिले.

विरोधाचे राजकारण करणारा पक्ष

बाळासाहेब ठाकरे आणि त्यांच्या अनुयायांनी शिवसेनेचा पायाच सततच्या विरोधाच्या राजकारणावर उभा केला असल्याचे इतिहासाकडे नजर टाकल्यावर लक्षात येते.

पहिल्यांदा कम्युनिस्टांच्या कामगार युनियनच्या विरोधात, त्यानंतर राज्यातील दक्षिण भारतीयांच्या विरोधात, नंतर गुजराथींच्या विरोधात, मग मुस्लिमांच्या आणि मग उत्तर भारतीयांच्या विरोधात हीच शिवसेनेची विरोधाची भूमिका वेळोवेळी दिसून आली. इतकेच काय तर मागासवर्गीय आणि दलितांच्या विरोधातही शिवसेनेची वादाची भूमिका असल्याचे १९९० मध्ये मराठवाडा विद्यापीठाच्या नामांतर प्रश्नाच्या वेळी दिसून आले. सातत्याने त्यांच्या शत्रुंच्या विरोधात संघर्ष करून आणि त्यांच्याविरोधात उभे ठाकून या पक्षाने स्वतःचे अस्तित्व कायम राखलेले आहे. त्यामुळे जन्मापासूनच शिवसेना सतत कुणाशीतरी लढतच राहिलेली आहे. या पक्षाने सातत्याने कुणातरी व्यक्तीला, समूहाला किंवा धर्माला खलनायकाच्या भूमिकेत पाहिले आहे. त्यांच्या विरोधात द्वेषपेरणी केली आहे आणि ते तिरस्काराच्या पातळीवर जाईल इतका त्याचा सगळ्यांमध्ये प्रसार केलेला आहे. धवल कुलकर्णी याने त्याच्या 'ठाकरे बंधू' या पुस्तकामध्ये याचे विश्लेषण केले आहे. ''शिवसेनेमध्ये

4. द हिंदू. १२ नोव्हेंबर, २०१९

तुम्ही नेहमीच प्रतिक्रिया द्यायला तयार असता. तुमच्यामध्ये शत्रू तयार केला जात असतो. मग तो शत्रू कोण आहे याला फारसा अर्थ नसतो.''[५] धवलच्या मते शिवसेनेने अंगीकारलेली हिंदुत्वाची विचारधारासुद्धा तितक्या गांभीर्याने स्वीकारलेली नाही. ''जरी शिवसेना स्वतःला हिंदुत्ववादी संघटन म्हणवून घेत असली तरीही त्यांचे नेते मात्र त्या त्या क्षणाची गरज ओळखून सोयीस्कर भूमिका घेतानाच दिसतात.''[६] त्यामुळे विरोधी पक्षांशी जुळवून घेताना हिंदुत्व बाजूला ठेवल्याने आता शिवसेनेचा पुढचा दुष्मन कोण असणार आहे? सध्याच्या काळापुरता तरी तो भाजप हा पक्षच असणार आहे.

भूतकाळ आता विसरा!

दोन दशकांपूर्वी ज्यांच्या राजकारणाच्या विरोधात शिवसेनेचे सारे राजकारण फिरत होते त्याच शरद पवारांच्या सल्ल्याने चालणारी शिवसेना पाहणे हा देखील एक गंमतीचा भाग आहे. 'सामना'तील संपादकीय आणि अनेक बातम्या याला पुष्टी देणाऱ्या आहेत.

२६ जानेवारी १९९५ रोजी 'सामना'चा मथळा होता, 'महाराष्ट्राचा खरा शत्रू शरद पवार' शिवसेना प्रमुखांनीच हे वाक्य म्हटलेले होते.[७] दिनांक ११ ऑक्टोबर १९९४ रोजी 'सामना'च्या पहिल्या पानावर विशेष संपादकीय प्रकाशित झाले होते, 'शरद पवार कोण आहेत? चोरांचा बॉस की गुंडांचा राजा?'[८] दिनांक ७ जुलै १९९६ रोजी संजय राऊत यांनी त्यांच्या रोखठोक या साप्ताहिक सदरामध्ये 'महाराष्ट्रातील पवार क्रायसिस' या शीर्षकाने लेख लिहिला होता.[९] पवारही काही कमी नव्हते त्यांच्या शिवसेनेच्या संदर्भातील भावना कायमच तिखट शब्दांत व्यक्त व्हायच्या. १९९० मध्ये शेतकऱ्यांच्या मोर्चाला संबोधित करताना त्यांनी शिवसेनेची तुलना निरुपयोगी अशा बैलाशी केलेली होती. त्यामुळे त्यांनी हे सरकार नीट काम करीत नसल्याने त्यांना सत्तेतून खाली खेचायला हवे अशी अपेक्षा व्यक्त केली होती. ते म्हणाले होते, ''जेव्हा आपला बैल खाली बसतो आणि पुन्हा उभा राहायला काचकूच करतो तेव्हा तुम्ही काय करता? तुम्ही त्याला पहिली लाथ घालता किंवा मग काठीने झोडून काढता. मग तुम्ही त्या बैलाला चांगली टोचणी लावता जेणेकरून त्या वेदनेमुळे तरी त्याला

5, 6. द कझिन्स ठाकरे : धवल कुलकर्णी लिखित पुस्तक

7. सामना, २६ जानेवारी, १९९५

8. सामना ११ ऑक्टोबर, १९९४

9. सामना ७ जुलै, १९९६

उठणे भाग होईल. जर तरीही फायदा झाला नाही तर तुम्ही त्याच्या नाकातून दोरी घालता आणि त्याला जनावरांच्या बाजारात नेता आणि विकून टाकता. कारण उपयोग नसलेला प्राणी तुमच्या शेतात ठेवून काहीही उपयोग नसतो.''[१०] पवारांचे भाषण मुख्यमंत्री मनोहर जोशी यांना चांगलेच झोंबले. त्यावर प्रतिक्रिया देताना ते म्हणाले, ''तुमची गाय आमच्याकडे पाठवा. आमचा बैल काय करू शकतो हे आम्ही दाखवतो.''[११] ज्या पक्षाचा शरद पवारांवर प्रचंड राग होता आणि तो वेळोवेळी व्यक्तदेखील होत होता तोच पक्ष आता शरद पवारांच्या तालावर नाचताना दिसत होता. इतकेच नव्हे तर हिंदुत्वाची विचारधारा बाजूला ठेवण्यासही तयार झालेला होता. जेव्हा दिल्लीमध्ये अरविंद सावंत हे पत्रकारांशी बोलत होते त्याचवेळी शरद पवार यांनी राष्ट्रवादीच्या सगळ्या आमदारांची तातडीची बैठक मुंबईमध्ये बोलावली.

दक्षिण मुंबईतील वाय. बी. चव्हाण सभागृहामध्ये सर्व ५४ आमदार एकत्र आले. त्याठिकाणी शरद पवार यांनी शिवसेना आणि काँग्रेस यांच्यासमवेत सत्ता स्थापन होऊ शकत असल्याबाबत सुरू असलेल्या घडामोडींची इत्थंभूत माहिती दिली. त्यानंतर सर्व आमदारांची संमती असल्याच्या स्वाक्षऱ्या विविध कागदांवर घेण्यात आल्या. सर्व आमदारांना भेटून झाल्यानंतर शरद पवार यांनी पक्षातील वरिष्ठ नेत्यांसमवेत मॅरेथॉन मीटिंग घेण्यास सुरुवात केली. त्यामध्ये अजित पवार, जयंत पाटील, छगन भुजबळ, नवाब मलिक, जितेंद्र आव्हाड आदींचा समावेश होता. दरम्यान, काँग्रेसच्या वरिष्ठ नेत्यांनी दिल्लीमध्ये जाऊन पक्षाध्यक्षा सोनिया गांधी यांना महाराष्ट्रातील बदलत्या राजकीय घडामोडींची कल्पना दिली. भाजप आपल्या आमदारांना फोडू शकेल या भीतीने सर्व काँग्रेस आमदारांना जयपूरमधील हॉटेल ब्युएनव्हीस्टा या ठिकाणी एकत्रित ठेवण्यात आले. दिल्लीला जाण्यापूर्वी वरिष्ठ काँग्रेस नेते मल्लिकार्जुन खर्गे यांनी काँग्रेस आमदारांची भेट घेतली. एकूण ४४ आमदारांपैकी ३७ आमदारांनी शिवसेना व राष्ट्रवादी समवेत सत्ता स्थापन करण्यास संमती दर्शवली. खर्गे यांनी ३७ आमदारांच्या स्वाक्षऱ्या असलेले पाठिंब्याचे पत्र सोनिया गांधी यांना दाखवण्यासाठी सोबत घेतले. काँग्रेस कार्यकारी समितीच्या नेत्यांसमवेत महाराष्ट्रातील काँग्रेस नेत्यांची बैठक १० जनपथ येथे सोनिया गांधी यांच्या निवासस्थानी दुपारी ४ वाजता आयोजित करण्यात आली होती.

शिवसेनेसाठी मात्र प्रत्येक क्षण मोलाचा होता आणि वेळ पुढे पुढे चालली होती. काँग्रेस-राष्ट्रवादीचा पाठिंबा असल्याचे दाखवून राज्यपालांसमोर बहुमत

10, 11. मॅक्सिमस महाराष्ट्र : सुजाता आनंदन, रुपा पब्लिकेशन्स, २०१८

सिद्ध करण्यासाठी एकनाथ शिंदे यांच्याकडे आता अवघे काही तास शिल्लक राहिलेले होते. शिवसेनेच्या दुर्दैवाने सत्ता स्थापन करण्याचा निर्णय सोनिया गांधी काय निर्णय घेतात यावर अवलंबून राहिलेला होता. जर काँग्रेसने सत्तेत सहभागी होण्याची तयारी दर्शवली तरच राष्ट्रवादी पाठिंब्याचे पत्र देईल असे ठरले होते. जरी शिवसेनेचा हा डाव यशस्वी ठरला नसता आणि पाठिंबा मिळाला नसता तरीही भाजपच्या वरिष्ठ नेत्यांनी एक महत्त्वाची गोष्ट शिकलेली होती ती म्हणजे, आपण युती केलेली असली तरीही कोणतीही संधी किंवा कोणतीही प्रगती करण्याची संधी चालून आल्यास त्याकडे दुर्लक्ष करून चालत नाही. आपल्या सोबत असलेल्यांना गृहित धरणे आणि ते बदलणारच नाहीत अशा भ्रमात राहणे म्हणजे स्वतःच्या पायावर धोंडा मारून घेण्यासारखेच असते हा धडा भाजपच्या नेत्यांना आता पुरेसा मिळालेला होता.

४

काँग्रेसची द्विधावस्था!

दिनांक २४ ऑक्टोबर २०१९ रोजी महाराष्ट्राच्या विधानसभेचे निकाल जाहीर झाले तेव्हा महाराष्ट्रातील काँग्रेसची अवस्था दयनीय होती. २०१४ च्या तुलनेत काँग्रेसला दोन जागा अधिक मिळालेल्या असल्या तरीही हा पक्ष चौथ्या क्रमांकावर फेकला गेला होता. २०१४ साली ४२ जागा जिंकूनसुद्धा काँग्रेस तिसऱ्या क्रमांकाचा सर्वांत मोठा पक्ष होता. परंतु आता २०१९ मध्ये मात्र ४४ जागांनंतरही काँग्रेस पक्ष चौथ्या क्रमांकावर घसरला. काँग्रेसशी आघाडी करून लढलेला राष्ट्रवादी हा पक्ष तिसऱ्या क्रमांकाचा मोठा पक्ष ठरला व त्यांना ५४ जागा जिंकता आल्या.

चारच महिन्यांपूर्वी लोकसभेच्या निवडणुकाही झालेल्या होत्या. त्यातही काँग्रेसची कामगिरी अतिशय सुमार राहिली. राज्यात लोकसभेच्या एकूण ४८ जागा आहेत त्यापैकी काँग्रेसला केवळ एक जागा जिंकता आली. तीसुद्धा चंद्रपूरची! प्रदेश काँग्रेसाध्यक्ष आणि महाराष्ट्राचे माजी मुख्यमंत्री अशोक चव्हाण हे नांदेडमधून उभे होते मात्र त्यांनाही दणकून पराभव पत्करावा लागला. स्थानिक स्वराज्य संस्थांमधील काँग्रेसचे प्रतिनिधीत्वही कमी होत चालले होते.

पक्षांतर आणि अंतर्गत शत्रुत्व

एकीकडे निवडणुकीत सुमार कामगिरी झालेली असताना काँग्रेसला विधानसभा निकालांचाही जोरदार फटका बसला आणि काँग्रेसची प्रतिष्ठा उतरणीला लागली. काँग्रेस पक्षातील अनेक वरिष्ठ नेते भाजप आणि शिवसेनेमध्ये पक्षांतर करू लागले. जेव्हा काँग्रेसचे विधानसभेतील विरोधी पक्ष नेते राधाकृष्ण विखे पाटील यांनी जूनमध्ये पक्षाचा राजीनामा दिला आणि भाजपमध्ये प्रवेश केला तेव्हा काँग्रेसला सर्वांत मोठा फटका बसला. त्यांचा मुलगा सुजय याने काहीच महिन्यांपूर्वी झालेल्या लोकसभेच्या निवडणुकीत भाजपच्या वतीने अहमदनगरची जागा लढवली

होती आणि जिंकलेली होती. या खेरीज, अब्दुल सत्तार (औरंगाबाद), कालीदास कोळंबकर (वडाळा) हे सुद्धा काँग्रेसच्या शत्रुछावणीत जाऊन भरती झाले.

शिवसेना सोडल्यानंतर नारायण राणे हे काँग्रेसमध्ये आलेले होते मात्र या बदलत्या परिस्थितीचा लाभ घेत त्यांनीही भाजपमध्ये जात असल्याचे जाहीर केले व भाजपच्या तिकिटावर ते राज्यसभेत खासदार म्हणून निवडून गेले. त्यांचा मुलगा नितेश हा कणकवली येथे काँग्रेसचा आमदार होता. मात्र त्यानेही पदाचा राजीनामा दिला आणि भाजपमध्ये प्रवेश केला.

काँग्रेस पक्षाला खिळखिळी करून सोडणारी आणखी एक बाब म्हणजे अंतर्गत शत्रुत्व. हा पक्ष विविध पातळ्यांवर विभागला गेलेला होता आणि प्रत्येकजण परस्परांवर कुरघोडी करण्याच्या प्रयत्नांत होता. ही वास्तविकता वेळोवेळी उघड होत गेली. काँग्रेसचे माजी आमदार आणि मुंबईतील वरिष्ठ नेते असलेल्या संजय निरुपम आणि मिलिंद देवरा यांनीही परस्परांवर चिखलफेक केली.[१] हा कडवटपणा इतका विकोपाला गेला की जेव्हा काँग्रेसचे आघाडीचे नेते राहुल गांधी हे स्वतः निवडणुकीत प्रचार रॅलीसाठी आलेले होते तेव्हा हे दोघेही त्यात सहभागी झाले नाहीत. काश्मीरमधून ३७० कलम हटवण्याच्या संदर्भात काँग्रेसची भूमिका गुळमुळीत असल्याची टीका करून माजी मंत्री आणि मुंबई काँग्रेसचे अध्यक्ष कृपाशंकर सिंह यांनीही पक्षाला रामराम केला.[२]

ओवेसी : एक नवे आव्हान

ऑल इंडिया मजलिस इत्तेहादुल मुसलामिन (एआयएमआयएम) या पक्षातील उभरते नेतृत्व असादुद्दीन ओवेसी हे काँग्रेस पक्षासाठी नवे आव्हान ठरू लागले आहे. ओवेसी यांचा पक्ष हा खरेतर तेलंगणामधील आणि त्यांचे प्राबल्य प्रामुख्याने हैद्राबादमध्ये आहे परंतु या पक्षाने त्यांचे पंख भारताच्या विविध भागांत पसरवले. त्यात प्रामुख्याने महाराष्ट्र आणि बिहार यांचा समावेश आहे.

२०१४मध्ये एआयएमआयएमने प्रामुख्याने औरंगाबाद आणि मुंबईतील मुस्लिम बहुल भागांतून २ ठिकाणी विजय संपादन केला होता. २०१४ मध्ये इम्तियाज जलील हे महाराष्ट्रातील एआयएमआयएमचे पहिले आमदार म्हणून औरंगाबादेतून निवडून आले होते. त्यामुळे या नव्या आव्हानामुळे काँग्रेसने आजवर धरून ठेवलेल्या मुस्लिम मतांची आता विभागणी सुरू झाल्याचे हे सुस्पष्ट उदाहरण होते. त्यामुळे अशा परिस्थितीत जेव्हा काँग्रेस पक्ष निवडणुकीतील

1. फ्री प्रेस जर्नल. १४ ऑक्टोबर, २०१९
2. द हिंदू. १० सप्टेंबर, २०१९

अतिशय सुमार कामगिरी, पराभव आणि एकूण दिसणारे वास्तव पाहता आता पुन्हा महाराष्ट्रात उभे राहणे अवघड आहे असे म्हटले जाऊ लागले. अशा एका टप्प्यावर काँग्रेस पक्ष आलेला असताना शरद पवारांनी मात्र काँग्रेसला पुन्हा एकदा नवी उर्जितावस्था मिळेल अशी वाट दाखवून दिली. अर्थात हे औषध म्हणजे एक कडू गोळी होती कारण शिवसेना हा त्यांचा सर्वांत मोठा शत्रू होता. परंतु विशेष म्हणजे काँग्रेस आमदारांपैकी मुस्लिम आमदारांनी शिवसेनेसोबत जाण्यास हरकत नसल्याचे स्पष्ट केले तरी काही वरिष्ठ नेत्यांनी त्यास विरोध केला. महाराष्ट्राचे माजी मुख्यमंत्री अशोक चव्हाण यांचे मात्र मत वेगळे होते. त्यांच्या मते काँग्रेसने शिवसेनेसोबत आघाडी केली तरीही मुस्लिमांना त्याने फरक पडणार नाही. कारण मुस्लिमांना भाजपला सत्तेपासून दूर ठेवायचे आहे. कारण त्यांची भूमिका ही प्रखर हिंदुत्वाची आणि मुस्लिमविरोधी आहे. त्याचीच मुस्लिमांना अधिक भीती आहे.[३]

अतिक उर रेहमान हे इस्लामिक स्टडीजचे अभ्यासक आणि राज्यशास्त्र विषयाचे प्राध्यापक आहेत. त्यांच्या मते, ''मोदींचे हिंदुत्व हे वाजपेयींच्या हिंदुत्वासारखे नाही. त्यांची आक्रमकता भीतिदायक आहे. मुस्लिमांना शिवसेनेच्या हिंदुत्वाची काहीही अडचण नाही. अगदी गगनाला भिडणारे राम मंदिर जरूर बांधा परंतु पहिल्यांदा चांगली शासनव्यवस्था उभी करा. आरोग्य, अन्न, रोजगार, सुरक्षा या गोष्टी मुस्लिमांच्या प्राधान्यक्रमावर आहेत. त्यामुळे जर काँग्रेस हे सगळे देऊ शकणार असेल तर त्यांनी शिवसेनेशी हातमिळवणी केली तरी काहीही अडचण असणार नाही.''[४]

मतभेद उघड करणारा असा निर्णय

महाराष्ट्रातील अनेक जाणकारांना असे ठामपणे वाटत होते की शिवसेना आणि काँग्रेस कधीही एकत्र येऊ शकणार नाहीत. अगदी साप-मुंगुसासारखे शत्रुत्वाचे नाते या दोन्ही पक्षांमध्ये राहिलेले आहे. काँग्रेस आणि त्यांचे राजकारण याच्या सभोवतालीच शिवसेनेचे राजकारण विकसित झालेले आहे. काँग्रेसने स्वतःला कायमच धर्मनिरपेक्ष पक्ष म्हणून जगासमोर आणले तर शिवसेना ही कायमच कट्टर हिंदुत्वासाठी ओळखली गेली. काँग्रेसने त्यांना धर्मांध म्हणून

3.https://timesofindia.indiatimes.com/india/congressjoinedgovernment-as-muslims-insisted-on-keeping-bjp-outashok-chavan/ articleshow/73483147.cms

4. अतिक उर रेहमान यांची लेखकाने घेतलेली मुलाखत

कायमच लक्ष्य केले. तर काँग्रेस कायमच मुस्लिमांचे तुष्टीकरण करते असा शिवसेनेचा आक्षेप होता. या शिवाय, इतरही अनेक मुद्दे होते. जम्मू काश्मीरमधून ३७०वे कलम हटवणे, अयोध्येमध्ये राममंदिर उभे करणे, तिहेरी तलाकचा मुद्दा या सगळ्यांत काँग्रेसच्या बरोबर विरोधी भूमिका शिवसेनेची होती. हिंसक राजकारण हीच शिवसेनेची प्रामुख्याने ओळख राहिलेली आहे. १९९२-९३ मध्ये बाबरी मशीद पाडली गेल्यानंतर उसळलेल्या धार्मिक दंगलींच्या वेळी शिवसेनेने जी भूमिका घेतलेली होती त्याविषयी या दंगलींचा तपास करून न्यायमूर्ती बी. एन. श्रीकृष्ण कमिशनने आपला सविस्तर अहवाल दिलेला होता.[५] बाबरी मशीद पाडली गेल्यानंतर शिवसेना प्रमुख बाळासाहेब ठाकरे यांनी जाहीर केले, की जर ही मशीद शिवसैनिकांनी पाडलेली असेल तर मला त्यांचा अभिमान आहे. शिवसेनेने महाराष्ट्रीयन नसलेल्या परप्रांतीयांच्या विरोधातही जोरदार मोहीम चालवली. १९६० आणि १९७० या दशकात दक्षिण भारतीयांना शिवसेनेच्या हिंसक आंदोलनांना सामोरे जावे लागले. २००० साली उत्तर भारतीयांवर शिवसेनेने हल्ले सुरू केले. त्यावेळी बाळासाहेब ठाकरे यांचा पुतण्या राज ठाकरे हे शिवसेनेमध्ये होते. सोनिया गांधी यांच्या इटलीतील जन्माबद्दल देखील शिवसेनेने त्यांना लक्ष्य केले होते. अनेक जाहीर सभांमधून सोनिया गांधी यांची नक्कल करतानाचे बाळासाहेब ठाकरे यांचे अनेक व्हिडिओ इंटरनेटवर उपलब्ध आहेत. शिवसेनेचे मुखपत्र असलेल्या 'सामना'मधून सोनिया गांधी, राहुल गांधी आणि इतर काँग्रेस नेत्यांवर छापताही येणार नाही अशा अर्वाच्य शब्दांत अनेक संपादकीय आणि विविध लेखांतून जहरी टीका केली जात होती. त्यामुळे ज्यांचे संपूर्ण राजकारणच द्वेषावर आधारित आहे,[६] ज्यांचा इतिहास धार्मिक विद्वेषाचा आणि प्रादेशिक हिंसेचा आहे अशा पक्षासोबत आपण सरकार कसे काय स्थापन करायचे हा काँग्रेसच्या पुढ्यातील यक्षप्रश्न होता.[७] जो पक्ष काँग्रेस नेत्यांना सातत्याने लक्ष्य करीत आला आहे [८] त्यांच्याशी दीर्घकालीन आघाडी केल्यानंतर त्याचा काय परिणाम होऊ शकेल? त्यामुळे काँग्रेसच्या धर्मनिरपेक्षतेच्या आणि

---

5. फ्रंटलाईन १५-२८ ऑगस्ट, १९९८

6. https://www.hindustantimes.com/india/analysis-srikrishnacommission-report/story-srShLid1PpnPEMx8GxMSNM.html

7. https://scroll.in/article/761832/back-to-the-60s-the-shivsenastradition-of-violence-is-as-old-as-the-party-itself

8. https://www.dailymotion.com/video/x55x6tf

सर्वसमावेशकतेच्या प्रतिमेला धक्का तर बसणार नाही ना? काँग्रेसशी जोडलेले अन्य पक्ष या आघाडीनंतर कशापद्धतीने प्रतिक्रिया देतील? याचा विचार काँग्रेसला करणे भाग होते. शरद पवारांच्या राष्ट्रवादीची विचारधारा ही काँग्रेसच्या विचारधारेशी मिळतीजुळती आहे. ती हिंसक राजकारणाच्या विरोधात आहे आणि धर्मनिरपेक्षतेवर विश्वास ठेवणारी आहे. किंबहुना, राष्ट्रवादीतील बहुतांश नेते हे पूर्वाश्रमीचे काँग्रेस नेतेच होते. १९९९ पर्यंत हे सारे नेते काँग्रेससमवेत होते. जेव्हा पवारांनी काँग्रेसमधून बाहेर पडून स्वतःचा पक्ष स्थापन केला तेव्हा हे सगळे राष्ट्रवादीमध्ये आले. जर राष्ट्रवादीला हे सगळे प्रश्न छळत नसतील तर त्याची काँग्रेसला चिंता का वाटावी? याचे कारण, राष्ट्रवादी हा राष्ट्रीय पक्ष असला तरीही हा पक्ष महाराष्ट्रापुरताच मर्यादित आहे आणि काही प्रमाणात मध्यप्रदेशात आणि लक्षद्विप येथे त्यांचा विस्तार झालेला आहे. भारताच्या उर्वरित भागात या पक्षाला फारसा विस्तार करता आलेला नाही. त्याउलट, काँग्रेस हा देशभर विस्तारलेला पक्ष आहे. बहुतेक सर्व राज्यांमध्ये काँग्रेसचे अस्तित्व ठळकपणे आहे. त्यामुळे असा कोणताही निर्णय घेताना महाराष्ट्रापलिकडील इतर राज्यातील नेत्यांच्या भावनांचाही आदर करणे काँग्रेससाठी आवश्यक होते. शिवसेनेच्या बरोबर हात मिळवणे म्हणजे देशातील विविध भागांमधील व्होट बँक धोक्यात टाकण्यासारखे होते. काँग्रेसच्या काही मोजक्या नेत्यांनी असा संशय खुलेपणाने व्यक्त देखील केला. मुंबई काँग्रेसचे माजी अध्यक्ष संजय निरुपम यांनी ट्वीट करताना म्हटले, "शिवसेनेसोबत हात मिळवून सत्ता स्थापन करणे हे महाराष्ट्रात काँग्रेसला गाडणारे पाऊल ठरेल." महाराष्ट्राचे माजी मुख्यमंत्री सुशीलकुमार शिंदे म्हणाले, "आपण शिवसेनेला पाठिंबा कशासाठी द्यायचा? आपली विचारधाराच वेगळी आहे. राष्ट्रवादी व काँग्रेस हे धर्मनिरपेक्ष पक्ष आहेत."

सोनिया गांधींचा राग

दिनांक ११ नोव्हेंबर २०१९ रोजी सोनिया गांधी यांनी आपल्या दिल्लीतील निवासस्थानी दुपारी ४ वाजता महाराष्ट्रातील सर्व काँग्रेस नेत्यांची बैठक बोलावलेली होती. काँग्रेस कार्यकारी मंडळाचे सदस्यही या बैठकीस उपस्थित राहणार होते. शिवसेनेच्या नेतृत्वाखाली स्थापन होऊ पाहणाऱ्या सरकारला पाठिंबा देणारे काँग्रेस आमदारांच्या स्वाक्षऱ्यांचे पत्र मल्लिकार्जुन खर्गे यांनी त्यावेळी तिथे सादर केले. काँग्रेस कार्यकारी मंडळाच्या अगदी मोजक्या सदस्यांनी त्यास विरोध केला. पक्षासाठी हे धोकादायक पाऊल ठरू शकते अशी शक्यता त्यांनी व्यक्त केली. प्रत्यक्षात चार वाजता बैठक सुरू झाली तेव्हा महाराष्ट्र काँग्रेसचा चेहरा असणारे

अशोक चव्हाण, पृथ्वीराज चव्हाण, माणिकराव ठाकरे, राजू सातव आणि इतर काही महत्त्वाचे नेते उपस्थित होते. त्या सर्वांच्या मते, काँग्रेस गेल्या पाच वर्षांपासून सत्तेतून बाहेर आहे. त्यामुळे महाराष्ट्रात काँग्रेसचे पुनरुज्जीवन करण्याची ही अनायासे चांगली संधी चालून आलेली आहे. भाजपला सत्तेतून बाहेर ठेवायचे असेल तर त्यासाठी सर्व अन्य पक्षांनी एकत्र येणे गरजेचे आहे. त्यादृष्टीने राष्ट्रवादीने त्या दिशेने पुढाकार घेतलेला आहे आणि आपणही त्या खेळीला पाठिंबा द्यायला हवा. त्यावर सोनिया गांधी यांनी विचारले की, राष्ट्रवादीने आपल्या पाठिंब्याचे पत्र शिवसेनेला दिले आहे का? त्यावर हे नेते म्हणाले, राष्ट्रवादी हे त्यांच्या पाठिंब्याच्या पत्रासह तयार आहेत आणि ते काँग्रेसच्या प्रतिसादाची वाट पाहत आहेत.

एबीपी न्यूजचे बातमीकार गणेश ठाकूर हे त्यावेळी १० जनपथच्या बाहेर उपस्थित होते. त्यांनी महाराष्ट्रातील काँग्रेस नेत्यांशी संवाद साधला. सोनिया गांधी यांनी शिवसेनेच्या नेतृत्वाखाली स्थापन होऊ पाहत असलेल्या सरकारला पाठिंबा देण्यास मान्यता दिली असल्याचे या नेत्यांनी सांगितले. ठाकूर यांच्या मते, सोनिया गांधी यांनी राज्यातील सर्व नेत्यांना बैठकीच्या हॉलबाहेर थांबण्यास सांगितले आणि त्यांनी काँग्रेस कार्यकारी मंडळाचे ए. के. अँटोनी, मल्लिकार्जुन खर्गे, अहमद पटेल आणि के. सी. वेणुगोपाल यांच्याशी चर्चा सुरू ठेवली. त्यांच्या समोरच सोनिया गांधी यांनी शरद पवार यांना फोन केला आणि त्यांनी काय ठरवले आहे याची विचारणा केली. पवारांनी मात्र सांगितले, की अद्याप त्यांच्या बाजूने काहीही ठरलेले नाही. त्यांना काही महत्त्वाच्या मुद्द्यांवर शिवसेनेकडून स्पष्टीकरण हवे आहे आणि त्यांचे सगळे आमदार अद्याप मुंबईमध्ये पोहोचायचे आहेत. त्यामुळे अद्याप सारे काही चर्चेच्याच पातळीवर आहे.[९] आपल्या राज्यातील नेते जे काही सांगत होते त्यांच्याशी विसंगत अशा प्रकारचे पवार सांगत होते. त्यामुळे प्रत्यक्षात वास्तव काय आहे याविषयी आपले नेते अनभिज्ञ असल्याविषयी आणि राष्ट्रवादी नक्की काय करणार या विषयीची अद्ययावत अचूक माहिती नसल्याबाबत त्यांनी नेत्यांची कानउघाडणी केली. त्यांनी सांगितले की इतका महत्त्वाचा निर्णय अशा घिसाडघाईत घेता येणार नाही. त्यासाठी अधिक विचारविमर्श आवश्यक असल्याचे त्यांनी स्पष्ट केले. इतके सगळे ऐकून घेतल्यानंतर, जो काही निर्णय सोनिया गांधी घेतील तो त्यांना मान्य असेल असे राज्यातील नेत्यांनी स्पष्ट केले. त्यानंतर, सोनिया गांधी यांनी पटेल आणि खर्गे यांना काँग्रेसची भूमिका जाहीर करण्यास सांगितले. त्यानुसार, सध्याची अस्थिर राजकीय परिस्थिती लक्षात घेऊन महाराष्ट्रात सरकार स्थापन करण्यासंदर्भात काँग्रेस चर्चा

---

9. 'एबीपी न्यूज'च्या गणेश ठाकूर यांनी घेतलेली मुलाखत.

करीत असल्याचे सुचवणारे हे पत्र तयार करण्यात आले. त्यामुळे त्या सायंकाळी काँग्रेसच्या पाठिंब्याचे कोणतेही पत्र शिवसेनेला प्राप्त झाले नाही.^(१०)

दिल्लीमध्ये महाराष्ट्रातील काँग्रेसचे जे नेते गेलेले होते त्यांना काँग्रेस उपाध्यक्ष राहुल गांधी यांचीही भेट घ्यायची होती. त्यांच्याकडे तसा भेटीची इच्छा असल्याचा निरोप पाठवण्यात आला परंतु शिवसेनेसोबत आघाडी करण्यासंदर्भात ही सारी मंडळी भेटायला आली असल्याचे लक्षात आल्यानंतर राहुल गांधी यांनी त्यांना भेटण्यास नकार दिला. या सगळ्या वाटाघाटी होत असताना त्याचा भाग असलेल्या काँग्रेसच्या एका नेत्याने नाव जाहीर न करण्याच्या अटीवर सांगितले की, शिवसेनेसमवेत आघाडी करण्यास राहुल गांधींचा कट्टर विरोध होता. त्यामुळे या सगळ्या चर्चांपासून त्यांनी स्वतःला दूरच ठेवले.^(११)

शिवसेनेला पवारांनी गंडवले?

अगदी शेवटच्या क्षणी का होईना, राष्ट्रवादी व काँग्रेस या दोन्ही पक्षांकडून पाठिंब्याचे पत्र आपल्याला मिळेल अशा आशेवर शिवसेना होती. परंतु एकनाथ शिंदे आणि आदित्य ठाकरे हे सायंकाळी ७.३० वाजता राजभवन येथे राज्यपालांना भेटण्यासाठी गेले. परंतु त्यांना काँग्रेस अथवा राष्ट्रवादी कुणाकडूनही पाठिंब्याचे पत्र प्राप्त झाले नाही. शिंदे यांनी राज्यपालांना कळवले की, त्यांना सरकार स्थापन करण्याची इच्छा आहे परंतु एकूण बहुमत सिद्ध करण्यासाठी त्यांना दोन दिवसांची मुदत द्यावी. परंतु राज्यपालांनी मात्र ही विनंती थेट धुडकावून लावली आणि तिसरा सर्वांत मोठा राजकीय पक्ष असलेल्या राष्ट्रवादी काँग्रेस पक्षाचे नेते अजित पवार यांना सरकार स्थापन करण्यासाठी निमंत्रित केले. राष्ट्रवादीलाही बहुमत सिद्ध करण्यासाठी आणि सरकार स्थापन करण्याची इच्छा असल्याचे दाखवून देण्यासाठी २४ तासांची मुदत देण्यात आली. काही राजकीय पंडितांनी लगेचच त्याचा अन्वयार्थ लावण्याची घाई केली आणि शिवसेनेला मूर्खात काढले गेले असे ते म्हणू लागले.

शरद पवारांच्या सांगण्यावरून शिवसेना आता जाळ्यामध्ये अडकलेली आहे. या पक्षाने त्यांच्या जुन्या भागीदारासमवेत असलेली इतक्या वर्षांची युती तोडून टाकली आणि केंद्रशासनातूनही ते बाहेर पडले. आता शरद पवारांनी दया केली तरच काहीतरी घडू शकणार होते. परंतु तरीही शिवसेनेचा शरद पवारांवर विश्वास होता. राष्ट्रवादीला राज्यपालांनी सत्ता स्थापन करण्यासाठी निमंत्रित केल्यानंतर शिवसेनेला अप्रत्यक्षपणे पुन्हा एकदा सत्ता स्थापन करण्याची संधी प्राप्त झाली होती.

---

10. Ibid
11. 'एबीपी न्यूज'चे पत्रकार मृत्युंजय सिंग यांनी घेतलेली मुलाखत.

५

वयोवृद्धाचा पलटवार!

"एखाद्याला जर शरद पवार समजून घ्यायचे असतील तर त्याला किमान शंभर जन्म घ्यावे लागतील." असे मत शिवसेनेचे नेते संजय राऊत यांनी एकदा पत्रकारांशी संवाद साधताना सांगितले होते.[१] त्यांचे राजकारण पाहता काहीजण पवारांची तुलना सोळाव्या शतकातील इटालियन राजकारणी मॅकियावेली याच्याशी करतात तर काहीजण त्यांचा भारतीय राजकारणाचे चाणक्य म्हणून गौरव करतात.[२] राजकीय वर्तुळात बहुधा सगळेच असे मानतात की शरद पवार जे बोलतात ते कधीही करत नाहीत आणि जे बोलत नाहीत ते बरोबर करतात! शरद पवारांच्या बरोबरीने राजकारणाच्या रिंगणात उतरलेले अनेक खेळाडू एकतर निवृत्त झालेले आहेत किंवा आजारपणाने अंथरुणाला खिळलेले आहेत. परंतु गेली पाच दशके शरद पवार या एका व्यक्तिमत्त्वाने भारतीय राजकारणात आपले स्थान आणि महत्त्व अबाधित राखलेले आहे. वयाच्या ८० व्या वर्षी देखील एखाद्या तरुण राजकारण्यालाही लाजवेल अशा पद्धतीने त्यांचा मेंदू चालतो. महाराष्ट्रातील राजकीय घटना-घडामोडींविषयी आणि प्रादेशिक राजकारणाबाबत ते स्वतःला अतिशय अपडेट ठेवतात. अर्थात हे असले तरीही त्यांच्या व्यक्तिमत्त्वात अनेक विरोधाभासही दिसून येतात. सर्व राजकीय पक्षांमध्ये ज्यांच्याकडे आदराने पाहिले जाते अशांमध्ये अटलबिहारी वाजपेयी यांच्यानंतर शरद पवार हे एकमेव राजकारणी आहेत. अर्थात तरीही लोक म्हणतात की पवारांच्या मनामध्ये नेमके काय सुरू आहे याचा अंदाज लावणे अवघड असते.

पवारांच्या आजवरच्या राजकारणावर दृष्टिक्षेप टाकला तर देशातील एक

---

1. टाईम्स ऑफ इंडिया १९ नोव्हेंबर, २०१९
2. नॅशनल हेरॉल्ड, २८ नोव्हेंबर, २०१९

सर्वांत प्रभावी आणि टोकदार राजकारण करू शकणारे नेतृत्व कसे उभे राहिले याची कल्पना येते. महाराष्ट्राच्या राजकीय रंगमंचावर ३५ दिवसांचे जे राजकारण खेळले गेले ते त्यांच्या पन्नास वर्षांच्या राजकीय कारकिर्दीचा परिपाक आहे असे म्हटल्यास ते वावगे ठरू नये. त्यांच्या कारकिर्दीवर आणि व्यक्तिमत्त्वावर प्रकाश टाकला असता आजच्या राजकारणातसुद्धा ते स्वतःला सक्रिय आणि सुसंगत कसे ठेवू शकतात याचे उत्तर मिळू शकेल.

गोवा ते मुंबई : राजकीय प्रवास

शरद पवार यांचा जन्म पुण्याजवळील बारामती येथे एका प्रगतशील कुटुंबात झाला. त्यांचे वडील गोविंदराव हे सहकारी संस्थेमध्ये वरिष्ठ अधिकारी म्हणून कार्यरत होते, तर आई शारदाबाई काही प्रमाणात राजकारणात सक्रिय होत्या. १९३८ मध्ये पुणे स्थानिक मंडळावर त्या निवडून गेल्या होत्या. मात्र, दुर्दैवाने एका बैलाने त्यांच्यावर केलेल्या हल्ल्यात त्या जखमी झाल्या आणि त्यांची राजकीय कारकिर्द तिथेच थांबली. त्यानंतर त्या अपघाताने आलेल्या अपंगत्वासोबत त्यांना उर्वरित आयुष्य काढावे लागले. १९४७ला देशाला स्वातंत्र्य मिळेपर्यंत पवार कुटुंबीय हे काँग्रेसचे खंदे समर्थक होते परंतु शेतकऱ्यांना पूरक अशी धोरणे काँग्रेसकडून राबवली जात नसल्याने ते काही प्रमाणात डाव्यांकडे झुकू लागले होते. अर्थात, शरद पवार यांचे विचार मात्र आपल्या कुटुंबापेक्षा फारच वेगळे होते. त्यांच्या मते, समाजातील प्रत्येक घटकाला समान संधी मिळवून द्यायची असेल तर लोकशाहीला पर्याय नाही. त्यामुळे कम्युनिस्ट की लोकशाही या विषयावर त्यांची आपल्या आईशी अनेकदा मतभेदात्मक चर्चा होत असे. पवार हे स्वतः शेतकरी कुटुंबातील असल्याने कृषी उत्पादनांच्या विपणन आणि विक्री संदर्भातील पायाभूत ज्ञान त्यांना होतेच. विविध कृषी उत्पादने स्थानिक बाजारपेठेत विकण्यासाठी आणि भाज्या व फळे बाजारपेठेत विकण्यासाठी ते लहानपणापासून मुंबईतील (तेव्हाचे बॉम्बे) भायखळा येथे कुटुंबासमवेत जात असत. आपल्या आत्मचरित्रात[३] त्यांनी या विषयीच्या आठवणींना उजाळा दिलेला आहे. ते म्हणतात, "हा माल घेऊन जाण्यासाठी अनेक शेतकरी एकत्र येत आणि मोठा ट्रक बुक करत व त्याचे भाडे आपसांत वाटून घेत असत. गाडीतील पोत्यांवर बसून मला प्रवास करावा लागत असे. परंतु बहुतांश वेळा गाडीतील पुढच्या

---

3. Pawar, Sharad (2015), On My Terms: From the Grassroots to the Corridors of Power, Speaking Tiger Publishing Pvt. Ltd., New Delhi.

बसायच्या जागी घरातील ज्येष्ठ बसत असल्याने मला त्यावर बसून जाण्याखेरीज पर्याय नसे. मला क्वचितच कधीतरी ड्रायव्हरच्या शेजारी बसण्याची संधी मिळत असे. मी त्या संधीचा अचूक फायदा घेऊन ड्रायव्हरशी मनमोकळा संवाद साधून त्याला अनेक विनोद सांगत असे. त्याला प्रवासामध्ये चहा-नाश्त्याचा आग्रह करीत असे. पवारांप्रमाणेच अनेक ग्राहक आणि विक्रेते त्या बाजारपेठेत नियमितपणे येत असत. कालांतराने येथील अनेक लोकांसमवेत पवारांचे चांगले संबंध प्रस्थापित झाले.

"मला त्यावेळी लक्षात आले नाही परंतु माझ्या राजकीय कामाची बीजे ही त्यावेळी तिथेच रुजत होती. त्यानंतर कितीतरी वर्षांनी मी राज्यातून बारामतीचे राजकीय नेतृत्व करू लागलो आणि हेच लोक माझे मतदार बनले."[४] त्यांच्या शालेय आणि महाविद्यालयीन दिवसांमध्ये पवारांना अभ्यास सोडून इतर सगळ्या गोष्टींमध्ये भरपूर रस असायचा. ते अनेक चर्चासत्रे, परिसंवाद, वक्तृत्व स्पर्धा, स्कीट यांच्यामध्ये आवर्जून भाग घ्यायचे. अनेक क्रीडा स्पर्धांचे आयोजन आणि शालेय सहलींचे आयोजन करण्यामध्ये ते पुढाकार घ्यायचे. त्यामुळे विद्यार्थीदशेतच त्यांनी वक्तृत्व संपादन केले, नेतृत्वाचे गुण त्यांच्यामध्ये आले आणि प्रशासनाचे कौशल्यही आत्मसात केले.

पवारांची राजकीय कारकिर्द त्यांच्या वयाच्या १६ व्या वर्षी सुरू झाली. पोर्तुगीज अंमलापासून गोव्याला स्वातंत्र्य मिळावे म्हणून १९५५ मध्ये निदर्शने करण्यात आली होती. त्यामध्ये शरद पवार पहिल्यांदा सहभागी झाले. त्यावेळी त्यांनी निदर्शनाचा भाग म्हणून आपली शाळा बंद ठेवायला लावली होती. गोव्याच्या स्वातंत्र्यासाठी लढणाऱ्या निदर्शकांवर पोर्तुगीज पोलिसांकडून लाठीहल्ला आणि गोळीबार केला जात होता. गोव्याला स्वातंत्र्य मिळवून देण्यासाठी लढा द्यावा म्हणून पवारांनी आपल्या विद्यार्थी मित्रांना एकत्र केले आणि त्या विरोधात निदर्शने करून मोर्चा काढला होता. त्यांच्या या कृतीनंतर काही वर्षानंतर ते युथ काँग्रेसचे बारामतीचे सक्रिय सदस्य बनले.

एक वेळ मात्र अशी आली जेव्हा त्यांना आपला भाऊ किंवा काँग्रेस पक्ष अशी निवड करावी लागणार होती. १९६० मध्ये बारामतीतील लोकसभेच्या जागेसाठी फेरनिवडणूक होणार होती. शरद पवारांचे मोठे बंधू वसंतराव हे पीसंट्स अँड वर्कर्स पार्टी (पीडब्ल्यूपी)चे उमेदवार म्हणून उभे होते. त्यांचे विरोधक म्हणून काँग्रेस पक्षातर्फे गुलाबराव जेधे उभे होते. त्यावेळी शरद पवार हे पश्चिम महाराष्ट्राच्या युथ काँग्रेसचे सचिव म्हणून काम पाहत होते. काँग्रेस पक्षातील असल्याने त्यांनी त्यांच्या पक्षाचे उमेदवार जेधे यांच्यासाठी प्रचार करणे

---

4. Ibid.

अभिप्रेत होते. अर्थातच, हा तसा अवघड निर्णय होता. परंतु पवारांनी आपल्या भावाच्या विरोधात प्रचार करायचे ठरवले आणि काँग्रेस पक्षाप्रती असणारी आपली निष्ठा कायम ठेवली. त्यांच्या मोठ्या बंधूंचा पराभव झाला आणि जेधे या निवडणुकीत जिंकले.[५]

राजकीय गुरू : यशवंतराव बळवंतराव चव्हाण

तरुणपणी काँग्रेसचे काम करीत असताना त्यांच्यावर काँग्रेसचे यशवंतराव चव्हाण यांच्या नेतृत्वाचा मोठा प्रभाव पडला. यशवंतराव हे पुढे महाराष्ट्राचे मुख्यमंत्री झाले. पवारांना त्यांना भेटण्याची एकदा संधी लाभली. त्यांनी त्यांच्या कॉलेज कँपसमधील विद्यार्थ्यांशी संवाद साधण्यासाठी चव्हाण यांना निमंत्रित केले. राजकारणात येऊ इच्छिणाऱ्या तरुणांना प्रोत्साहन देणारे नेतृत्व म्हणून चव्हाणांची समाजमानसात ओळख होती. या कार्यक्रमाच्या निमित्ताने पवारांशी जी चर्चा झाली त्यावेळी चव्हाणांना पवारांचे उत्साही व्यक्तिमत्त्व आवडले आणि त्यांनी पवारांना काँग्रेसचे काम अधिक सक्रियपणे करण्यास सांगितले. तेव्हापासून चव्हाण हे पवारांचे राजकीय गुरू बनले.

१९६२ मध्ये महाराष्ट्र युथ काँग्रेसचे अध्यक्ष म्हणून पवारांची निवड झाली. या संघटनेची शक्ती, सामर्थ्य आणि विस्तार वाढवण्यासाठी पवारांनी खूप मेहनत घेतली आणि अनेक प्रकारच्या लोकांच्या गाठीभेटी घेतल्या. चव्हाणांना सोबत घेऊन त्यांनी अनेक शिबिरांचे आयोजन केले. त्या ठिकाणी विविध प्रकारच्या मुद्द्यांवर विस्ताराने चर्चा होत असे. त्यावेळी महत्त्वाच्या मुद्द्यांची नोंद करून त्याची टीपणे काढण्याची जबाबदारी पवारांवर असे. त्याचप्रमाणे मिनिट्स तयार करणे आणि ठरावांचा मसुदा तयार करणे ही जबाबदारीही पवारांवरच असे. त्यातूनच पवारांमध्ये निर्णय घेण्याची क्षमता आली आणि एक राजकारणी म्हणून प्रगल्भतासुद्धा.

१९६७ मध्ये बारामती विधानसभेची जागा लढवावी म्हणून पवारांनी प्रयत्न केले परंतु स्थानिक काँग्रेस कमिटीने त्यांच्या नावाला जोरदार विरोध केला. परंतु यशवंतराव चव्हाण यांनी त्यात हस्तक्षेप केला आणि पवारांच्या विरोधात असणाऱ्यांना गप्प केले. त्यामुळे त्याचा परिणाम असा झाला की तहसील पातळीवरच्या सगळ्या काँग्रेस टीमने विरोध म्हणून राजीनामे सादर केले. परंतु या निवडणुकीत पवार ३५ हजार मतांनी जिंकले. त्यांचे विरोधक म्हणून जो उमेदवार उभा होता त्याला १७ हजार मते पडली. याचा अर्थ पवारांना त्याच्या तुलनेत दुप्पट मते

---

5. Ibid.

मिळाली होती. ही निवडणूक पवारांसाठी निर्णायक ठरली. आपल्या संपूर्ण राजकीय कारकिर्दीत बारामतीतून कधीही कोणतीही निवडणूक पवार हारलेले नाहीत. त्यानंतरच्या १९७२च्या निवडणुकीत पवार ५० हजार मतांवर पोहोचले. त्यांना मंत्रिपद दिले जाईल अशी अपेक्षा होती, परंतु मंत्रिपदाच्या यादीमध्ये त्यांचे नावच नव्हते. त्यामुळे पवार खूप संतापले. चव्हाणांच्या आग्रहामुळे पुन्हा नव्याने यादी तयार करण्यात आली आणि पवारांचे नाव असलेली नवी यादी इंदिरा गांधींकडे पाठवण्यात आली. इंदिरा गांधींच्या संमतीनंतर मंत्रिगणामध्ये पवारांचा समावेश झाला आणि वयाच्या अवघ्या ३२ व्या वर्षी पवार मंत्री बनले. त्यांना प्रतिष्ठेचे आणि शक्तीशाली असे गृह आणि प्रशासन खाते देण्यात आले. पवार स्टाईलच्या राजकारणाची सुरुवात ही प्रामुख्याने आणीबाणीच्या काळामध्ये झाली. त्यावेळी पक्ष अनेक भागांत विभागला गेला तरीही पवार मात्र त्यांचे गुरू यशवंतराव चव्हाण यांच्यासोबत राहिले. त्यांची काँग्रेस ही काँग्रेस (एस) म्हणून ओळखली जात होती. इंदिरा गांधी यांनी त्यांचा स्वतःचा पक्ष स्थापन केला तो काँग्रेस (आय) म्हणून ओळखला जात असे. सत्तेची समीकरणे जुळवताना काँग्रेस (एस) आणि काँग्रेस (आय) एकत्र आले आणि त्यांनी सत्ता स्थापन केली. त्यावेळी मुख्यमंत्रिपदावर वसंतदादा पाटील हे विराजमान झाले. त्यांच्या कॅबिनेटमध्ये पवारांना उद्योगमंत्री हे पद देण्यात आले. सत्ता स्थापन करण्यासाठी हे दोन पक्ष एकत्र आलेले असले तरी त्यांचे मतभेद विकोपाला गेलेले होते. त्यामुळे ही आघाडी लवकरच तुटण्याची चिन्हे होती. त्यावेळी विरोधी पक्ष म्हणून असलेल्या जनता पक्षाने ही अस्थिरता नेमकेपणाने हेरली. त्यावेळी त्यांचे नेते चंद्रशेखर हे पवारांचे मित्र होते. त्यांनी पवारांशी संपर्क साधला आणि आपण आघाडी करून सत्तास्थापन करण्याचा दावा करू अशी योजना आखली.

त्यानुसार, पवार आणि आणखी तीन मंत्र्यांनी मंत्रीमंडळातून राजीनामा दिला. जेव्हा ही बातमी पवारांचे गुरू यशवंतराव चव्हाण यांच्यापर्यंत पोहोचली तेव्हा त्यांनी पवारांना रोखायचा प्रयत्न केला. ज्यामुळे सरकार कोसळेल अशी कोणतीही कृती त्यांनी करू नये असे त्यांनी पवारांना सांगितले. परंतु पवारांचे मात्र अगोदरच ठरलेले होते. जनता पक्षासमवेत गोष्टी बऱ्याच पुढे गेलेल्या होत्या. आता चव्हाणांच्या आदेशाने या सगळ्या खेळावर पाणी फिरले असते. पवारांना पाठिंबा देणाऱ्या ३८ आमदारांचाही पवारांवर दबाव होता. त्यामुळे अंतिमतः त्यांनी वसंतदादा पाटील यांच्या सरकारचा पाठिंबा काढून घ्यायचे निश्चित केले. त्यांच्या गुरूंचे सांगणेही त्यांनी या परिस्थितीत ऐकले नाही. त्यामुळे अर्थातच सरकार अल्पमतात गेले आणि वसंतदादा पाटील यांना राजीनामा द्यावा लागला. विधानसभेचे कामकाज सुरू असतानाच या सगळ्या घडामोडी

घडल्या. त्यानंतर शरद पवार यांनी स्वतःचा पक्ष स्थापन केला आणि त्याला नाव दिले समांतर काँग्रेस. त्यानंतर प्रोग्रेसिव्ह डेमोक्रॅटिक फ्रंट (पीडीएफ) स्थापन करण्यात आली. जनता पार्टी, समांतर काँग्रेस व पीडब्ल्यूपी या तीनही पक्षांची ती आघाडी होती. या नव्या आघाडीचे नेते म्हणून सर्वानुमते शरद पवारांचे नाव निश्चित करण्यात आले. त्यामुळे १८ जुलै १९७८ रोजी शरद पवार हे महाराष्ट्राचे मुख्यमंत्री म्हणून विराजमान झाले. त्यावेळी त्यांचे वय होते अवघे ३८ वर्षांचे.

शरद पवारांच्या आयुष्याविषयी या गोष्टी व घडामोडी प्रामुख्याने सांगितल्या जातात. आपल्याच गुरूचे न ऐकता त्यांच्या पाठीत खंजीर खुपसणे, पक्ष सोडून जाणे, सत्ता मिळवण्यासाठी विरोधकांशी हातमिळवणी करणे या बाबींमुळे पवारांना टीकेला सामोरे जावे लागले. ज्यांच्या वर्तनाचा थांगपत्ता लागू शकत नाही असे, तसेच धूर्त व्यक्तिमत्व अशी त्यांची प्रतिमा अधोरेखित झाली. काहींनी मात्र, पवारांकडे वेगळ्या दृष्टीने पाहिले. बदलण्यास अजिबात तयार नसणाऱ्यांपेक्षा आपल्या भूमिकांबाबत लवचिक राहून योग्य संधीचा अचूक लाभ घेण्याचा दृष्टिकोन काहींना आवडलाही. एक मात्र झाले, त्यांच्या कृतीनंतर महाराष्ट्रामध्ये पवारांची ओळख 'महाराष्ट्रातील स्ट्राँगमॅन' म्हणून होऊ लागली.[६]

सहकार क्षेत्रात घेतलेले धाडसी निर्णय

महाराष्ट्राच्या राजकारणावर साखर सहकारी चळवळीचा फार मोठा प्रभाव आहे. महाराष्ट्राला श्रीमंत बनवण्यात या चळवळीचा वाटा मोठा आहे. पश्चिम भागामध्ये प्रामुख्याने ग्रामीण भागांत सामाजिक-आर्थिक बदलांमध्ये त्याचे योगदान फार महत्त्वाचे राहिलेले आहे. संपूर्ण जगातील सर्वाधिक साखर उत्पादन करणारे राज्य म्हणून महाराष्ट्राची ओळख त्यातूनच निर्माण झाली. साखर कारखानदारीला राज्य व केंद्राचे भक्कम पाठबळ मिळाले आणि लवकरच महाराष्ट्राच्या राजकारणाचे प्रशिक्षणाचे मैदान म्हणून येथील साखर कारखानदारीच्या राजकारणाकडे पाहिले जाऊ लागले. सहकारी संस्थांनी स्रोत आणि प्रशिक्षण उपलब्ध करून दिले आणि त्याद्वारे राजकीय कार्यालये चालवता येतील इतक्या महत्त्वाकांक्षा त्यांच्यात निर्माण झाल्या. बहुतांश साखर कारखानदारी ही प्रामुख्याने मराठ्यांच्या हातात

---

6. 'Sharad Pawar, an invincible force in Maharashtra's politics,', The Hindu Business Line, 26 November 2019; https://www.thehindubusinessline.com/news/national/sharad-pawar-an-invincible-force-in-maharashtras-politics/article30089769.ece

एकवटलेली होती आणि त्यामुळे त्यांनी कृषीक्षेत्रावर त्यांचे वर्चस्व अल्पावधीत प्रस्थापित केले. त्यातील बहुतांश प्रभावी मराठा नेते हे काँग्रेस मधीलच होते आणि त्या सगळ्या कारखाने आणि सहकारी संस्थांवर पक्षाचे उत्तम नियंत्रण होते. त्यातूनच पुढे महाराष्ट्राच्या राजकारणामध्ये 'शुगर लॉबी' हा एक महत्त्वाचा दबावगट तयार झाला आणि त्यामुळे मोजक्या हातांमध्येच सत्तेची गणिते एकवटलेली आहेत अशी भावना वाढू लागली. त्यामुळे पक्षाच्या बैठकीत शरद पवार यांनी एक ठराव मांडला. कोणताही ऑफिस मधील कर्मचारी हा सहकारी क्षेत्रातील दहा वर्षांपेक्षा अधिक अनुभव असणारा नसावा. अर्थातच त्यांच्या या प्रस्तावाला कडकडून विरोध झाला. जर लोकसभा आणि विधानसभेचे उमेदवार हे वेळोवेळी निवडून येऊ शकतात. मग फक्त सहकारी क्षेत्राला हा नियम कशासाठी लावायचा? परंतु खूप जोरदार चर्चा झाल्यानंतर काँग्रेसतर्फे त्यांच्या कायदेमंडळात हा ठराव मंजूर करण्यात आला. लवकरच महाराष्ट्राच्या सहकार सोसायटीच्या कायद्यामध्ये त्याचा समावेश करण्यात आला.

पूल जोडणारा राजकारणी

इतक्या वर्षांच्या कालावधीत शरद पवार यांनी सर्व राजकीय पक्षांशी उत्तम नेटवर्क प्रस्थापित केलेले आहे आणि हे सर्व पक्ष त्यांच्याकडे आदराने पाहतात.

१९८० साली जरी ते विरोधी पक्षात होते तरीही त्यांचे राजीव गांधी यांच्याशी मैत्रीपूर्ण संबंध होते. संजय गांधी यांच्या विमान अपघातानंतर राजीव गांधी हे सक्रिय राजकारणात दाखल झालेले होते. इंदिरा गांधी यांची हत्या होण्यापूर्वी पंजाबमध्ये जी विचित्र गुंतागुंतीची परिस्थिती निर्माण झालेली होती त्यामध्ये पवारांनी लक्ष घालावे अशी त्यांनी विनंती केलेली होती. पंजाब हा त्यावेळी अतिरेक्यांच्या ताब्यात होता. पंजाबातील काही महत्त्वाच्या राजकीय नेत्यांशी त्यावेळी पवारांचे उत्तम संबंध होते याची इंदिरा गांधी यांना कल्पना होती. मध्यप्रदेशातील पंचमारही या ठिकाणी पंजाबमधील अनेक राजकीय नेत्यांना स्थानबद्ध करून ठेवण्यात आले होते. त्यांच्याशी चर्चा करण्यासाठी पवार यांना पाठवण्यात आले होते. अर्थात जोपर्यंत ही चर्चा पूर्ण झाली असती त्यापूर्वीच इंदिरा गांधींची हत्या करण्यात आली. त्यानंतर दिल्लीमध्ये मोठी दंगल उसळली.

इंदिरा गांधींची हत्या झाल्यानंतर राजीव गांधी यांनी विरोधी पक्षांसमवेत एक बैठक बोलावली आणि सध्याची परिस्थिती नीट व्हावी म्हणून पुढाकार घेण्यासंदर्भात आवाहन केले. ही बैठक संपत असताना राजीव गांधी यांनी शरद पवारांच्या समोर एक प्रस्ताव ठेवला. त्यांनी आपला पक्ष काँग्रेसमध्ये विसर्जित करावा अशी

विचारणा केली.(७) इंदिरा गांधी यांच्या जाण्यामुळे जी सहवेदनेची लाट आलेली होती त्यामध्ये त्यांचा पक्ष कमकुवत झालेला होता. त्यामुळे ते आणि त्यांच्या पाठिराख्यांनी पुन्हा १९८६ मध्ये काँग्रेसमध्ये प्रवेश केला. त्यावेळी त्यांनी सांगितले की आमचा पक्ष आणि काँग्रेस यांची संस्कृती समान आहे आणि त्यामुळे धर्मनिरपेक्षतेची, लोकशाहीची आणि समाजवादाची परंपरा कायम राहणे आवश्यक आहे. पुन्हा एकदा काँग्रेसमध्ये परतल्यामुळे पवार महाराष्ट्राचे मुख्यमंत्री बनले.

जेव्हा राजीव गांधी यांची १९९१ मध्ये हत्या करण्यात आली तेव्हा तामिळनाडूमध्ये निवडणूक मोहिम सुरू होती. त्यावेळी पंतप्रधानपदासाठी शरद पवार हे अतिशय प्रबळ दावेदार होते. तब्येत चांगली राहत नसल्याने नरसिंह राव हे सक्रिय राजकारणातून बाहेर पडले होते. तरीही काही काँग्रेसच्या एकनिष्ठ नेत्यांनी सोनिया गांधी यांना यशस्वीरीतीने समजावले की पंतप्रधानपदाच्या खुर्चीसाठी पवारांऐवजी नरसिंह राव यांचाच विचार केलेला उत्तम राहील. त्यामुळे पवारांची पंतप्रधानपदाची संधी हुकली. त्यांना त्याऐवजी संरक्षण मंत्रिपद देण्यात आले.(८)

विवाद, भ्रष्टाचार आणि गुन्हेगार

शरद पवार हे जेव्हा दिल्लीमध्ये संरक्षण मंत्रालय सांभाळत होते तेव्हा महाराष्ट्रामध्ये सुधाकरराव नाईक हे मुख्यमंत्री होते. दिनांक ६ डिसेंबर १९९२ रोजी अयोध्येमध्ये बाबरी मशीद उद्ध्वस्त करण्यात आली आणि त्यानंतर मुंबईमध्ये धार्मिक दंगल उसळली. ही दंगल आठवडाभर सुरू होती त्यामध्ये शेकडो लोक मारले गेले. एका महिन्यानंतर पुन्हा ७ जानेवारी रोजी दुसऱ्यांदा दंगल सुरू झाली. मुंबईतील उपनगर असलेल्या जोगेश्वरी येथील एका चाळीमध्ये काही लोकांना जिवंत जाळण्यात आले. या वेळच्या दंगलीमुळे निर्माण झालेली परिस्थिती आणखीनच गंभीर होती. ही सगळी परिस्थिती हाताळण्यात सुधाकर नाईक हे मुख्यमंत्री म्हणून अपयशी ठरत असल्याची हाय कमांडची भावना निर्माण झाली आणि त्यामुळे शरद पवार यांना पुन्हा एकदा महाराष्ट्राचे मुख्यमंत्री म्हणून परत पाठवण्यात आले. दिनांक १२ मार्च १९९३ रोजी अर्थात पवारांनी

---

7. Ravindranath, P.K. (1992), Sharad Pawar: The Making of a Modern Maratha, UBS Publishers Distributors Ltd., Noida.
8. Pawar, Sharad (2015), On My Terms: From the Grassroots to the Corridors of Power, Speaking Tiger Publishing Pvt. Ltd., New Delhi.

मुख्यमंत्रिपदाची सुत्रे हाती घेतल्यानंतर आठवड्याभरातच मुंबई शहर हे बॉम्बस्फोटांच्या मालिकेने हादरले. या स्फोटांमध्ये तब्बल २५७ लोक हकनाक मारले गेले आणि ७५० हून अधिक लोक जखमी झाले. या बॉम्बस्फोटानंतर पुन्हा एकदा हिंसक दंगल उसळेल अशी दाट शक्यता वर्तवली जात होती. त्यामुळे पवारांनी तातडीने वरळीतील दूरदर्शनच्या ऑफिसमध्ये धाव घेतली आणि त्यांनी १३ ठिकाणी हे स्फोट झाले असल्याचे खोटेच जाहीर केले. वस्तुतः बारा ठिकाणी स्फोट झालेले होते तरीही मुस्लिमबहुल असलेल्या एका भागाचे नाव त्यांनी या यादीमध्ये जाणीवपूर्वक जोडले. याविषयी चौकशी समितीने पवारांकडे विचारणा केली. त्यावेळी तुम्ही खोटी माहिती का दिली असे विचारले असता पवारांनी सांगितले की, या स्फोटांमागे कोणतेही धार्मिक कारण नव्हते हा संदेश लोकांमध्ये जाणे आवश्यक होते. ही युक्ती बरोबर ठरली आणि त्यामुळेच हे स्फोट झाल्यानंतर धार्मिक दंगली उसळल्या नाहीत, हे त्यांनी चौकशी समितीला योग्य रीतीने पटवून दिले.[९]

त्याच वर्षी पवारांना आणखी एका विवादाला सामोरे जावे लागले. महापालिकेचे अधिकारी असलेल्या गोविंद खैरनार यांना निलंबित करण्यात आले होते. अंडरवर्ल्ड डॉन दाऊद इब्राहीम व त्याच्या सहकाऱ्यांच्या बेकायदेशीर बांधकामांवर लक्ष दिल्यामुळे खैरनारांवर कारवाई केल्याचा त्यांचा आक्षेप होता. 'डिमॉलिशन मॅन ऑफ बॉम्बे' अशी खैरनार यांची लोकप्रियता वाढली. खैरनार यांच्या कारवाईत जेव्हा राजकीय तंबूतून अडथळे निर्माण होऊ लागले तेव्हा ते खवळले. खैरनार यांनी शरद पवार हे भ्रष्टाचारी असल्याचा उघड आरोप केला. त्यांनी आरोप केला, "शरद पवार हे समाज विघातक तत्त्वांना पाठिशी घालून प्रोत्साहन देतात."[१०] त्यामुळे अर्थातच त्याची प्रतिक्षिप्त प्रतिक्रिया उमटली आणि खैरनार यांच्यावर शिस्तभंगाची कारवाई करण्यात आली. तरीही राजकारण्यांना थेट भिडण्याची त्यांची वृत्ती लोकांना आवडली आणि मुंबईच्या लोकांसाठी ते हिरो बनले. शरद पवारांच्या विरोधात त्यांनी जे आरोप केले होते त्याचा अचूक फायदा अर्थात भाजप शिवसेनेने १९९५च्या विधानसभा निवडणूक प्रचारात काँग्रेसच्या विरोधात प्रचार करण्यासाठी उचलला. खैरनार यांनी असेच गंभीर आरोप शिवसेना

---

9. Pawar, Sharad (2015), On My Terms: From the Grassroots to the Corridors of Power, Speaking Tiger Publishing Pvt. Ltd., New Delhi.

10. आऊटलुक मासिकात ७ डिसेंबर १९९८ रोजी प्रकाशित झालेली जी.आर.खैरनार यांची सायरा मिनेन्झिस यांनी घेतलेली मुलाखत

प्रमुख बाळासाहेब ठाकरे यांच्याही विरोधात केले. मात्र पवारांवर केलेल्या आरोपांचेच अधिक राजकारण झाले. २०१५ साली प्रख्यात विधिज्ञ राम जेठमलानी यांनी लेखकाला एक मुलाखत दिली. त्यात ते म्हणाले होते की, दाऊद इब्राहीमने त्यांना लंडनहून फोन केला होता आणि काही ठरावीक अटीशर्तीच्या मोबदल्यात त्याची पोलिसांना शरण यायची तयारी होती. परंतु ही ऑफर शरद पवार यांनी धुडकावून लावली असे त्यांचे म्हणणे होते. पवारांच्या राजकीय विरोधकांनी याचेही मोठे भांडवल केले. दाऊद इब्राहीमला भारतात आणण्याची मोठी संधी आपण यामुळे गमावली असा आरोप विरोधकांनी केला.[११] जेठमलानी यांचा कॉल आला होता हे पवारांनी मान्य केले परंतु एका गुन्हेगाराच्या मागण्या मान्य करून आपण तसे वागणे योग्य नव्हे असे पवारांनी स्पष्ट केले. किंबहुना, त्यांच्या आत्मचरित्रामध्ये देखील पवारांनी स्पष्ट केले आहे की, गुप्तहेर खात्याने एक टेलिफोन टॅप केलेला होता. त्यामध्ये पाकिस्तानचा लष्करी अधिकारी मुंबईतील त्याच्या एका माणसाला सांगतो आहे की पवारांना ठार मारायला हवे कारण त्यांच्यामुळे मार्च १९९३च्या बॉम्बस्फोटानंतरसुद्धा दंगल होऊ शकली नाही.[१२]

राजकारणाचे गुन्हेगारीकरण केल्याबद्दल देखील पवार हे वादाच्या भोवऱ्यात अडकले होते. त्यांनी अनेक गुन्हेगारांना राजकीय प्रवाहात आणले असा त्यांच्यावर आक्षेप घेण्यात आला. प्रामुख्याने हितेंद्र ठाकूर आणि पप्पू कलानी यांना महत्त्वाच्या जागांवर तिकिटे दिल्याने त्यांच्यावर हे आक्षेप ठळक झाले. त्यांच्यावर गंभीर स्वरूपाचे गुन्हे नोंदवण्यात आले होते आणि त्यामुळे संबधित मतदारसंघामध्ये भीतीचे वातावरण निर्माण झाले. पवारांनी त्यांच्यासाठी निवडणुकीच्या काळात प्रचारदेखील केला परंतु आपले हात मात्र कशातही अडकणार नाहीत याची दक्षता घेऊन ते म्हणाले, पक्षाच्या स्थानिक मागणीनुसार आणि सूचनेनुसार तिकीट वाटप केले जाते आणि राज्यस्तरीय प्रचार मोहिमेचा भाग म्हणून आपण हा प्रचार केला असल्याचे त्यांनी स्पष्ट केले.[१३] भ्रष्टाचारी मंत्र्यांची आणि अधिकाऱ्यांची पाठराखण केल्याबद्दल गांधीवादी नेते अण्णा हजारे यांनीही पवारांवर टीका केली. राज्यातील राजकारणाचे गुन्हेगारीकरण होत असल्याचा त्यांच्या टीकेचा प्रमुख रोख होता तसेच लोकशाही निवडणूक प्रक्रियेमध्ये अंडरवर्ल्डमधील

---

11. राम जेठमलानी यांची लेखकाने घेतलेली मुलाखत

12. Pawar, Sharad (2015), On My Terms: From the Grassroots to the Corridors of Power, Speaking Tiger Publishing Pvt. Ltd., New Delhi.

13. Ibid

शक्तींना प्रवेश मिळण्याची सुविधा उपलब्ध करून दिल्याचा आक्षेपही त्यांच्यावर घेण्यात आला. परंतु कोणत्याही न्यायालयात यातील एकही आक्षेप सिद्ध करता आला नाही ही मात्र वस्तुस्थिती होती.(१४) पुण्याजवळ हिल सिटी हे स्वप्न साकारण्यासाठी लवासा हे हिलस्टेशन उभारण्यासाठी पवारांनी घेतलेला पुढाकार देखील वादाच्या भोवऱ्यात अडकला. १९८० मध्ये पवार युकेमध्ये गेले होते त्यावेळी तेथील लेक डिस्ट्रीक्टमधील अनुपम सौंदर्याने त्यांना भुरळ घातली. असेच एखादे पर्यटकांना आकर्षित करणारे हिल स्टेशन महाराष्ट्रातही साकारावे असे स्वप्न पवारांनी पाहिले. भारतातील बहुतांश थंड हवेची ठिकाणे ही प्रामुख्याने स्वातंत्र्यपूर्व काळामध्ये ब्रिटिशांनी साकारलेली होती. त्यामुळे अशा अनेक जागा आहेत जिथे नव्याने हिलस्टेशन उभी राहू शकतात. त्यामुळे पुण्याहून ४० किलोमीटर अंतरावर असलेल्या वरसगाव या ठिकाणी नवे हिलस्टेशन उभारले जाऊ शकते का याचा अभ्यास करण्यासाठी त्यांनी आदेश दिले. वरसगावच्या जवळच असलेल्या जागेमध्ये लवासा हे ठिकाण विकसित करण्याचे निश्चित झाले. हे उभारण्याची जबाबदारी एखाद्या खासगी कंपनीला द्यायचे निश्चित झाले. तो अर्थातच पवारांचा मित्र होता. त्यामुळे पुन्हा एकदा गंभीर आरोपांच्या फैरी सुरू झाल्या. ज्येष्ठ समाजसेवक अण्णा हजारे, मेधा पाटकर हे या सगळ्यात उतरले आणि चुकीच्या गोष्टींसाठी आदिवासींच्या जमिनीवर अतिक्रमण केले जात असल्याची भूमिका घेऊन तिथे लवासाविरोधी आंदोलन उभे राहिले. या प्रकल्पामध्ये पवारांना आर्थिक लाभाची अपेक्षा असल्याने हा प्रकल्प त्यांच्या मित्राला दिला असल्याचेही आरोप पवारांवर झाले. लवासातील एक इंचसुद्धा जागा आपल्या मालकीची नसल्याचे सांगून पवार त्या वादातून सुखरूप निसटले. (१५)

एन्रॉन प्रकल्प हा देखील पवारांच्या राजकीय कारकिर्दीतील एक महत्त्वाचा वादग्रस्त टप्पा होता. मुख्यमंत्रिपदावर असताना पवारांनी महाराष्ट्रातील वीजनिर्मितीसाठी गॅस आयात करण्याचे ठरवले. हा प्रकल्प खासगी तत्त्वावर द्यायचे निश्चित झाले होते. एन्रॉन कॉर्पोरेशन ऑफ युएसएने हा लिलाव जिंकला. कोकण किनारपट्टीवरील रत्नागिरी जिल्ह्यातील दाभोळ येथील जागा प्रकल्पासाठी निश्चित करण्यात

---

14. 'Anna Hazare's anti-Pawar stance, a 20-yr campaign', Hindustan Times, 7 April 2011.

15. Pawar, Sharad (2015), On My Terms: From the Grassroots to the Corridors of Power, Speaking Tiger Publishing Pvt. Ltd., New Delhi.

आली होती. एन्रॉनशी बोलणी सुरू असतानाच पवारांना दिल्लीहून बोलावणे आले आणि त्यांना केंद्रात संरक्षण मंत्रिपद देण्यात आले. त्यांच्यानंतर मुख्यमंत्री म्हणून सुधाकर राव नाईक यांच्याकडे जबाबदारी सोपवण्यात आली. त्यांनी एन्रॉनच्या रिबेका मार्क यांच्यासमवेत करार केला आणि त्यावर स्वाक्षऱ्या केल्या. परंतु त्यामुळे एक मोठे राजकीय वादळ उठले. भारतीय भूमीवर एक विदेशी कंपनी येत असल्याच्या विरोधात शिवसेना आणि भाजपने रान उठवले. राष्ट्रीय सुरक्षिततेलाच हा धोका असल्याची भूमिका त्यांनी घेतली. पवारांनी या प्रकरणी भ्रष्टाचार केले असल्याचे गंभीर आरोपही यावेळी विरोधकांनी केले.

१९९५च्या विधानसभा निवडणुका डोळ्यांसमोर ठेवून शिवसेना-भाजपने हा राजकीय मुद्दा बनवून तो पेटवत ठेवला. जर आम्ही सत्तेत आलो तर या एन्रॉनला आम्ही अरबी समुद्रात फेकून देऊ अशी घोषणाही त्यांनी केली. जेव्हा १९९५ मध्ये मनोहर जोशी मुख्यमंत्री बनले तेव्हा त्यांनी पहिला महत्त्वाचा निर्णय घेतला तो म्हणजे एन्रॉन प्रकल्प रद्द करण्यात आला.

शिवसेनेला धक्का

१९९१ मध्ये शरद पवार यांनी छगन भुजबळ यांच्या मदतीने शिवसेनेवर एक डाव टाकला. भुजबळ हे एक साधे भाजी विक्रेता होते. शिवसेनेच्या स्थापनेपासून जे सदस्य बाळासाहेब ठाकरेंसोबत होते त्यांच्यात भुजबळांचा समावेश होता. शिवसेनेचा शाखा प्रमुख म्हणून त्यांनी आपल्या राजकीय कारकिर्दीची सुरुवात केली. ते एक आक्रमक शिवसेना नेते आणि बाळासाहेब ठाकरे यांचे अतिशय विश्वासू सहकारी म्हणून गणले जात असत. शिवसेनेच्या तिकिटावर आमदार झालेल्या पहिल्यावहिल्या लोकांमध्ये भुजबळांचा समावेश होता. जेव्हा शिवसेनेने मुंबई महापालिकेवर भगवा फडकावला तेव्हा बाळासाहेब ठाकरे यांनी त्यांना १९८५ मध्ये मुंबईचे महापौर म्हणून नियुक्त केले. परंतु ठाकरे आणि भुजबळांचे संबंध १९९१ मध्ये मात्र बिघडले. विधानसभेमध्ये विरोधी पक्षनेते म्हणून माजी मुख्यमंत्री मनोहर जोशी यांची नियुक्ती करण्यात आली तेव्हा ते वादाला निमित्त ठरले.[१६]

ठाकरे आणि भुजबळ यांच्या मतभेदांवर शरद पवार बाहेरून बारीक लक्ष ठेवून होते. काँग्रेसचे कट्टर विरोधक असलेल्या शिवसेनेला धक्का देण्याची ही नामी संधी चालून आलेली आहे हे ते जाणून होते. त्यांनी भुजबळांना काँग्रेसमध्ये

16. 'When Sharad Pawar split Sena', Free Press Journal, 11 November, 2019.

येण्याचे आवाहन केले. १९९१ च्या डिसेंबर महिन्यात खरोखरच भुजबळांनी आपल्या समर्थकांसह शिवसेना सोडली. अर्थातच, शिवसेनेचे यात मोठे नुकसान होते. कारण भुजबळ हे पक्षातील एक आघाडीचे नेते होते. त्यांचा प्रभाव केवळ मुंबईतच नव्हता तर नाशिक आणि आसपासच्या भागांत देखील होता. मागासवर्गीय समाजामध्ये त्यांचा चांगला दबदबा आणि संपर्क होता. भुजबळांच्या या कृत्याने रागावलेल्या ठाकरे यांनी भुजबळांचे नाव 'लखोबा' ठेवले. मराठीतील एका गाजलेल्या नाटकातील सतत फसवणूक करणाऱ्या पात्राचे हे नाव होते. नंतर शिवसेनेच्या कार्यकर्त्यांनी त्यांच्या घरावरही हल्ला केला परंतु ते तिथून सुखरूप निसटले. शिवसेना सोडल्यानंतर भुजबळ यांना विरोधी पक्षनेते बनवण्यात आले. त्यांनी रमेश किणी आत्महत्या प्रकरण बाहेर काढून शिवसेनेला लक्ष्य करण्यास सुरुवात केली.[१७] किणी यांच्या पत्नीने आरोप केला की, 'त्यांच्या भाड्याने घेतलेल्या घरामध्ये त्यांना त्या घराचे मालक सातत्याने मानसिक दबाव टाकत असत आणि त्यांना राज ठाकरे यांचा पाठिंबा होता. ती जागा आम्ही रिकामी करावी आणि सोडून दुसरीकडे निघून जावे म्हणून हे सगळे प्रयत्न सुरू होते.' १९९९च्या ऑक्टोबरमध्ये जेव्हा काँग्रेस-राष्ट्रवादी आघाडीचे सरकार आले तेव्हा शरद पवार यांनी छगन भुजबळ यांना महाराष्ट्राचे उपमुख्यमंत्री आणि गृहमंत्री बनवले. त्यानंतर भुजबळ यांनी बाळासाहेब ठाकरे यांना अटक करण्याचे धाडस दाखवले. १९९२-९३ च्या बॉम्बस्फोटानंतर शिवसेनेचे मुखपत्र असलेल्या 'सामना'मधून समाज विघातक लेखन केल्याचा आरोप त्यांच्यावर ठेवण्यात आला होता.[१८]

वाजपेयी सरकार कोसळले..

दिनांक १ एप्रिल १९९९ मध्ये अटल बिहारी वाजपेयी यांच्या नेतृत्वाखाली एनडीए आघाडीने स्थापन केलेले सरकार लोकसभेत विश्वासदर्शक ठराव जिंकू न शकल्याने पडले होते. ऑल इंडिया अण्णा द्रविड मुन्नेत्र कळघम (एआयएडीएमके) यांनी सरकारचा पाठिंबा काढून घेतला होता. त्यामुळे वाजपेयी सरकारला विश्वासदर्शक ठरावाला सामोरे जावे लागले होते. अवघ्या एका मताने वाजपेयी हा विश्वासदर्शक ठराव हारले होते. आपल्या चरित्रामध्ये शरद पवार यांनी या विषयी लिहिले आहे. ते म्हणतात, विश्वासदर्शक ठरावात मते देण्यापूर्वी त्यांनी बहुजन समाज पार्टी

---

17. 'Sheela Kini: A forgotten voice', rediff.com, 6 February 2014.
18. 'Chhagan Bhujbal: The man who got Thackeray arrested', Hindustan Times, 15 March, 2016.

(बीएसपी)च्या अध्यक्षा मायावती यांना बाजूला नेले आणि विश्वासदर्शक ठरावाच्या विरोधात मतदान करण्यासाठी त्यांचे मन वळवले. वाजपेयी सरकार पडले तर उत्तरप्रदेशात त्यांच्या पक्षाच्या ते हिताचे ठरेल असे पवारांनी मायावती यांना समजावले आणि मायावती यांना ते पटलेही. त्यामुळे त्यांच्यासह पाच आमदारांनी विरोधात मत दिले आणि त्यामुळे वाजपेयी सरकार कोसळले.[१९]

काँग्रेसमध्ये फूट, राष्ट्रवादीची स्थापना

१९९९च्या लोकसभा निवडणुका होण्यापूर्वी काँग्रेस पक्षाध्यक्षा सोनिया गांधी यांनी काँग्रेस कार्यकारी मंडळाची (सीडब्ल्यूसी) एक बैठक घेतली आणि आपला जन्म भारताबाहेरील असण्याच्या मुद्द्याने पक्षाचे काही नुकसान होते असे तुम्हाला वाटते का, अशी थेट विचारणा केली. काँग्रेस पक्षाशी कटिबद्ध असणाऱ्या बहुतेकांनी सांगितले की भारतीय वंशाचे नसणे हा काही मुद्दा असू शकत नाही कारण भारतीय लोकांनी त्यांना भारतीय नागरिक म्हणून स्वीकारलेले आहे. मात्र शरद पवार, पी. ए. संगमा आणि तारीक अन्वर या तीन नेत्यांना मात्र हे मान्य नव्हते. ते म्हणाले, हा मुद्दा विरोधकांकडून सातत्याने उचलला जाणार आहे आणि त्यामुळे त्यासाठी काँग्रेस तयार राहायला हवे. निवडणुकीच्या काळामध्ये सोनिया गांधी यांच्या परदेशी मूळ असल्याचा मुद्दा उचलला जाणार नाही अशा भ्रमात राहणं ही चूक ठरू शकेल असं पवार यांनी आग्रहाने सांगितलं. सोनिया गांधी यांनी त्या तिघांचेही म्हणणे नीट लक्षात घेतले आणि काँग्रेसच्या पक्षाध्यक्षपदाचा राजीनामा दिला. परंतु पवारांच्या विरोधकांनी त्यांच्या विरोधात दिल्ली येथे आठवड्याभरापासून निदर्शने सुरू केली.[२०] त्यानंतर या तिघांनी सोनिया गांधी यांना एक चार पानांचे विस्तृत पत्र लिहिले त्यामध्ये त्यांनी स्पष्टपणे म्हटले की, "९८० दशलक्ष लोकसंख्या असणाऱ्या देशामध्ये, जिथे शिक्षणाची संपत्ती, स्पर्धात्मकता आणि क्षमता आहे तिथे भारतीय सोडून अन्य कोणतीही व्यक्ती स्वीकारली जाणे अवघड आहे. भारतीय मातीत जन्मलेला व्यक्तीच या देशाचे नेतृत्व करू शकेल."[२१]

त्यांनी त्यांना पत्राद्वारे आवाहन केले की त्यांनी राज्यघटनेमध्ये सुधारणा

19. Pawar, Sharad (2015), On My Terms: From the Grassroots to the Corridors of Power, Speaking Tiger Publishing Pvt. Ltd., New Delhi.
20. Ibid.
21. Ibid.

करण्यासाठी ठराव मांडावा आणि त्याद्वारे राष्ट्रपती, उपराष्ट्रपती आणि पंतप्रधान यांच्या कार्यालयातील प्रत्येक व्यक्ती ही केवळ भारतीय वंशाचीच असायला हवी अशी सुधारणा करण्याची मागणी केली. जर काँग्रेसनेच अशी मागणी केली तर विरोधक ज्या मुद्द्याचे भांडवल करू पाहत आहेत त्यातील हवाच निघून जाईल अशी पुस्तीही त्यांनी या पत्रात जोडली. परंतु त्यांच्या पत्राने आगीत तेल घालण्याचेच काम केले. अखिल भारतीय काँग्रेस कमिटीची तातडीने एक बैठक बोलावण्यात आली आणि त्यामध्ये या तिघांनाही पक्षातून निलंबित करण्याचा आदेश देण्यात आला.

अर्थात पवारांवर ही निलंबनाची कारवाई होण्यापूर्वीच अनेक अशा घटना घडल्या होत्या ज्यामुळे पवारांचे सोनिया गांधींशी असणारे संबंध कटू झालेले होते. गंमत म्हणजे शरद पवार स्वतः ए. के. अँटोनी आणि गुलाम नबी आझाद यांच्यासह सोनिया गांधी यांच्याकडे गेले होते आणि १९९८ मध्ये सिताराम केसरी यांच्या जागी सोनिया गांधींनी पक्षाची धुरा सांभाळावी म्हणून त्यांची मनधरणी केली होती. काँग्रेसमधील समविचारी लोकांचा गट मात्र या सगळ्यामुळे स्वतःला असुरक्षित मानू लागला होता. पवारांच्या भूतकाळातील कारनाम्यांविषयी सातत्याने तो सोनिया गांधींचे कान भरण्याचे काम करीत होता. पवारांनी इंदिरा गांधींना कसा धोका दिला आणि महाराष्ट्रातील आघाडी सरकारचा पाठिंबा कसा काढून घेतला व स्वतः १९७८ मध्ये मुख्यमंत्रिपदावर कसे विराजमान झाले हे सांगायला सुरुवात केली. त्याचप्रमाणे सोनिया गांधी यांचे पती राजीव गांधी यांच्यासमवेतसुद्धा पवारांचे संबंध फारसे चांगले नव्हते असेच सोनिया गांधींना सांगण्यात आले होते. याचा परिणाम व्हायचा तोच झाला. थोड्याच दिवसांत सोनिया गांधींच्या नजरेमध्ये पवारांविषयीची प्रतिमा बदलली. पक्षावर निष्ठा नसणारे आणि अविश्वासू नेते म्हणून त्या पवारांकडे पाहू लागल्या. त्यामुळे पवारांनी घेतलेल्या अनेक निर्णयांना त्या विरोध करू लागल्या. लोकसभेमध्ये पक्षनेते म्हणून पवारांनी विविध संसदीय मंडळांवर नेमणूक करावयाच्या लोकांची एक यादी लोकसभा अध्यक्षांकडे सादर केली. परंतु सोनिया गांधी यांनी मात्र ती यादी रद्द करावी अशी मागणी केली. वस्तुतः ही यादी सादर करण्यापूर्वी पवारांनी त्या नावांची चर्चा सोनिया गांधींसमवेत केलेली होती.

काँग्रेसने अशा रीतीने निलंबनाची कारवाई केल्यानंतर पवारांनी स्वतःचाच पक्ष स्थापन करण्याचे ठरवले. त्यानुसार, १० जून १९९९ रोजी त्यांनी राष्ट्रवादी काँग्रेस पक्ष या नावाने स्वतःचा पक्ष स्थापन केला. संगमा आणि अन्वर यांच्या बरोबरीने विविध राज्यातील अनेक काँग्रेस नेतेही त्यांना येऊन मिळाले. महाराष्ट्रात छगन भुजबळ आणि आर. आर. पाटील हे पक्षाचे संस्थापक सदस्य बनले.

फिरणारे चाक हे पक्ष चिन्ह मिळावे अशी त्यांनी निवडणूक आयोगाकडे विनंती केली. परंतु ते चिन्ह दुसऱ्या पक्षाला यापूर्वीच दिलेले असल्याने त्यांच्या पक्षासाठी घड्याळ हे चिन्ह स्वीकारले. या चिन्हातील घड्याळ दहा वाजून दहा मिनिटांची वेळ दाखवणारे होते. हे पवारांना अधिक सूचक आणि योग्य वाटले कारण पक्षाच्या स्थापनेची बैठक त्याचवेळी मुंबईतील षण्मुखानंद हॉलमध्ये सुरू झालेली होती. हा योगायोग चांगला होता.[२२] मात्र त्याच वर्षी पवारांनी कॉंग्रेससमवेत आघाडी करून महाराष्ट्रामध्ये सरकार स्थापन केले. 'परदेशी जन्म' असल्याचा मुद्दा हा राष्ट्रीय राजकारणासाठी सुसंगत आहे परंतु राज्याच्या राजकारणाशी त्याचा काहीही संबंध नाही. मी त्यावेळी पवारांच्या या पत्रकार परिषदेत बातमीदार म्हणून उपस्थित होतो. शरद पवार यांनी हेच २००४च्या निवडणुकीच्या वेळीसुद्धा सांगितले. तेव्हाही त्यांच्या पक्षाने कॉंग्रेसच्या पुढाकाराने स्थापन झालेल्या युनायटेड प्रोग्रेसिव्ह अलायन्स (युपीए)मध्ये भाग घेतला होता. त्यावेळी केंद्राच्या निवडणुकीत युपीए एकत्र लढली होती आणि त्यानंतर पवार हे कृषी मंत्री झाले होते. २०१४ मध्ये जोवर भाजपप्रणित एनडीएचे सरकार आले नाही तोवर दोन टर्म पवार यांनी कृषीमंत्री म्हणून काम पाहिले.

कॅन्सर! अवघ्या सहा महिन्यांची डेडलाईन!

२००४ मध्ये राजकीय पंडीत पवारांविषयी चर्चा करीत लिहित होते त्याचवेळी त्यांना तोंडाचा कॅन्सर झाल्याची बातमी येऊन धडकली. त्याच वर्षी होत असलेल्या लोकसभा निवडणुकीशीही त्यांच्या आजारपणाचा संबंध जोडला गेला. पवारांना त्यांच्या तंबाखू खाण्याच्या सवयीमुळे कॅन्सर झाला. अगदी तरुणपणापासूनच त्यांना ती सवय लागलेली होती. हॉस्पिटलमधील एका तरुण डॉक्टरने त्यांना सांगितले की त्यांच्या हातात आता केवळ सहा महिने शिल्लक राहिलेले आहेत. परंतु पवारांनी ते गंमतीने घेतले आणि ते त्याला म्हणाले, 'मी त्यावरही मात करेन.'' त्यांच्यावर यशस्वी शस्त्रक्रिया करण्यात आली परंतु त्यांचे सगळे दात मात्र काढून टाकावे लागले आणि त्यामुळे त्यांना बोलताना, तोंड उघडताना त्रास होऊ लागला. त्यांना खाताना, बोलताना तोंड पूर्ण उघडता येईनासे झाले. परंतु त्यांच्या आरोग्याच्या या स्थितीचा त्यांच्या तल्लख आणि कणखर राजकारणी या प्रतिमेला जराही धक्का बसू शकला नाही. आपल्या पन्नास वर्षांच्या प्रदीर्घ अशा राजकीय कारकिर्दीतून त्यांनी ही प्रतिमा साकारलेली होती. डॉक्टरांनी त्यांना रुग्णालयातून बाहेर पडायची परवानगी देताच ते पुन्हा मैदानात उतरले. त्यांनी

22. Ibid

राजकीय बैठकांना मार्गदर्शन सुरू केले. धोरणात्मक निर्णय घेण्यास सुरुवात केली आणि पक्षाच्या उमेदवारांसमवेत बैठका सुरू झाल्या, असे त्यांची कन्या सुप्रिया सुळे यांनी सांगितले. या निवडणुका झाल्यानंतर पवारांनी काँग्रेसशी हातमिळवणी करून केंद्रात सरकार स्थापन केले आणि त्यांच्या गळ्यात कृषीमंत्रिपदाची माळ पडली. ते दिल्लीतील कृषीभवन येथे दररोज सकाळी पोहोचत असत आणि दुपारी ३ वाजेपर्यंत काम करीत असत. दिवसभरातील ही कामे उरकल्यानंतर ते अपोलो हॉस्पिटल येथे किमोथेरपीच्या सेशनसाठी जात असत. पवारांच्याच शब्दांत सांगायचे तर, ''किमोथेरपीची सेशन्स वेदनादायी होती परंतु मी कधीही त्या कारणासाठी ऑफिसला गेलो नाही असे झाले नाही. दररोजच्या फायलींचा रोजच्या रोज निपटारा आणि बैठका घेणे माझ्या रुटीनचा भाग होता. त्यात कसलाही खंड येऊ न देता मी ते करीत राहिलो. जेव्हा माझी शारीरिक स्थिती योग्य झाली तेव्हा मी लोकांनाही भेटायला सुरुवात केली.''(२३)

अनाकलनीय पवार

२०१४ साली पुन्हा एकदा पवारांच्या अनाकलनीय अशा स्वभावाचा प्रत्यय आला. त्यावर्षी विधानसभेच्या निवडणुका भाजप व शिवसेना यांनी स्वतंत्रपणे लढल्या. त्या निवडणुकीच्या निकालानंतर भाजप हा १२२ जागा जिंकणारा सर्वांत मोठा पक्ष ठरला. अर्थात बहुमत सिद्ध करण्यासाठी त्यांना अगदी मोजक्या जागा (१४५ जागा) आवश्यक होत्या. अशा अडचणीच्या वेळी भाजपच्या मदतीला शरद पवार धावून आले आणि राष्ट्रवादी त्यांना पाठिंबा देईल असे जाहीर केले. त्यामुळे पवारांच्या मदतीने भाजपने अल्पमतातील सरकार स्थापन केले आणि त्यानंतर महिन्याभराने ६३ जागांसह शिवसेनेने पाठिंबा दिला आणि तेही सरकारमध्ये सहभागी झाले. यात सर्वांना आश्चर्य याचेच वाटले की न मागता पवारांनी स्वतःहून भाजपला पाठिंबा जाहीर केला. भाजप राष्ट्रवादीचा पाठिंबा घेण्याच्या विचारात असल्याबद्दल कुठेही काहीही बातमी नसताना किंवा भाजप नेत्यांसमवेत कोणतीही बैठक झालेली नसताना त्यांनी हे असे जाहीर का केले आणि हा पाठिंबा जाहीर करताना त्यांच्या मनात नक्की काय होते हे कुणालाही कळू शकले नाही. मात्र अनेकांच्या मते त्यांच्या प्रदीर्घ आणि बहुतांश यशस्वी अशा राजकीय कारकिर्दीत त्यांनी केलेल्या ज्या काही मोजक्या चुका आहेत त्यातील ही एक आहे. ज्या भाजपचे सरकार पवारांच्या पाठिंब्याने टिकून राहिले होते तोच राष्ट्रवादी पक्ष संपवण्यासाठी भाजपने नंतर कंबर कसली होती.

---

23. Ibid.

विरोधक म्हणून भाजप

भाजपचे २०१४ मधील सरकार जरी पवारांनी वाचवलेले असले आणि त्यामुळे शिवसेना भाजपसमवेत येईपर्यंत मुख्यमंत्री म्हणून देवेंद्र फडणवीसांची खुर्ची सुरक्षित राहिली असली तरीही त्याच भाजपने पुढच्या पाच वर्षांत राष्ट्रवादी पक्षच नामशेष करण्यासाठी पावले उचलली. भाजपचे सर्वांत मोठे लक्ष्य हे राष्ट्रवादी होते. राष्ट्रवादीतील अनेक प्रभावी नेते, आमदार, माजी मंत्री आणि कार्यालयीन कर्मचारी हे २०१९च्या लोकसभा आणि विधानसभा निवडणुका जाहीर होण्यापूर्वीपासूनच भाजपच्या संपर्कात होते. काँग्रेस सोडताना अनेक नेत्यांनी पवारांना साथ देऊन काँग्रेस सोडली होती आणि राष्ट्रवादीच्या स्थापनेपासून ते सोबत होते. त्यामध्ये विजयसिंह मोहिते पाटील, पद्मसिंह पाटील, मधुकर पिचड यांचा समावेश होता. त्या लोकांनी पवारांची मात्र साथ सोडली आणि ते सगळे भाजपच्या गोटात सामील झाले. नवी मुंबईतील महत्त्वाचे नेते गणेश नाईक यांनीही राष्ट्रवादीची साथ सोडली आणि ते भाजपमध्ये गेले. छत्रपती शिवाजी महाराजांचे वंशज असलेले उदयनराजे भोसले हे साताऱ्यातून राष्ट्रवादीच्या तिकीटावर आमदार बनलेले होते त्यांनीही भाजपचा रस्ता धरला. ज्या पद्धतीने हे सगळे नेते पक्ष सोडून चालले होते त्यामुळे राजकीय वर्तुळातील चर्चांना उधाण आले होते. आता राष्ट्रवादी हा पक्ष शरद पवार आणि त्यांच्या कुटुंबीयांपुरताच उरणार अशीही चर्चा सुरू झालेली होती. आता हा पक्ष अस्तित्वासाठी झगडताना दिसत होता.[२४] ज्याप्रमाणे राष्ट्रवादी पक्षात फूट पाडून त्यातील मोहरे गळाला लावण्याचे काम केले जात होते, त्याचप्रमाणे राष्ट्रवादी संपवण्याच्या मोहिमेचा भाग म्हणून त्यांच्या विरोधात विविध प्रकारच्या एजन्सीच्या माध्यमातून विविध गुन्ह्यांची प्रकरणेही उकरून काढली जाऊ लागली होती. राष्ट्रवादीचे एक प्रमुख नेते असलेले छगन भुजबळ आणि त्यांचा पुतण्या समीर यांच्यावर एन्फोर्समेंट डायरोक्टरेटने (इडीने) अवैधरीत्या पैशांची अफरातफर केल्याचा ठपका ठेवण्यात आला आणि त्यांना अटक करण्यात आली. यातून राष्ट्रवादी आणखी खिळखिळी करण्याचा प्रयत्न करण्यात आला.[२५] शरद पवारांचे पुतणे अजित पवार

24. ‘Mass defections send NCP into a tizzy’, India Today, 30 July, 2019.

25. ‘ED arrests Chhagan Bhujbal in money laundering case’, The Hindu, 14 March, 2016

यांनाही सिंचन घोटाळा प्रकरणी भ्रष्टाचारविरोधी पथकाकडून गुन्ह्यांच्या चौकशीला सामोरे जावे लागत होते.[२६] राष्ट्रवादीचे वरिष्ठ नेते आणि माजी मंत्री प्रफुल्ल पटेल यांनाही अगदी विधानसभेच्या अगोदर इडीने नोटीस काढलेली होती. दाऊद इब्राहिमचा हस्तक असलेल्या इक्बाल मिर्ची या गँगस्टरसमवेत त्यांच्या कंपनीने अवैधरीत्या मालमत्तेचा व्यवहार केल्याचा त्यांच्यावर गंभीर आरोप ठेवण्यात आलेला होता.[२७] आपल्या राजकीय विरोधकांना लक्ष्य करण्यासाठी आणि घाबरवण्यासाठी भाजपच्या वतीने सेंट्रल ब्युरो ऑफ इन्व्हेस्टिगेशन (सीबीआय) आणि इडी या एजन्सीचा गैरवापर केला जात असल्याचा आरोप राष्ट्रवादीच्या नेत्यांनी केला. दिनांक २४ सप्टेंबर रोजी पवारांना ही परिस्थिती बदलण्याची एक नामी संधी मिळाली. महाराष्ट्र सहकारी बँकेतील घोटाळ्याप्रकरणी त्यांचे पुतणे अजित पवार यांची चौकशी केली जात होती. दुसऱ्याच दिवशी शरद पवार यांनी पत्रकार परिषद बोलावली आणि ते म्हणाले, "मी स्वतःच २७ सप्टेंबर रोजी दुपारी दोन वाजता इडीच्या ऑफिसमध्ये हजर होणार आहे. कारण महाराष्ट्रातील निवडणुका आता जाहीर झालेल्या आहेत आणि कदाचित प्रचार मोहीमेच्या काळात मी महाराष्ट्रात विविध ठिकाणी प्रवास करीत असेन. त्यामुळे जेव्हा इडीला माझ्याशी संपर्क साधावयाचा असेल तेव्हा मी उपलब्ध नाही असे होऊ नये म्हणून मी स्वतःच त्यांच्याकडे जाणार आहे.[२८] त्याच पत्रकारपरिषदेमध्ये त्यांनी भाजप सरकारवर टीका केली. ते म्हणाले, "ज्यावेळी उमेदवारी अर्ज दाखल होत आहेत नेमक्या त्याच वेळी हे सगळे सुरू झालेले आहे. त्यामुळे ही वेळसुद्धा तितकीच महत्त्वाची आहे हे आपण लक्षात घ्यायला हवे. माझा राज्यघटनेवर पूर्ण विश्वास आहे आणि महाराष्ट्राच्या इतिहासाने आम्हाला शिकवलेले आहे की काहीही झाले तरी दिल्लीसमोर झुकायचे नाही.'[२९] शरद पवारांच्या या घोषणेने मुंबई पोलीसही हादरले. राजकीय वर्तुळातील अंदाजानुसार, दक्षिण मुंबईतील बॅलार्ड इस्टेट येथील इडीच्या ऑफिसमध्ये पवारांची भेट हा एक मोठाच कार्यक्रम करायचे राष्ट्रवादीने

---

26. 'How will irrigation woes affect drought hit state?', Hindustan Times, 28 September, 2019.
27. 'ED uncovers aòeged links between Praful Patel's firm and Dawood aide', 15 October, 2019.
28. 'Sharad Pawar turns tables on ED', The Hindu Business Line, 28 September, 2019.
29. Ibid.

ठरवून टाकलेले होते. त्यामुळे पवार राष्ट्रवादीच्या कार्यालयात येताच महाराष्ट्राच्या विविध भागांतून कार्यकर्ते मुंबईत जमण्यास सुरुवात झालेली होती. सकाळपासूनच पक्षाच्या कार्यालयात कार्यकर्त्यांची गर्दी होऊ लागली होती. पक्षाचे कार्यालय इडीच्या ऑफिसपासून अवघ्या दोनशे मीटरच्या अंतरावर होते. जमलेले कार्यकर्ते भाजपच्या विरोधात घोषणाबाजी करीत होते. इडीच्या ऑफिसच्या सर्व परिसरात मोठा पोलिस बंदोबस्त वाढवण्यात आलेला होता. कायदा आणि सुव्यवस्थेचा गंभीर प्रश्न निर्माण होऊ शकतो हे लक्षात घेऊन मुंबईचे पोलीसआयुक्त संजय बर्वे यांनी शरद पवार यांची सिल्व्हर ओक या निवासस्थानी जाऊन भेट घेतली आणि त्यांनी इडी ऑफिसला जाऊ नये अशी विनंती केली. दरम्यान, इडी ऑफिसमधूनही निरोप आला की पवारांची उपस्थिती आवश्यक नाही. बर्वे यांनी पुष्कळ समजूत काढल्यानंतर पवारांनी मान्य केले आणि त्यांनी इडीला भेट देण्यास जाण्याचा विचार रद्द केला. पवार इडीच्या ऑफिसला गेले नाहीत तरी त्यांना जे काही साध्य करायचे होते ते साध्य झालेले होते. सर्व राष्ट्रीय आणि प्रादेशिक वाहिन्यांनी इतर सगळ्या बातम्या सोडून दिल्या आणि त्या सगळ्यांचे लक्ष पवार काय करतात इकडे लागले. भाजपकडून आपल्याला जाणीवपूर्वक लक्ष्य केले जात आहे आणि इन्व्हेस्टीगेटींग एजन्सीचा दुरूपयोग करून त्यांचा त्यासाठी वापर केला जात आहे हेच पवारांना दाखवून द्यायचे होते. पोलीस आयुक्त संजय बर्वे हे पवारांच्या घरातून निघून गेल्यानंतर पवारांनी पत्रकारांशी संवाद साधला. त्यांना इडीच्या ऑफिसला भेट देण्यातून सहानुभूती मिळवायची होती हे लक्षात आले. ते म्हणाले, ''निवडणुका होण्यापूर्वी विरोधकांना बदनाम करण्याचे षडयंत्र कसे रचले जाते याचे हे प्रकरण म्हणजे उत्तम उदाहरण आहे. परंतु इडीचा वापर करून आमच्या सारख्या नेत्यांवर दबाव टाकल्याने काहीही साध्य होणार नाही.''(३०) पवारांना आम्ही तुमच्या सोबत आहोत असा आधार देणारे संदेश भाजप सोडून अन्य पक्षांकडून प्राप्त झाले मात्र या सगळ्या प्रकरणावर शिवसेनेने जो प्रतिसाद दिला तो पाहिल्यानंतर सगळ्यांचेच लक्ष तिकडे वेधले गेले. पवारांची पाठराखण करताना संजय राऊत म्हणाले, ''पवारांवर लावलेले आरोप लोकांना खरे वाटत नाहीत. त्यांचा पवारांवर विश्वास आहे. त्यांच्याविरोधात कोणताही पुरावा नाही. पवारांचे नाव यामध्ये गोवल्याने निवडणुकीपूर्वी राष्ट्रवादीला उर्जितावस्था देण्याचे काम मात्र संबंधित एजन्सीनी केलेले आहे. राष्ट्रवादीच्या

---

30. 'Sharad Pawar drops plan to visit ED office', The Economic Times, 27 September, 2019.

कार्यकर्त्यांची मरगळ दूर होऊन त्यांच्यात नवी चेतना यातून निर्माण होईल.''(३१)

प्रत्यक्ष परिणाम

जेव्हा निवडणुकांचा प्रचार सुरू झाला तेव्हा नरेंद्र मोदी, अमित शहा आणि देवेंद्र फडणवीस या भाजप नेत्यांनी त्यांच्या निवडणूक प्रचारांतील भाषणांमध्ये प्रामुख्याने पवारांनाच लक्ष्य करण्यास सुरुवात केली. दुसऱ्या बाजूला, पवारांच्या प्रचारसभांनाही चांगली गर्दी होऊ लागली होती. त्यांनी भाजपकडून विरोधकांना नामोहरम करण्यासाठी सीबीआय, इडीचा कसा वापर केला जातो याविषयी परखडपणे बोलायला सुरुवात केली. साताऱ्यामध्ये भर पावसात झालेली पवारांची सभा ही खऱ्या अर्थाने 'गेम चेंजर' ठरली! विधानसभेच्या निवडणुकांबरोबरच साताऱ्यातील रिक्त झालेल्या खासदारकीच्या जागेसाठी निवडणूक होणार होती. छत्रपती शिवाजी महाराजांचे वंशज आणि राष्ट्रवादीचे साताऱ्याचे प्रस्थापित आमदार उदयनराजे भोसले हे राष्ट्रवादी सोडून भाजपच्या तिकिटावर खासदारकीसाठी उभे राहिलेले होते. राष्ट्रवादीने त्यांच्या विरोधात श्रीनिवास पाटील यांना उमेदवारी दिलेली होती.

निवडणूक प्रचाराच्या अखेरच्या दिवशी १९ ऑक्टोबर रोजी शरद पवार हे सातारा येथे श्रीनिवास पाटील यांच्या प्रचारसभेसाठी पोहोचले. महाराष्ट्रात लांबलेल्या मॉन्सूनमुळे ऐन भाषणाच्या वेळी जोरदार पाऊस आला. सुमारे ५० हजार लोक त्या सभेला उपस्थित होते. उघड्यावरील मैदानात ही सभा असल्याने सगळे लोक भिजत होते. लोकांनी पावसापासून वाचण्यासाठी मैदानातील खुर्च्या डोक्यावर घेतलेल्या होत्या. आश्चर्य म्हणजे, पवारांनी त्या भर पावसातही त्यांचे भाषण थांबवले नाही. त्या मुसळधार पावसाची पर्वा न करता ते समोर भिजत उभ्या असलेल्या लोकांशी संवाद साधत राहिले. काही राष्ट्रवादीच्या कार्यकर्त्यांनी हा क्षण मोबाईलमध्ये टिपला. त्याचा व्हिडिओ रेकॉर्ड केला. पावसात चिंब भिजलेले पवार स्टेजवरून म्हणत होते, "२१ ऑक्टोबरच्या निवडणुकीसाठी या पावसाने राष्ट्रवादीला जणू आशीर्वादच दिलेला आहे. या पावसाच्या आशीर्वादामुळेच महाराष्ट्रात चमत्कार घडून येईल." काही वेळातच पवारांचा तो भर पावसात उभे राहून भाषण करीत असल्याचा व्हिडीओ महाराष्ट्रभर व्हायरल झाला. त्याद्वारे एक

---

31. https://economictimes.indiatimes.com/news/politics-and-nation/edcase-against-sharad-pawar-has-galvanised-ncp-ahead-of-polls-shivsena-leader-sanjay-raut/articleshow/71335252.cms?from=mdr

भावनिक संदेशही पोहोचवण्यात आला. वयोवृद्ध असलेले पवार त्यांच्या पक्षासाठी जो संघर्ष करीत आहेत तो या व्हिडीओतून दिसल्यानंतर अनेकांच्या हृदयाला भिडला. सामान्य माणसांचा नेता आणि तितकाच कणखर नेता अशी एक त्यांची प्रतिमा या व्हिडीओच्या माध्यमातून जनमानसामध्ये निर्माण होण्यास हातभार लागला.[३२] संरक्षणमंत्री असतानाच्या अनुभवावरून, व्हिज्युअल्सचा लोकांच्या मनावर किती प्रभाव निर्माण होतो हे पवार जाणून होते. भारताचे संरक्षण मंत्री म्हणून काम करताना त्यांच्या पूर्वाश्रमींनी केलेल्या नव्हत्या अशा अनेक नव्या गोष्टी त्यांनी सुरू केल्या होत्या. जगातील सर्वांत उंच युद्धभूमी असलेल्या सियाचीनला जाऊन प्रत्यक्ष भेट देणारे ते पहिले संरक्षण मंत्री होते. त्यांच्या या अशा प्रयत्नांनी त्यांनी आपल्या सुरक्षादलांमध्ये ऐक्य भावना वृद्धिंगत केली आणि आपले कर्तव्य बजावत असताना संरक्षण दलातील स्त्री-पुरुषांना कोणत्या अडचणींचा व आव्हानांचा सामना करावा लागतो याची जाण असणारा राजकारणी अशी स्वतःची प्रतिमा निर्माण करण्यात ते यशस्वी ठरले होते. आपले संरक्षणमंत्री हे स्वतः सैनिकांपर्यंत जातात, त्यांच्या जवळ जाऊन त्यांच्या अडचणी आणि आव्हाने समजून घेतात तेव्हा त्यातून निश्चितपणे सैनिकांचे मनोधैर्य उंचावेल हे पवार नेमकेपणाने जाणून होते. संरक्षणदलाच्या अधिकाऱ्यांशी चर्चा करतानाच्या त्यांच्या प्रतिमा माध्यमांपर्यंत योग्य रीतीने पोहोचतील याची व्यवस्थाही त्यांनी केलेली होती.[३३] एका नौदल गोताखोराने लेखकाला सांगितलेली ही आठवण आहे. १९९१ मध्ये पवारांनी 'जॅकस्टे' करण्याचे ठरवले होते. यामध्ये दोन जहाजे भर समुद्रात असताना माणसे आणि गरजेचे सामान एका जहाजावरून दुसरीकडे नेले जाते. धोकादायक ठरू शकेल असा हा प्रयोग असतो. दोन जहाजांच्या मध्ये जोडलेल्या दोरीला लटकून पलीकडे जावे लागते. संरक्षणमंत्री असताना पवारांनी हे धाडस स्वतः करून पाहायचे ठरवले होते. पवार प्रत्यक्षात येण्यापूर्वी कोणतीही दुर्घटना होऊ नये म्हणून रशियन बनावटीच्या एका युद्धनौकेवर त्याचा अनेकदा सराव करण्यात आला. गोताखोर आणि त्याच्या सहकाऱ्यांना कोणत्याही आपत्कालीन परिस्थितीसाठी अलर्ट राहायला सांगण्यात आलेले होते. पवार सुरुवातीला घाबरल्यासारखे वाटत होते परंतु त्यांनी हा सगळा प्रयत्न यशस्वीरीत्या पूर्ण करून दाखवला. दुसऱ्या दिवशी सर्व वृत्तपत्रांमध्ये दोन जहाजांच्या

---

32. 'Sharad Pawar's rain soaked speech drowns Shivaji descendant in his own backyard', The Indian Express, 25 October 2019.
33. Ravindranath, P.K. (1992), Sharad Pawar: The Making of a Modern Maratha, UBS Publishers Distributors Ltd., Noida.

मध्ये दोरीला धरून असणाऱ्या पवारांचे छायाचित्र प्रसिद्ध झाले होते.[३४]

निद्रिस्त होत चाललेल्या पक्षाला उर्जितावस्था

शरद पवारांच्या प्रयत्नांनी पक्षाला नवी उर्जितावस्था दिली. हा पक्ष रसातळाला जात असल्याचे निवडणुकीच्या पूर्वी म्हटले जात होते. प्रत्यक्षात मात्र जेव्हा निवडणुकीचे निकाल जाहीर झाले तेव्हा राष्ट्रवादी हा तिसऱ्या क्रमांकाचा मोठा पक्ष ठरला. राष्ट्रवादीने विधानसभेच्या निवडणुकीत ५४ जागा जिंकल्या. २०१४ मध्ये राष्ट्रवादीला केवळ ४१ जागांसह चौथ्या जागेवर समाधान मानावे लागले होते. त्यापेक्षा ही कामगिरी उंचावल्याचे दिसून येत होते. काँग्रेसला मात्र ४४ जागा मिळाल्या. (२०१४च्या तुलनेत केवळ दोन जागा अधिक मिळाल्या.) अर्थात त्यांच्या जागांमधील वाढीमध्येही पवारांचे योगदान होतेच कारण हे दोन्ही पक्ष आघाडी करून एकत्र लढत होते. अर्थात आकड्यांवरून एक गोष्ट स्पष्ट होत होती की २०१४च्या तुलनेत दोन्ही पक्षांची कामगिरी सुधारलेली असली तरीही ते मिळून सरकार स्थापन करू शकणार नव्हते. शरद पवारांसाठी मात्र हे आकडे एक वेगळीच कहाणी सांगत होते. भाजपची कामगिरी १२२ जागांवरून (२०१४ साली जिंकलेल्या जागा) १०५ जागांवर (२०१९ साली) घसरली होती. या सगळ्याचा विचार करून निवडणूक निकालावर प्रतिक्रिया देताना पवार म्हणाले, "या निवडणूक निकालांनी हे दाखवून दिले आहे की ज्या लोकांना सत्तेची नशा चढते त्यांना लोक धडा शिकवतात. सत्ता येते आणि जाते परंतु लोकांना तुमचे पाय जमिनीवरच असलेले हवे असतात. परंतु तुम्ही त्याच्या विरुद्धच वागू लागलात तर लोकही तुम्हाला धडा शिकवल्याखेरीज राहत नाहीत. लोकांच्या प्रश्नांकडे पाहण्याची या शासनाची प्रवृत्ती लोकांना आवडलेली नव्हती."[३५]

देवेंद्र फडणवीस यांच्या उद्धटपणावर थेट भाष्य करत बसण्यापेक्षा पवारांच्या डोक्यात बरेच काही सुरू होते. देवेंद्र फडणवीस यांना सत्तेच्या खुर्चीतून खाली उतरवण्याची ब्ल्यू प्रिंट पवारांच्या डोक्यात एव्हाना पक्की झालेली होती.

फडणवीस-ठाकरे वाद :

पवारांनी निवडणूक प्रचाराच्या दरम्यान पक्षाला नवी ऊर्जा दिली. परंतु ते शांतपणाने भाजप व शिवसेना दोन्ही पक्षांच्या वागण्याकडे बारकाईने लक्ष ठेवून

34. नौदल अधिकाऱ्याची लेखकाने घेतलेली मुलाखत

35. https://indianexpress.com/elections/pushed-to-the-wall-sharad-pawar-spearheads-ncp-resurgence-6086914/

होते. महाराष्ट्रात सरकार म्हणून हे दोन्ही पक्ष एकत्र असले तरीही त्यांच्यातील परस्परसंबंध हे फार काही सौहार्दाचे नव्हते. त्यांच्यातील अनेक मतभेदाचे मुद्दे शिवसेनेचे मुखपत्र असलेल्या 'सामना'मधून वेळोवेळी व्यक्त होत असत. अथवा नेतेही परस्परांविषयी वादग्रस्त विधाने करीत असत. त्यामुळे दोन्ही पक्षांच्या नेत्यांची भाषा पाहिल्यानंतर निवडणुकीचे निकाल जाहीर झाल्यानंतर हे दोन्ही पक्ष मुख्यमंत्रिपदासाठी भांडू लागतील असा अंदाज पवारांना पूर्वीच आलेला होता. त्यातून नेमके निकालही असे काही लागले की भाजप शिवसेनेच्या पाठिंब्याशिवाय सरकार स्थापनच करू शकणार नव्हती. त्यामुळे ही परिस्थिती आणखी चिघळवण्याची एक अनोखी संधी पवारांकडे चालून आलेली होती. त्यामुळेच राष्ट्रवादीचे प्रवक्ते नवाब मलिक यांनी एबीपी न्यूजशी बोलताना सांगितले, ''जर शिवसेनेची इच्छा असेल तर ते राष्ट्रवादी आणि काँग्रेस समवेत सरकार स्थापन करू शकतात. राजकारणात काहीही शक्य असते. सगळे पर्याय खुले असतात...'' तिकडे मतमोजणी सुरू असताना हे बोलणे म्हणजे पवारांच्या मेगा प्लॅनचा भाग होता. (कृपया संदर्भासाठी पहिले प्रकरण पाहा.)

पडद्यामागे बरेच काही राजकारण सुरू झालेले होते. अर्थात लोकांसमोर पवारांनी हेच चित्र ठेवले की आम्हाला लोकांनी विरोधक म्हणून बसण्याचा कौल दिलेला आहे. पण उद्धव ठाकरेंना त्यांनी आश्वासन दिले की, एका शिवसैनिकाला मुख्यमंत्रिपदाच्या खुर्चीवर बसवण्यासाठी आपण मदत करू आणि शिवसेनेला काँग्रेसने पाठिंबा द्यावा म्हणून त्यांचे मन वळवू. पवारांच्या या शब्दांवर विश्वास ठेवूनच उद्धव ठाकरे यांनी भाजपच्या त्यांना संपर्क करण्याच्या प्रयत्नांना प्रतिसाद देणे बंद करून टाकले होते. त्यामुळेच त्या भरवशावर नरेंद्र मोदींच्या मंत्रीमंडळात असलेल्या शिवसेनेच्या खासदार अरविंद सावंत यांना राजीनामा देऊन परत बोलावले होते. निवडणूक निकालानंतर तिसऱ्या क्रमांकाच्या पक्षाचे प्रमुख असतानाही पवार या सगळ्यात 'किंगमेकर' ठरलेले होते. कारण आता ठाकरेही ते म्हणतील त्याचप्रमाणे सारे काही करीत होते. ठाकरेंना मुख्यमंत्रिपदात रस होता आणि पवारांना त्यांच्या पक्षाला नवी उर्जितावस्था देण्यासाठी पुन्हा सत्तेत आणायचे होते. त्यामुळे ही दोघांसाठी समसमान संधी होती. अर्थात, त्यासाठी दोन्ही बाजुंनी काही गोष्टींचा त्याग करावा लागणार होता आणि काही गोष्टींबाबत जुळवून घ्यावे लागणार होते.

पवारांचा आणखी एक धक्का!

दिनांक १२ नोव्हेंबर रोजी पवारांनी पुन्हा एकदा त्यांच्या सगळ्या आघाडीच्या

नेत्यांची वाय. बी. सेंटर येथे सकाळी १० वाजता बैठक बोलावली. सरकार स्थापन करण्याबाबत राज्यपालांना रात्री ८ वाजेपर्यंत राष्ट्रवादीला त्यांचा प्रतिसाद कळवायचा होता. सर्वांना अपेक्षा अशी होती की राष्ट्रवादी सत्तास्थापनेचा दावा करेल आणि शिवसेना व कॉंग्रेसला सोबत घेऊन सरकार स्थापन करेल. त्यामुळे पत्रकार बाहेर थांबलेलेच होते. या बैठकीत काय ठरते हे जाणून घेण्यास उत्सुक होते. परंतु दुपारी ३ वाजण्याच्या सुमारास जी माहिती समोर आली त्याने सगळेच चकीत झाले. दिल्लीतील राजकीय बातमीदारांनी सांगितले, की कोणताही पक्ष घटनेनुसार सरकार स्थापन करू शकत नाही असा अहवाल महाराष्ट्राचे राज्यपाल भगतसिंह कोश्यारी यांनी दिला. त्यामुळे घटनेच्या ३५६ कलमानुसार राज्यामध्ये राष्ट्रपती राजवट लागू करावी अशी सूचना त्यांनी केली. अवघ्या काही मिनिटांतच भगतसिंह कोश्यारी यांच्या ट्वीटर हॅंडलवरून ही बातमी खरी असल्याचे स्पष्ट झाले. त्यानंतर, पंतप्रधान मोदी यांनी आपल्या कॅबिनेटची एक बैठक आपल्या निवासस्थानी बोलावली. त्यांनी राज्यपालांची सूचना मान्य केली आणि त्यानंतर ते ब्रिक्स परिषदेत सहभागी होण्यासाठी ब्राझिलला निघून गेले. राष्ट्रपती रामनाथ कोविंद यांनी महाराष्ट्रात राष्ट्रपती राजवट लागू होत असल्याचे पत्र दिले. विधीमंडळ स्थापना अधांतरीच राहिली.

दरम्यान, मुंबईतील पत्रकारांना हे स्पष्ट झाले की, राष्ट्रवादीनेही राज्यपालांना पत्र पाठवून इतक्या अल्पमुदतीत सरकार स्थापन करणे शक्य नाही अशी असमर्थता व्यक्त केलेली आहे. दिल्लीतून राष्ट्रपती राजवट लागू झाल्याची बातमी प्रसारित होईपर्यंत मुंबईतील पत्रकारांपासून ही बातमी दडवून ठेवण्यात आली होती. हा पवारांनी दिलेला आणखी एक धक्का होता. त्यामुळे पवार खरोखरच शिवसेना आणि कॉंग्रेससमवेत सत्ता स्थापन करण्याबाबत गंभीर आहेत की नाही यावरच प्रश्नचिन्ह उपस्थित केले जाऊ लागले. अर्थात, राजकीय जाणकारांच्या मते मात्र पवारांनी ही विचारपूर्वक खेळलेली खेळी होती. संपूर्णतः भिन्न विचारधारा असणाऱ्या शिवसेना आणि कॉंग्रेस या दोन पक्षांना एकत्र आणायचे तर त्यासाठी वेळ देणे गरजेचे होते आणि तितक्याच संयमाचीही आवश्यकता होती. सर्वसंमत होतील असे काही मुद्दे निश्चित करणे आवश्यक होते. त्याचप्रमाणे मंत्रिपदांचे वाटप, पदांचे वाटप आणि विधानसभा अध्यक्ष कोण असेल आदी मुद्देही निश्चित होणे आवश्यक होते. अवघ्या काही तासांमध्ये हे सगळे ठरणे शक्य नव्हते. त्यामुळे पवारांनी ठरवले की, व्यावहारिक विचार करणेच योग्य राहील. त्यामुळे राष्ट्रपती राजवट लागू होत असेल तर होऊ दे. तेवढ्या कालावधीत तीनही पक्षांना समान पातळीवर येऊन विचार करता येईल आणि सरकार स्थापनेबाबत विचार करता येईल. जेव्हा तिघेही एकमतावर येतील

तेव्हा ते मिळून राज्यपालांकडे जाऊ शकतील आणि त्यानंतर राष्ट्रपती राजवटदेखील संपुष्टात आणता येईल.

राष्ट्रपती राजवट लागल्यानंतर दुसऱ्या दिवशी, दिनांक १३ नोव्हेंबर रोजी भाजपचे अध्यक्ष आणि केंद्रिय गृहमंत्री अमित शहा यांनी मौन सोडले. तोपर्यंत भाजप शिवसेनेच्या विरोधात कडवट बोलणे टाळत होते परंतु जेव्हा शिवसेना आपल्यासमवेत सरकार स्थापन करण्यास इच्छुक नाही आणि त्याउलट राष्ट्रवादी व काँग्रेस समवेत सरकार स्थापन करण्याकडे त्यांचा कल आहे हे स्पष्ट झाले तेव्हा भाजपने शिवसेनेवर टीकेची तोफ डागण्यास सुरुवात केली. एएनआय या न्यूज एजन्सीला दिलेल्या मुलाखतीत ते म्हणाले, ''जे बंद दरवाज्याच्या आड घडले ते लोकांसमोर जगजाहीर करणे हे आमच्या पक्षाच्या संस्कृतीत बसणारे नाही. सार्वजनिक जीवनामध्ये काही पथ्ये पाळावीच लागतात. निवडणूक प्रचाराच्या काळामध्ये मी स्वतः किमान शंभरदा, पंतप्रधान नरेंद्र मोदीसुद्धा अनेकदा आणि खुद्द देवेंद्र फडणवीससुद्धा वारंवार बोललो होतो की सत्तेत आल्यानंतर फडणवीस हेच मुख्यमंत्रिपदाचे दावेदार असतील. त्यावेळी कुणीही त्याला आक्षेप घेतला नाही. आता मात्र नवी बंधने समोर आणली जात आहेत. जर त्यांना वाटत असेल की असे वागून आपण लोकांची सहानुभूती मिळवू तर मला सांगावे लागेल की त्यांना या देशातील लोक समजलेच नाहीत.[३६] राष्ट्रपती राजवट लागू केल्याबद्दल भाजपवर जी टीका होत होती त्याबद्दल शहा म्हणाले, ''राष्ट्रपती राजवट लागू करण्यात नुकसान भाजपचेच आहे. कारण आमचे काळजीवाहू सरकारसुद्धा आता गेले आहे.''

आता सरकार स्थापन होण्याबाबत साऱ्या गोष्टी काँग्रेसच्या भूमिकेवर अवलंबून होत्या. १८ नोव्हेंबर रोजी पवार दिल्लीला गेले आणि त्यांनी काँग्रेस अध्यक्षा सोनिया गांधी यांची भेट घेतली.[३७] त्यांनी पंधरा मिनिटांमध्ये महाराष्ट्राच्या राजकीय परिस्थितीची कल्पना दिली. शिवसेनेच्या नेतृत्वाखाली स्थापन होणाऱ्या सरकारला काँग्रेस आणि राष्ट्रवादीने पाठिंबा द्यावा असा प्रस्तावही त्यांनी सोनिया गांधींसमोर ठेवला. अर्थात, सोनिया गांधी मात्र अशा आघाडीबाबत फारशा

---

36. https://www.theweek.in/news/india/2019/11/13/maharashtra-crisisamit-shah-breaks-silence-calls-senas-demands-unacceptable.html

37. https://www.thehindubusinessline.com/news/national/sharadpawar-meets-sonia-gandhi-to-discuss-government-formation-inmaharashtra/article30007270.ece

उत्साही नव्हत्या. ज्या पक्षाचे राजकारण हेच द्वेषावर आधारित आहे, त्यांचा इतिहास हा धार्मिक व प्रादेशिक हिंसेवर आधारित आहे, काँग्रेस नेत्यांचे अवमान करण्यातच ते पुढे असतात अशा पक्षाला पाठिंबा देऊन त्याचे समर्थन आम्ही पक्षामध्ये कसे करायचे असा प्रश्न त्यांनी उपस्थित केला. अशा आघाडीचा पक्षावर दीर्घकालीन परिणाम काय होईल याची चिंता त्यांनी व्यक्त केली. काँग्रेस पक्षाची सर्वसमावेशक आणि धर्मनिरपेक्ष अशी प्रतिमा आहे त्यालाही धक्का बसेल अशीही भीती त्यांना वाटत होती. काँग्रेसशी जोडलेल्या अन्य पक्षांची त्यावर काय प्रतिक्रिया असेल आणि अशा आघाडीचा महाराष्ट्राबाहेर विपरित परिणाम होईल अशी भीती त्यांना वाटत होती.

सोनिया गांधींचे मतपरिवर्तन

शरद पवार यांनी त्यांचे म्हणणे शांतपणे ऐकून घेतले आणि नंतर भूतकाळातील काही घटनांचे संदर्भ देत त्यांचे मतपरिवर्तन करण्याचा प्रयत्न केला. दोन्ही पक्षांमध्ये अनेकानेक मतभेद असले तरीही अनेक प्रसंगांमध्ये शिवसेनेने काँग्रेसला मदत केली होती त्याची आठवण पवारांनी करून दिली.

त्यांच्या सासूबाई इंदिरा गांधी यांनी जेव्हा देशावर आणीबाणी लावली होती त्यावेळी त्याला पाठिंबा सर्वप्रथम शिवसेनाप्रमुख बाळासाहेब ठाकरे यांनी दिला होता. १९७७च्या लोकसभा निवडणुकांमध्येही शिवसेनेने काँग्रेसला पाठिंबा दिला होता. त्याचप्रमाणे राष्ट्रपती पदाचे उमेदवार म्हणून प्रथम प्रतिभाताई पाटील आणि नंतर प्रणव मुखर्जी यांना पाठिंबा देण्यासाठी आपण शिवसेनेचे मन वळवले होते याचीही आठवण पवारांनी सोनिया गांधींना करून दिली. त्यामुळे भाजपप्रणित एनडीएचा भाग असतानाही शिवसेनेने त्यांना मत दिले होते.[३८] सोनिया गांधी यांना ते सारे पटल्यासारखे वाटले खरे परंतु त्यावेळी त्यांनी काहीही शब्द दिला नाही. आपल्या पक्षातील वरिष्ठ नेत्यांशी या प्रस्तावाबाबत आपण चर्चा करू असे त्यांनी पवारांना सांगितले. जेव्हा पवार त्यांच्या घरातून बाहेर पडले तेव्हा त्यांच्या चेहऱ्यावर स्मितहास्य होते. कदाचित त्यांना वाटले होते की आपल्या शब्दांची जादू काम करीत आहे. सोनिया गांधी आणि शरद पवार यांच्यामध्ये पुढेही काही बैठका झाल्या मात्र त्यांचा तपशील माध्यमांना कळू दिला नाही. या गुप्त बैठकांमध्ये पक्षांचे वरिष्ठ नेते अहमद पटेल, मल्लिकार्जुन खर्गे, के. सी. वेणुगोपाल, अशोक चव्हाण, पृथ्वीराज चव्हाण, बाळासाहेब

---

38. 'एबीपी माझा'वर शरद पवार यांची राजीव खांडेकर यांनी घेतलेली मुलाखत. २ डिसेंबर, २०१९

थोरात, नसीम खान आदी उपस्थित होते. राष्ट्रवादीकडून अजित पवार आणि प्रफुल पटेल उपस्थित होते.

एका बैठकीमध्ये सोनिया गांधी यांनी सर्वांचे स्वागत केले आणि त्यानंतर आपल्या स्वीय सचिवाला सांगून बैठकीस उपस्थित असलेल्या सर्वांना काही कागद दिले. त्यामध्ये नव्या आघाडीचा प्रस्ताव होता. त्यामध्ये धर्मनिरपेक्षता आणि इतर संविधानिक मूल्यांच्या जपणुकीचा आग्रह होता. सर्वांचे वाचून झाल्यानंतर त्या म्हणाल्या, ''शिवसेनेला हे जर मान्य असेल तर आपण पुढे जाण्याचा विचार करूयात. अन्यथा आमच्याबाजूने हा विषय संपलेला असेल.'' शरद पवार यांनी त्यानंतर उद्धव ठाकरे यांना फोन केला आणि त्या प्रस्तावाची कल्पना दिली आणि त्यातील अपेक्षाही सांगितल्या. ठाकरे यांनी तो प्रस्ताव स्वीकारण्याची इच्छा प्रदर्शित केली. सोनिया गांधी यांनी पुढच्या मुद्द्यावर बोट ठेवले. प्रस्तावित आघाडीच्या नावाला त्यांचा आक्षेप होता. या आघाडीचे नाव 'महाशिवआघाडी' असावे असे प्रस्तावित केले होते.

त्यातून 'शिव' हा शब्द वगळला जावा. सोनिया गांधींची ही अपेक्षासुद्धा ठाकरे यांना कळवण्यात आली आणि ठाकरे त्यालाही तत्क्षणी तयार झाले. त्यानुसार या आघाडीचे नाव महा विकास आघाडी (एमव्हीए) असे निश्चित झाले.

त्यानंतर सोनिया गांधींनी पवार यांना विचारले, ''मुख्यमंत्री कोण असेल? या आघाडीचा चेहरा कोण असणार?''

''उद्धव ठाकरे'' शरद पवारांनी काही क्षण विचार करून उत्तर दिले.

''उद्धव ठाकरेच मुख्यमंत्री असतील असे पाहा. अन्य कुठल्याही नावासोबत आम्ही जाणार नाही.'' असे सोनिया गांधी यांनी सांगितले.

सोनिया गांधींच्या निवासस्थानावरून पवार आणि इतर राष्ट्रवादीचे नेते निघाले तेव्हा त्यांनी राष्ट्रीय स्तरावरच्या तीन नेत्यांची आणि तितकेच राज्यस्तरीय नेते यांची मिळून एक समिती सोनिया गांधींनी स्थापन केली. त्यांनी मिळून या आघाडीचा किमान समान मुद्द्यांवर आधारित कार्यक्रम तयार करावा अशी जबाबदारी त्यांच्यावर सोपवली. पक्षाच्या निवडणूक जाहीरनाम्यातील सर्व महत्त्वाचे मुद्दे त्याचा भाग असतील हे त्यांनी आग्रहाने सुचवले.(३९)

---

39. 'एबीपी न्यूज'चे बातमीदार मृत्युंजय सिंग यांची ३० डिसेंबर, २०१९ रोजी लेखकाने घेतलेली मुलाखत

६

क्राईम रिपोर्टर ते शिवसेनेचे प्रवक्ते

शिवसेनेचे चिन्ह धनुष्य बाण हे आहे. रामायणातील रामाचे हे प्रमुख आयुध. महाराष्ट्राच्या राजकीय संदर्भात विचार करायचा झाला तर, संजय राऊत यांनी उद्धव ठाकरे यांच्यासाठी तेच केले आहे जे हनुमंताने रामासाठी केले. महाराष्ट्रातील या सगळ्या राजकीय गदारोळामध्ये संजय राऊत हे ठाकरेंचे संकटमोचक आहेत, त्यांचे संदेशवाहक आहेत आणि त्यांचे लढाऊ सैनिक आहेत हे सिद्ध झाले. किंबहुना, महाराष्ट्रातील हे सगळे राजकीय नाट्य घडत असताना सर्व राजकारण्यांमध्ये सर्वाधिक वेळा टीव्हीवर दिसणारा चेहरा राऊत यांचाच होता.

या पुस्तकाच्या निमित्ताने एबीपी न्यूजमधील जुने संदर्भ मी नजरेखालून घातले. प्रामुख्याने २५ ऑक्टोबर ते २२ नोव्हेंबर २०१९ या काळामध्ये क्वचितच एखादा दिवस असेल जेव्हा संजय राऊत यांनी कॅमेऱ्यासमोर ठरलेले एक वाक्य उच्चारले नसेल. ते वाक्य होते, 'सीएम तो शिवसेना का ही होगा.' (मुख्यमंत्री फक्त शिवसेनेचाच होईल.) शिवसेनेचे मुखपत्र असलेल्या 'सामना'चे कार्यकारी संपादक म्हणून राऊत यांच्याकडे जबाबदारी आहे तसेच ते राज्यसभेचे खासदारही आहेत. त्यांनी आजवर लोकसभा किंवा विधानसभेची प्रत्यक्ष निवडणूक कधीही लढवलेली नाही. परंतु तरीही पक्षाचे कार्याध्यक्ष उद्धव ठाकरे यांचा एक सर्वाधिक यशस्वी माणूस म्हणून त्यांच्याकडे पाहिले जाते. निवडणुकीचे निकाल जाहीर झाल्यानंतर २८ नोव्हेंबर २०१९ या शपथ घेण्याच्या दिवसापर्यंत उद्धव ठाकरे हे माध्यमांशी केवळ चार वेळा बोलले. त्यांच्यावतीने संजय राऊत यांनीच ती खिंड समर्थपणे लढवली. दररोज टीव्ही कॅमेऱ्यांना सामोरे जाण्याचे काम त्यांनीच केले. अनेकदा तर दिवसातून दोनदा किंवा तीनदा ते टीव्हीवर दिसत असत. हृदयविकाराचा त्रास झाल्याने त्यांना लिलावती हॉस्पिटलमध्ये तीन दिवसांसाठी भरतीही करावे लागले होते. तिथूनही त्यांनी ट्वीटरवरून संवाद साधणे सुरूच

ठेवलेले होते. मुंबईच्या उत्तरेकडील भांडुप या उपनगरात उच्च मध्यमवर्गीयांच्या परिसरात असलेल्या मैत्री बंगल्यात दररोज सकाळी ९ वाजता माध्यम प्रतिनिधींची गर्दी होत असे. हे साधारणतः पाच आठवडे सातत्याने सुरू होते. कारण याच ठिकाणी संजय राऊत राहतात. तिथूनच दररोज सकाळी ते माध्यम प्रतिनिधींशी संवाद साधत असत. त्यांच्या लिव्हिंग रूममध्ये कॅमेरे सज्ज केलेले असत आणि तिथूनच २५ किलोमीटर अंतरावर असलेल्या प्रभादेवीच्या त्यांच्या ऑफिसला जाण्यासाठी निघण्यापूर्वी ते माध्यमांशी बोलत असत. त्यांनी कधीही माध्यमांच्या प्रतिनिधींना आपल्या घरी बोलावलेले नव्हते परंतु सर्व वृत्तवाहिन्यांनी त्यांचा एक बातमीदार दररोज सकाळी त्यांच्या निवासस्थानी जाण्यासाठी नेमलेला होता. काहीवेळा ते कॅमेऱ्यासमोर बोलण्यास नकारही देत असत आणि बातमीदारांना जायलाही सांगत परंतु त्यांना बोलते करण्याची क्लृप्ती बातमीदारांना ठाऊक झालेली होती. ज्या दिवशी राऊत बोलण्यास फारसे उत्सुक नसतील अशावेळी ते अगदी कारमध्ये बसताना तो मुद्दाम त्यांना विचारत असे, "सर, मुख्यमंत्री नक्की कोण होणार?" हा प्रश्न नेमके काम करून जायचा आणि राऊत बोलू लागायचे. "अर्थातच मुख्यमंत्री हा शिवसेनेचाच होणार." त्यानंतर वृत्तवाहिन्यांच्या प्रतिनिधींना हवे असणारे बाईट्स मिळायचे. माध्यमांशी होणाऱ्या संवादाच्या वेळी ते भाजपवर आणि देवेंद्र फडणवीस यांच्यावर तोंडसुख घ्यायचे. काही वेळेला तर काही नव्या घडामोडी घडल्यानंतर दुपारी पुन्हा बातमीदार त्यांच्या ऑफिसमध्ये त्यांना भेटायला जायचे आणि त्यांचे मत जाणून घ्यायचा प्रयत्न करायचे. काही वेळा नाटकीपणाने अलिप्तता दाखवून पुन्हा ते त्यांना हवे ते सांगायचे.

संजय राऊत यांचा प्रवास शिवसेनेच्या बरोबरीनेच सुरू झाला. त्यांनी जुलै १९९२ मध्ये 'सामना' या पेपरमधून कार्यकारी संपादक म्हणून काम करण्यास सुरुवात केली. मुंबईतील आंबेडकर कॉलेजमधून कॉमर्सची पदवी घेतल्यानंतर त्यांनी 'नवशक्ती' आणि 'इंडियन एक्स्प्रेस' या वृत्तपत्रांत काही काळ काम केले. त्यानंतर त्यांना मराठी साप्ताहिक 'लोकप्रभा'मधून एक संधी चालून आली. तिथे त्यांना क्राईम रिपोर्टर म्हणून काम पाहायचे होते. मुंबईतून 'लोकप्रभा'साठी काम करीत असताना त्यांनी मुंबई अंडरवर्ल्ड विषयी भरपूर लेखन केले. त्यावेळी १९८०च्या दशकात मुंबईमध्ये संघटित गुन्हेगारी मोठ्या प्रमाणावर होती. दाऊद इब्राहीम, अमर नाईक, अरुण गवळी हे अंडरवर्ल्डमधील प्रमुख गँगस्टर होते आणि त्यांनी मुंबई हादरवून सोडली होती. त्यामुळे शूटआऊट आणि खून हे सातत्याने होत असत. बड्या उद्योजकांना मारण्याबरोबरच गिरणी मालक, चित्रपट निर्माते आणि बांधकाम व्यावसायिक यांनाही टार्गेट केले जात असे. या शहरावर वर्चस्व मिळवण्यासाठी या गँगमध्येही भांडणे होत असत. पोलिसांकडून या

गँगस्टरचे एन्काऊंटरही मोठ्या प्रमाणावर केले जात. अशा काळात संजय राऊत यांनी क्राईम बीट उत्तमरीतीने हाताळले आणि स्वतःच्या कामाचा एक वेगळा ठसा उमटवला. शहरातील सर्वोत्तम क्राईम रिपोर्टर म्हणून त्यांनी स्वतःचे स्थान निर्माण केले. दरम्यान, गुन्हेगारी विश्व कव्हर करीत असताना राऊत यांनी राजकारणावरदेखील लिहायला सुरुवात केली. त्यांची आक्रमक लेखनशैली आणि राजकारणाची असलेली समज यामुळे शिवसेनाप्रमुख बाळासाहेब ठाकरे यांच्या नजरेत ते भरले आणि त्यांनी राऊत यांना 'सामना'च्या कार्यकारी संपादक पदाची ऑफर दिली. त्यावेळी राऊत अवघे २९ वर्षांचे होते. अर्थात 'सामना'चे मुख्य संपादक हे शिवसेनाप्रमुख बाळासाहेब ठाकरे हे स्वतःच असले तरीही 'सामना'चे दैनंदिन सारे काम राऊत हेच पाहत असत. त्यांनी शिवसेनेची आक्रमक शैली 'सामना'तून प्रभावी पद्धतीने मांडली. कट्टर हिंदुत्वाची भूमिका मांडणारे वृत्तपत्र म्हणून जनमानसात प्रतिमा उभी करण्यात ते यशस्वी ठरले. 'सामना'च्या संपादकीय मधून व्यक्त होणारे विचार हे बाळासाहेब ठाकरे यांचे स्वतःचेच विचार आहेत असे मानले जाऊ लागले. बाळासाहेब ठाकरे यांनी जाहीर सभांत भाषणे देण्यासाठी जी शैली अंगीकारलेली होती नेमक्या त्याच शैलीत संपादकीय लिहिण्याचे कसब राऊत यांनी आत्मसात केलेले होते. शब्दांची चपखल निवड करताना बऱ्याचदा शिवराळ, समोरच्याला उसकवणारी आणि वादग्रस्त व बाळासाहेब ठाकरे यांच्या भाषणांचा प्रभाव असणारी होती.

लवकरच राऊत हे बाळासाहेब ठाकरे यांच्या अभिमानाची जागा बनले.[१] राऊत यांच्याच कारकिर्दीत 'सामना'मधून मुस्लिमविरोधी मजकूर प्रसारित केला जाऊ लागला. मुंबईत १९९२-९३मध्ये झालेल्या धार्मिक दंगलीनंतर चौकशीसाठी नेमलेल्या बी. एन. श्रीकृष्ण कमिशनने दिलेल्या अहवालानुसार हिंसक भाषा वापरून लोकांना उद्युक्त केल्याचा ठपका ठेवण्यात आला.[२] या कमिशनला असे लक्षात आले की 'सामना'तून प्रसिद्ध होणारे लेख आणि संपादकीय हे लोकांच्या धार्मिक भावना भडकवणारे आणि द्वेषाने भरलेले होते. या दंगलींमध्ये ९०० हून अधिक लोक मारले गेले होते आणि २००० हून अधिक जखमी झालेले होते. राऊत यांनी एकदा लिहिले, "जोपर्यंत मुस्लिमांचा वापर व्होट बँकसाठी केला जाईल तोपर्यंत त्यांना कोणतेही भविष्य राहणार नाही. त्यामुळेच

---

1. Purandare, Vaibhav (2013), Bal Thackeray and the rise of Shiv Sena, Roli Books, New Delhi.

2.https://frontline.thehindu.com/static/html/fl1517/15170200.html)

बाळासाहेबांची मागणी आहे की मुस्लिमांचा मतदानाचा अधिकार काढून घ्यायला हवा. हे सर्व लोक स्वतःला धर्मनिरपेक्ष म्हणवून घेतात त्यांचा चेहरा त्यानंतरच उघड होईल.[३]

त्यामुळे या वृत्तपत्राच्या विरोधात अनेक अब्रुनुकसानीच्या तक्रारी दाखल झालेल्या होत्या. त्यामध्ये राऊत यांच्या बरोबरीने ठाकरे यांनाही दोषी धरण्यात आले होते. आपल्या परखड लेखनातून राऊत यांनी अनेक जणांचे शत्रुत्व ओढवून घेतलेले होते. त्यामुळे मुंबई पोलिसांनी त्यांना सशस्त्र सुरक्षा दिलेली होती. सुमारे अर्धा डझन पोलिसांच्या संरक्षण कवचात त्यांना बाहेर पडावे लागत असे. १९९०च्या दशकात राऊत हे त्यांच्या मारुती ८०० मधून प्रवास करीत असत त्यानंतर पुढे त्यांनी मारुती जिप्सी घेतली आणि पोलीस संरक्षकांसमवेतच ते जात असत. त्या काळात मुंबईतील गँगवॉरनासुद्धा धार्मिक रंग आलेला होता. अंडरवर्ल्ड डॉन छोटा राजन हा स्वतःला हिंदू डॉन आणि देशभक्त म्हणवून घेत असे. मुंबईत १२ मार्च १९९३ साली झालेल्या बॉम्बस्फोटात जितके मृत्यू झाले त्यांना जबाबदार असणाऱ्या कैद्यांना ठार मारावे असा आदेश त्याने काढलेला होता. एका वेब पोर्टलला दिलेल्या मुलाखतीत छोटा राजन म्हणाला, की त्या लोकांना मारून मला हाच संदेश द्यायचा आहे की असे हल्ले पुन्हा कधीही खपवून घेतले जाणार नाहीत. राजन म्हणाला, त्याच्या हिटलिस्टवर या स्फोटांशी संबंधित असणारे साधारण ४० लोक आहेत. त्याची प्रतिक्रिया म्हणून राजनचा शत्रू असलेल्या छोटा शकीलच्या शूटर्सनी १९९२-९३ च्या दंगलीमध्ये ज्या लोकांनी मुस्लिमांना मारले होते त्यांना मारायला सुरुवात केली. त्यातील अनेक जण हे शिवसेनेचे सक्रिय कार्यकर्ते होते. मुंबईचे माजी पोलीस आयुक्त डी. सिवानंदन यांनी एन्काउंटरच्या माध्यमातून मुंबईतील अंडरवर्ल्ड गँग संपवण्यावर भर दिला. ते सहायक पोलीस आयुक्त असताना मुंबई पोलिसांनी २३८ गँगस्टरना गोळ्या घालून ठार केले. त्यावेळच्या आठवणी सांगताना ते म्हणतात, "त्या दिवसांत शूटआऊट्स ही नित्याची बाब बनली होती. किंबहुना ज्या दिवशी मी मुंबई क्राईम ब्रँचचा प्रमुख म्हणून २७ जून १९९८ रोजी सूत्रे हाती घेतली त्याच दिवशी दोघांना गोळ्या घालून ठार करण्याची घटना घडली होती.

त्यावेळी असे म्हटले गेले होते की ही अंडरवर्ल्डने दिलेली सलामी होती. मला आठवतंय की छोटा राजनने बॉम्बस्फोट घडवून ८ आरोपींना ठार केले

---

3. https://www.livemint.com/Politics/Hw74yLeg9OYX4xWmmvTgdL/Shiv-Sena-wants-Muslims-votingrights- to-be-revoked.html

होते. त्याच्या अशा कृत्यांतून तो स्वतःला देशभक्त आणि हिंदू डॉन भासवू पाहत होता. तो असे दावे करण्यासाठी टीव्हीवरसुद्धा येत असे. या आरोपींना ठार करून तो हिंदूवर उपकार करीत आहे असे भासवण्याचा त्याचा प्रयत्न होता. वास्तव मात्र वेगळेच होते. अंडरवर्ल्ड गँग या फक्त पैशांसाठी काम करतात. त्यामुळे आपण हिंदूंसाठी काम करीत आहोत हा त्याचा दावा फिल्मी होता. त्याचा कट्टर शत्रू असलेल्या छोटा शकीलनेही त्याच पद्धतीने मुस्लिमांचा संरक्षक असल्याचे भासवण्यासाठी शिवसैनिकांचे खून करण्यास सुरुवात केली होती.''[४] त्यावेळी क्राईम ब्रँचमध्ये असणाऱ्या एका अधिकाऱ्याने सांगितले की त्यावेळी संजय राऊतसुद्धा गँगच्या टार्गेटवर होते. हा धोका लक्षात घेऊनच 'सामना'च्या कार्यालयालासुद्धा सुरक्षा व्यवस्था देण्यात आली होती, त्यामुळे त्याला एखाद्या छावणीचे स्वरूप आलेले होते. ठाकरे कुटुंबीय राहत असलेल्या बांद्रा येथील मातोश्री बंगल्याला जितकी सुरक्षाव्यवस्था होती तितकीच 'सामना' कार्यालयातही होती. शिवसेनेशी जोडलेले राऊत यांच्यासारखे लोकही अंडरवर्ल्ड गँगच्या टार्गेटवर होते. नंतर तर या अंडरवर्ल्ड गँगनासुद्धा आपल्या बाजूने घेतल्याचे सांगितले जाऊ लागले. १९९५च्या सुमारास एका निवडणूक प्रचार रॅलीमध्ये विरोधकांना इशारा देताना बाळासाहेब ठाकरे म्हणाले, ''तुमच्याकडे दाऊद इब्राहीम असेल तर आमच्याकडे अरुण गवळी आहे.''[५]

जाहीर सभेमध्ये ज्या पद्धतीने हे बोलले गेले त्यातून शिवसेना आणि अरुण गवळी यांची गँग यांच्यातील संबंध लक्षात आले. १९९३च्या बॉम्बस्फोटाच्या मालिकेनंतर हिंदू विरोधी गँगस्टर ही दाऊद इब्राहीमची प्रतिमा तयार झाली होती आणि त्याच्यावर दहशतवादी असल्याचा शिक्का बसला. दाऊद इब्राहीम काँग्रेसचा माणूस असल्याचा आरोप केला जात होता. हा आरोप प्रामुख्याने महापालिकेचे अधिकारी जी. आर. खैरनार यांच्या आरोपांवरून केला जात होता. त्यांनी दाऊद इब्राहीमच्या बांधकामांवर जी कारवाई केली होती त्याच्या पार्श्वभूमीवर हे आरोप केले जात होते.[६] काँग्रेसच्या राजकारण्यांनी आपल्या अतिक्रमण विरोधी कारवाईला खीळ घालण्याचा प्रयत्न केला आहे असा त्यांचा आरोप होता.[७]

---

4. डी. सिवानंदन यांची लेखकाने घेतलेली मुलाखत
5. https://m.rediff.com/news/aug/13gawli.html
6. https://www.dnaindia.com/mumbai/comment-many-perceptionsabout-sharad-pawar-1532730
7. https:/ / timesofindia.indiatimes.com/G-R-Khairnar / articleshow/30881132.cms

या सगळ्या परिस्थितीच्या पार्श्वभूमीवर ठाकरे यांनी दाऊदचा शत्रू असलेल्या अरुण गवळी याला हिंदू डॉन म्हणून समोर आणले. परंतु हाच गवळी पुढे वर्षभरानंतर १९९६ मध्ये ठाकरेंचा विरोधक बनला. शिवसेना-भाजपने १९९५ मध्ये सरकार स्थापन केल्यानंतर गवळीला वाटले की आपली गँग चालवण्यासाठी आपल्याला मोकळा मार्ग मिळेल आणि त्याने त्या संधीचा फायदा घ्यायचे ठरवले. अनेक खून घडवून आणले. ज्यांनी खंडणी देण्यास नकार दिला होता अशा लोकांना आणि त्याच्या शत्रुंना संपवण्याचा प्रयत्न सुरू केला. त्यामुळे गवळीचे शत्रूही खवळून उठले आणि शहरामध्ये गँगवॉर सुरू झाले. या परिस्थितीला नियंत्रणात आणण्यासाठी सरकारने पोलिसांना कारवाईचे पूर्ण स्वातंत्र्य दिले. पोलिसांनी हे गँगवॉर सत्र थांबवण्यासाठी एनकाउंटरचे शस्त्र हाती घेतले. त्यामध्ये अनेक गँगमधील अनेक गँगस्टर्स मारले गेले. अर्थातच त्यामध्ये गवळीच्या गँगमधील लोकही सुटले नाहीत. शिवसेनाप्रमुख आपल्या पाठीशी आहेत त्यामुळे आपल्या गँगला धोका असणार नाही या त्याच्या समजुतीला धक्का बसला. परंतु जेव्हा गवळीच्या गँगमधील अनेक शूटर्स मारले गेले तेव्हा त्याने दोन प्रकारे हल्ला चढवण्याचे ठरवले. पहिले पाऊल म्हणजे त्याने स्वतःचाच एक राजकीय पक्ष सुरू केला. शिवसेनेला प्रतिआव्हान देण्यासाठी त्याने अखिल भारतीय सेना (एबीएस) सुरू केली. दुसऱ्या बाजूला त्याने शिवसेनेतील कार्यकर्त्यांच्या हत्यांचे सत्र सुरू केले. शिवसेनेचे एक प्रमुख नेते जयंत जाधव हे बाळासाहेब ठाकरे यांचे मानसपुत्र समजले जात असत. त्यांचा गवळी गँगने खून केला. दिनांक ३० एप्रिल १९९६ रोजी प्रभादेवी येथील सामना कार्यालयापासून अवघ्या काही पावलांवर जयंत जाधव यांना गोळ्या घालून ठार मारण्यात आले.[८] आता शिवसेनेच्या विरोधात दोन अंडरवर्ल्ड गँग होत्या. पहिली म्हणजे दाऊद इब्राहीम आणि दुसरी म्हणजे अरुण गवळी. महाराष्ट्रातील केवळ एक राजकीय पक्ष इथपासून ते कट्टर हिंदुत्ववादी संघटना ही शिवसेनेची प्रतिमा तयार करण्यामध्ये संजय राऊत यांची भूमिका फार महत्त्वाची होती. अधिकाधिक अमराठी लोकांपर्यंत पोहोचावे म्हणून आपण मराठीच्या बरोबरीने हिंदीतूनही 'सामना' पेपर काढायला हवा असे आग्रहाने सांगणाऱ्या मोजक्या लोकांमध्ये संजय राऊत हे एक होते. त्यामुळे 'दोपहर का सामना' हे हिंदी सायंदैनिक सुरू करण्यात आले. त्याचे कार्यकारी संपादक म्हणून संजय निरुपम यांना नेमण्यात आले. ते पुढे काँग्रेस पक्षात जाऊन मिळाले. पत्रकारितेची उत्तम कौशल्ये असण्याबरोबरच अतिशय

---

8. Rawal, Sheela (2015), Godfathers of Crime: Face to Face with India's Most Wanted, Hachette Books, Gurugram.

चांगली राजकीय गुणवत्ताही राऊतांमध्ये असल्याचे बाळासाहेब ठाकरे यांनी नेमकेपणाने हेरले होते. त्यामुळेच २००४ साली राऊत यांना राज्यसभेवर पाठवण्यात आले. २०१४ ते २०१९ या काळामध्ये शिवसेना एनडीएमध्ये होती आणि केंद्रात व राज्यात भाजपसमवेत सत्तेत होती. तरीही 'सामना'ची भूमिका मात्र सातत्याने विरोधी पक्षासारखीच असायची. त्यांच्या संपादकीयातून केवळ देवेंद्र फडणवीसांवरच नव्हे तर मोदी सरकारवरही टीका केली जायची. नोटबंदीचा निर्णय, जीएसटी, कोकणातील जैतापूर येथील अणू ऊर्जा प्रकल्प, रत्नागिरीतील पेट्रोकेमिकल रिफायनरी, बुलेट ट्रेन प्रकल्प, मेट्रो ट्रेन डेपोसाठी आरे जंगलातील झाडे तोडणे अशा अनेक मुद्द्यांवर कठोर टीका केली जात होती. वस्तुतः या सगळ्या निर्णयांमध्ये शिवसेना भाजपची भागीदार होती. 'सामना'तील काही संपादकीयमधून तर भाजपवर टीका करीत असताना शिवसेनेने काँग्रेस आणि राहुल गांधी यांचेही कौतुक केले होते.

"सामनातून जे दुटप्पी पद्धतीचे लेखन केले जायचे त्याचा भाजपबरोबर असणाऱ्या संबंधांवर परिणाम झाला नाही का?" असा प्रश्न लेखकाने मुख्यमंत्री देवेंद्र फडणवीस यांना २०१८ मध्ये विचारलेला होता. त्यांच्या सरकारला चार वर्षे पूर्ण झाल्याबद्दल त्यांची विशेष मुलाखत घेतली होती. त्यावेळी फडणवीस म्हणाले, "मी 'सामना' वाचत नाही. तरीही लोकांकडून मला त्यात काय लिहिले आहे ते समजते. अन्य कुठल्याही वृत्तपत्रांप्रमाणेच आम्ही 'सामना'कडे पाहतो. वृत्तपत्रे ही सरकारच्या कार्यपद्धतीवर टीका करण्यासाठी असतात. ते त्यांचे काम आहे. त्यांना लिहू द्या." त्यावेळी फडणवीस यांनी 'सामना'तून व्यक्त होणाऱ्या मतांचा कडवटपणा कमी करायचा प्रयत्न केला परंतु त्यानंतर जेमतेम वर्षभरानेच २०१९मध्ये दिवाळीमध्ये त्यांच्या निवासस्थानी वर्षा बंगल्यावर बातमीदारांशी बोलताना (प्रकरण २ पाहा.) ते आपला राग दाबून ठेवू शकले नाहीत. ते म्हणाले, "आमच्याविरोधात 'सामना'मधून सातत्याने लिहिले जाते. आमचे विरोधक असलेले राष्ट्रवादी व काँग्रेससुद्धा करत नाहीत अशी टीका 'सामना'तून आमच्यावर होते." ते पुढे म्हणाले, "हे योग्य नाही. जर तुमच्यात धमक असेल तर तुम्ही त्यांच्या विरोधात का लिहित नाही? 'सामना'ला विसंवादातच अधिक रस आहे." मुख्यमंत्रिपदाचा राजीनामा दिल्यानंतर जी पत्रकार परिषद झाली त्यामध्ये फडणवीस म्हणाले, "उद्धव यांच्या सभोवताली दुर्दैवाने असे लोक आहेत ज्यांच्या वक्तव्यामुळे संवादातील दरी वाढत जाते." लेखकाने या संदर्भात जेव्हा संजय राऊत यांची भेट घेतली. शिवसेनेसोबत सत्तेत असतानाही 'सामना'तून भाजपवर इतकी टीका का केली जाते असे विचारले होते. त्यावर ते म्हणाले, "आम्हाला जे चुकीचे वाटते त्यावर आम्ही टीका करतो. फार विचार करीत बसण्यावर आमचा विश्वास

नाही. आम्ही केवळ भाजपवर टीका करतो अशातला भाग नाही. आम्ही आमच्याच पक्षातील मुख्यमंत्र्यांवरसुद्धा टीका केलेली आहे. शिवसेनेचे मुख्यमंत्री मनोहर जोशी यांना त्यांची खुर्ची सोडावी लागली होती. त्यासाठी जी कारणे होती त्यापैकी एक महत्त्वाचे 'सामना'तून केलेली टीका हेदेखील होते. अशीही काही उदाहरणे आहेत की खुद्द बाळासाहेबांवरसुद्धा या वृत्तपत्रातून टीका करण्यात आली आहे. मी माझ्या सहकाऱ्यांनासुद्धा हे सांगितलेले आहे की उद्या मी एखाद्या पदावर असेन आणि जर काही चुकीचे करत असेन तर माझ्या विरोधातसुद्धा मोकळेपणाने लिहायला घाबरू नका.'' सातत्याने टीव्हीवर आणि 'सामना'तून आपली मते देण्याबरोबरच संजय राऊत यांनी सोशल मीडियाचासुद्धा भाजपवर टीका करण्यासाठी वापर केला. संजय राऊत यांचे त्या काळातील ट्वीटर हँडल पाहिले तर लक्षात येते की निवडणुकीचे निकाल जाहीर झाल्यानंतर दररोज त्यांनी काही ना काही लिहिलेले आहे. त्यांनी भाजपला काही टोमणेही मारले आहेत. काहीवेळेस प्रसिद्ध उर्दू आणि हिंदी कवींच्या कवितेच्या ओळी अथवा लोकप्रिय व्यक्तिमत्त्वांचे विचारही देऊन त्यातून भाजपवर निशाणा साधलेला आहे.

दिनांक १ नोव्हेंबर रोजी फडणवीसांना लक्ष्य करताना त्यांनी ट्वीट केले, "साहिब मत पालिये अहंकार को इतना, वक्त के समंदर मे कई सिकंदर डूब गये.'' दिनांक ३ नोव्हेंबर रोजी त्यांनी ट्वीट केले, "उसूलोंपर आँच आये तो टकराना जरूरी है जो जिंदा हो तो जिंदा नजर आना जरुरी है''

"तुम्हारे पांव के नीचे कोई जमीन नही कमाल है फिर भी तुम्हे यकीन नही''

देवेंद्र फडणवीस यांनी राजीनामा दिल्यानंतर दुसऱ्याच दिवशी दिनांक ९ नोव्हेंबर रोजी सर्वोच्च न्यायालयाने अयोध्या प्रकरणी निकाल दिल्यानंतर त्यांनी ट्वीट केले, "पहिले मंदिर मग सरकार. अयोध्येमध्ये मंदिर आणि महाराष्ट्रात सरकार. जय श्रीराम.''

दिनांक ११ नोव्हेंबर रोजी शिवसेनेची राष्ट्रवादीसोबत सरकार स्थापन करण्याबाबत चर्चा सुरू असल्याचे सांगण्यासाठी संजय राऊत यांनी ट्वीट केले, "रास्तों की परवाह करूंगा तो मंजिल बुरा मान जायेगी''

या ठिकाणी 'इप्सित स्थळ' म्हणजे शिवसेनेच्या उमेदवाराला मुख्यमंत्रिपदाच्या खुर्चीवर बसवणे आणि 'मार्ग' म्हणजे शिवसेनेच्या विचारधारेच्या विरुद्ध असणाऱ्या पक्षांसोबत सरकार स्थापन करण्यासाठी हात मिळवणे. हे ट्वीट केल्यानंतर काही वेळातच राऊत यांना त्यांच्या हृदयावरील उपचारासाठी लीलावती रुग्णालयात भरती करण्यात आले. परंतु तिथे हॉस्पिटलमधूनही त्यांचे ट्वीट सुरूच होते. त्यांनी एक सुंदर कविता ट्वीटमधून लिहिली. "लहरोंसे डरकर नौका पार नही होती.. कोशीश करनेवालोंकी कभी हार नही होती. हम होंगे कामयाब. जरूर

होंगे'' संजय राऊत यांनी ज्या पद्धतीने कविता आणि चांगल्या विचारसुमनांच्या माध्यमातून राजकीय टिपण्णी करण्यास सुरुवात केली होती ती शैली राष्ट्रवादीचे प्रवक्ते नवाब मलीक यांनी उचलली. मलीक म्हणाले, "राहों की जहमतो का तुम्हे क्या सबूत दू मंजिल मिली तो पावो मे छाले नही रहे.'' शिवसेना आणि भाजपमध्ये जे वाद सुरू होते त्यात आगीत तेल घालण्याचे काम संजय राऊत यांच्या ट्वीटने नेमकेपणाने केले होते. भाजपातील लोक शिवसेनेतील नेत्यांमध्ये सर्वाधिक द्वेष जर कुणाचा करीत असतील तर ते संजय राऊतांचा करू लागले होते. अर्थात संजय राऊत जे काही लिहित किंवा बोलत होते ते अर्थातच त्यांचे बॉस उद्धव ठाकरे यांची संमती घेऊनच. मात्र याचा परिणाम असा झाला की संजय राऊत हे खलनायक ठरले. आणि युती तोडण्यासाठी त्यांना जबाबदार धरले गेले. भाजप समर्थकांनीही आपल्या प्रत्येक ट्वीटमध्ये त्यांना लक्ष्य केले होते. निवडणुकीचे निकाल जाहीर झाल्यानंतर 'सामना'च्या संपादकीय मधून मांडली जाणारी भूमिका अधिकच बेधडक झाली. निकाल जाहीर झाल्यानंतर दुसऱ्याच दिवशी २५ ऑक्टोबर रोजीच्या संपादकीयमध्ये खालीलप्रमाणे भूमिका मांडण्यात आली. "निकालाच्या अगदी शेवटच्या क्षणापर्यंत फडणवीसांना खात्री होती की इव्हीएम कमळाच्या बाजूनेच कौल देतील परंतु १६४ जागांपैकी कमळाच्या ६३ जागा उमलल्याच नाहीत. हा ट्रेंड धक्कादायक आहे. दुसऱ्या शब्दांत सांगायचे झाले तर, जर तुम्ही अतिउत्साही असाल आणि सत्तेचा माज तुम्ही दाखवू लागलात तर राज्यातील लोक तुम्हाला तुमची जागा दाखवून देतात. हम करे सो कायदा अशी जर भूमिका असेल तर ती कदापि मान्य होत नाही. भाजपला स्वतःच्या बळावर म्हणूनच बहुमत संपादन करता आले नाही.''[९] त्याच संपादकीयमध्ये राऊत यांनी राष्ट्रवादीचे सर्वेसर्वा शरद पवार यांची मात्र पाठ थोपटली होती. "शरद पवार अतिशय निर्धाराने लढले. महाराष्ट्राच्या मुख्यमंत्र्यांनी जर स्वतःला तेल लावलेल्या पैलवानासारखे प्रदर्शित केलेले असले तरीही जड अंतःकरणाने हे मान्य करायला हवे की तेल कमीच पडले आणि शरद पवार हे वरचढ ठरले.'' दोनच दिवसानंतर २७ ऑक्टोबर रोजी 'रोखठोक' या सदरातून राऊत म्हणाले, "हे निकाल हेच दर्शवतात की महाराष्ट्राला कधीही गृहीत धरू नका. जरी शिवसेनेच्या ५६ जागा तुलनेने कमी असल्या तरीही महाराष्ट्रातील सत्तेचा रिमोट कंट्रोल हा अंतिमतः उद्धव ठाकरे यांच्याच हाती आलेला आहे. मुख्यमंत्री आणि त्यांचे नेते अशा वल्गना करीत होते की महाराष्ट्रात विरोधी पक्षच शिल्लक राहणार नाही आणि राज्यातून पवार पॅटर्न संपुष्टात येईल.

9. सामना संपादकीय, २५ ऑक्टोबर, २०१९

परंतु महाराष्ट्राच्या ग्रामीण भागातील लोकांना ही भाषा आवडलेली नाही. त्यामुळे त्यांनी उलट सक्षम विरोधी पक्ष दिला आहे.''(१०) भाजपचे नेते सुधीर मुनगंटीवार यांनी सांगितले की जर ७ नोव्हेंबरपर्यंत कुणीही सरकार स्थापन करू शकले नाही तर महाराष्ट्रात राष्ट्रपती राजवट लागू करावी लागेल. त्यावर शिवसेनेने 'सामना'तून अतिशय आक्रमक प्रतिक्रिया व्यक्त केली.(११) दिनांक २ नोव्हेंबरच्या 'सामना'तील संपादकीयमधून भाजपवर प्रहार करण्यात आला. ''भाजपला वाटते की राष्ट्रपती हे जणू त्यांच्या खिशात आहेत आणि राष्ट्रपतींच्या मान्यतेची मोहर ही जणू भाजपच्या कार्यालयात ठेवलेली असते. आणि जर आमचे सरकार येणार नसेल तर आम्ही ती मोहोर हवी तेव्हा वापरू आणि महाराष्ट्रात राष्ट्रपती राजवट लागू करू.

ही कसल्या प्रकारची भीती दाखवू पाहत आहेत? मुनगंटीवार दाखवू पाहत असलेली ही भीती लोकशाहीची बूज न राखणारी आणि असंविधानिक अशी आहे. हे लोकमताचा अनादर करणारे आहे. भाजपची अरेरावी अशी असते की 'आमच्याकडे बहुमत असो वा नसो आम्ही आमच्याखेरीज कुणालाही सरकार स्थापन करू देणार नाही.' ही त्यांची मुजोरी महाराष्ट्रात संपली आहे. जे राष्ट्रपती राष्ट्रवटीची भीती घालू पाहत आहेत त्यांनी प्रथमतः सरकार स्थापनेचा दावा करावा आणि त्यानंतर आपण पाहू काय करायचे ते. राष्ट्रपतींचे कार्यालय ही आपल्या घटनेतील सर्वोच्च संस्था आहे. ती व्यक्ती नसून ते स्वतः राष्ट्र आहेत आणि राष्ट्र हे कुणाच्याही खिशात असू शकत नाही.''(१२)

अशा प्रकारची संजय राऊत यांची संपादकीय, ट्वीट्स आणि ऑन कॅमेरा व्यक्त केली जाणारी मते यातून भाजपला एक सुस्पष्ट आणि परखड संदेश दिला जात होता की शिवसेना आता त्यांच्यापुढे झुकणार नाही आणि काहीतरी वेगळे शिजू लागलेले आहे.

---

१०. सामना, २७ नोव्हेंबर, २०१९

11. 'President rule in Maharashtra if no government by November 7 in place', Economic Times, 1 November 2019.

१२. संपादकीय, सामना, ७ नोव्हेंबर, २०१९

७

मित्र-शत्रूसोबतची ती ४० मिनिटे!

दिनांक २० नोव्हेंबर २०१९ ची सकाळ. सर्व वृत्तवाहिन्यांवर एकच मोठी बातमी प्रसारित होऊ लागली होती. ती म्हणजे राष्ट्रवादीचे सर्वेसर्वा शरद पवार आणि पंतप्रधान नरेंद्र मोदी यांची चेंबर ऑफ पार्लमेंटमध्ये होणारी संभाव्य बैठक. ही बैठक अशा एका टप्प्यावर होत होती जेव्हा शिवसेना, राष्ट्रवादी व काँग्रेस यांच्यात महाराष्ट्रात सरकार स्थापन करण्याबाबतची चर्चा अतिशय प्रगतीपथावर होती. शरद पवार यांचे धक्कातंत्र आणि त्यांचे अनाकलनीय निर्णय यामुळे या बैठकीच्या पार्श्वभूमीवर विविध तर्कवितर्क लढवण्यास सुरुवात झाली. भाजप व राष्ट्रवादी यांच्यामध्ये काही शिजत होते का? भाजपच्या साथीने आघाडी करून महाराष्ट्रात सरकार स्थापन करण्याची राष्ट्रवादीची तयारी सुरू होती का? पवार शिवसेनेला अर्ध्या वाटेत सोडून द्यायची शक्यता होती का? असे अनेकानेक प्रश्न या बैठकीच्या निमित्ताने उभे राहिले होते. यामुळे शिवसेना सर्वाधिक अस्वस्थ झाली होती. कारण सरकार स्थापन करण्यासाठी ते पवारांवर संपूर्णतः भिस्त ठेवून होते. केवळ शरद पवारांच्या शब्दावर विश्वास ठेवून शिवसेनेने एनडीए सरकारमधून बाहेर पडून त्यांच्या केंद्रातील एकमेव मंत्र्याला राजीनामा देऊन माघारी बोलावले होते.

अर्थात पंतप्रधान नरेंद्र मोदी यांच्यासमवेत होत असलेली ही बैठक महाराष्ट्रातील राजकीय परिस्थिती संदर्भात चर्चा करण्यासाठी नाही तर महाराष्ट्रातील महापुराने बाधीत असलेल्या शेतकऱ्यांना दिलासा मिळावा आणि केंद्रातून त्यांना मदत मिळावी या मागणीसाठी आहे असे जरी पवारांनी स्पष्ट केले होते तरीही राजकीय वर्तुळामध्ये त्यांच्या या वक्तव्याकडे संशयानेच पाहिले जात होते.[१]

---

1. https://www.indiatoday.in/news-analysis/story/in-the-name-of-farmer-astute-pawar-meets-wily-modi-as-maharashtra-waits-for-govt-1620817-2019-11-20

कारण दोनच दिवसांपूर्वी पंतप्रधानांनी शरद पवारांचे कौतुक केले होते त्यामुळे आगीत तेल घालण्याचे काम अगोदरच झालेले होते. संसदेच्या २५०व्या सत्रामध्ये बोलताना ते म्हणाले होते, आज मला दोन पक्षांचे अभिनंदन करायचे आहे. एक म्हणजे राष्ट्रवादी आणि दुसरी म्हणजे बीजेडी. या दोन्ही पक्षांनी संसदीय संकेतांचे पालन केलेले आहे. त्यांनी त्यांचे मुद्दे कायम संसदेच्या मर्यादा राखून मांडले आहेत. त्यांच्याकडून खूप काही शिकण्यासारखे आहे.⁽२⁾

'नॅचरली करप्ट पार्टी'च्या प्रमुखाला पद्मविभूषण

याच मोदींनी अशा उपरोधिक भाषेत पवारांवर टीका केलेली होती. त्यातून त्यांचे अनेक वर्षांतील परस्परसंबंध स्पष्ट होत होते. आधुनिक काळाच्या संदर्भात या दोघांतील संबंध हे 'फ्रेनेमी' अर्थात मित्रत्व दर्शवणारे शत्रू असे होते.⁽३⁾ त्यांच्या परस्परसंबंधांमध्ये आदर, मैत्री, शत्रुत्व आणि प्रतिस्पर्धी असे सगळ्या घटकांचा परस्पर विरोध दिसून येतो. त्यांच्यातील नाते हे एखाद्या सीसॉसारखे आहे. कधी त्यांच्यातील 'मैत्री'वर आलेली दिसते तर कधी 'शत्रुत्व.'

२०१४ मध्ये लोकसभा आणि विधानसभेसाठी प्रचार करताना मोदींनी शरद पवार आणि त्यांचे पुतणे अजित पवार यांना जोरदार लक्ष्य केले होते. ही काका पुतण्याची जोडी महाराष्ट्रातून उखडून टाकावी असे त्यांनी महाराष्ट्रातील जनतेला आवाहन केले होते.⁽४⁾ त्यांनी राष्ट्रवादीवर टीका करताना एनसीपी म्हणजे 'नॅचरली करप्ट पार्टी' असे सांगत पक्षाचा उद्धार केला होता.⁽५⁾

पवारांवर जोरदार टीका करणारे हेच मोदी ऑक्टोबर २०१४ नंतर अवघ्या पाच महिन्यांमध्ये बदलले. पवार हे आपले राजकीय गुरू असल्याचे सांगू लागले. १४ फेब्रुवारी २०१४ रोजी महाराष्ट्रात बारामती येथे ॲग्रीकल्चरल टेक्नॉलॉजी

2. https://www.indiatoday.in/india/story/pm-narendra-modi-ncp-maharashtra-rajya-sabha-250th-session-speech-1620101-2019-11-18

3. https://www.urbandictionary.com/define.php?term=Frenemy

4. https://timesofindia.indiatimes.com/home/specials/assemblyelections-2014/maharashtra-news/Free-Baramati-of-chacha-bhatijasays-Modi/articleshow/44766824.cms

5. https://www.outlookindia.com/website/story/india-news-naturallycorrupt-party-heres-what-bjp-said-about-ncp-in-the-ast/342872

सेंटरचे उद्घाटन करताना मोदी म्हणाले, "मी महिन्यातून दोन-तीनदा पवारांशी नक्की बोलतो. राष्ट्रीय स्तरावरच्या महत्त्वाच्या विषयांवर मी त्यांच्याशी चर्चा करतो. सार्वजनिक जीवनामध्ये ते ५० वर्षांहून अधिक काळ कार्यरत असल्याने त्यांच्याकडे प्रदीर्घ असा अनुभव आहे आणि आपण त्याचा लाभ घेतला पाहिजे."[६]

पुढच्याच वर्षी २०१६ साली मोदी यांनी पुन्हा एकदा आपल्या राजकीय वाटचालीमध्ये पवारांची भूमिका किती महत्त्वाची आहे हे आवर्जून सांगितले. एका समारंभात बोलताना मोदी म्हणाले, "मी गुजरातचा मुख्यमंत्री असताना पवारांनी माझा हात हातात धरून मला चालायला शिकवले."[७]

मोदींच्या आजवरच्या राजकीय कारकिर्दीकडे नजर टाकली तर लक्षात येते की त्यांनी आपल्या शत्रुंवर कधीही दयामाया केलेली नाही. मग ते पक्षांतर्गत असो अथवा मग बाहेरचे कुणी.[८] परंतु शरद पवारांच्या संदर्भात मात्र हे काहीसे वेगळे होते. २०१७ मध्ये त्यांना पद्मविभूषण पुरस्काराने गौरवण्यात आले. हा भारतातील दुसऱ्या क्रमांकाचा सर्वोच्च भारतीय नागरी सन्मान समजला जातो. हा पुरस्कार मोदी सरकारच्या सूचनेनुसार प्रदान करण्यात आला.[९] अर्थात पवारांना पद्मविभूषणने सन्मानित करणे म्हणजे त्यांच्यातील सकारात्मक नात्याचे हे शेवटचे जाहीर प्रदर्शन मानले गेले कारण आता 'शत्रूत्व' दिसून येऊ लागले होते. काश्मीरमधील पुलवामा येथे दहशतवाद्यांनी सेंट्रल रिझर्व्ह पोलिस फोर्स (सीआरपीएफ) वर केलेल्या दहशतवादी हल्ल्याचा बदला घेण्यासाठी बालाकोट एअरस्ट्राईक करण्यात आला. या सगळ्या एअरस्ट्राईकचा राजकीय लाभ मोदी

---

6. https://www.livemint.com/Politics/xxzhwO0QEkgM1FcNEzojlN/PM-Narendra-Modi-showers-praises-on-Sharad-Pawar.html

7. https://www.hindustantimes.com/mumbai-news/pawarhandheld- me-during-my-early-days-in-politics-modi/storybWUqTu2enPE2kDiErRU5dO.html

8. 'How Amit Shah helped Modi sideline his rivals', Poornima Joshi, Outlook, 1 June 2019; https://caravanmagazine.in/politics/howamit-shah-helped-modi-sideline-his-political-rivals-in-gujarat

9. https://timesofindia.indiatimes.com/elections/lok-sabha-elections-2019/maharashtra/news/it-was-bjp-govt-which-gave-padma-vibhushan-to-sharad-pawar-supriya-sule/articleshow/68970782.cms

घेत असल्याचा आरोप पवारांनी केला.[१०]

वर्षभरानंतर लोकसभा आणि विधानसभा निवडणूक प्रचाराच्या दरम्यान, मोदी यांनी देवेंद्र फडणवीसांच्या बरोबरीने पवारांना लक्ष्य करण्यास सुरुवात केली. या वेळी त्यांनी पवारांचे इतके नुकसान केले की आता राष्ट्रवादी पक्ष टिकणार का इथपर्यंत प्रश्न उपस्थित केले जाऊ लागले. पक्षातील अनेक आधारस्तंभ असलेले नेते फुटून भाजपमध्ये सामील झाले.[११] राजकीय रिंगणामध्ये या संदर्भात अनेक प्रकारचे सिद्धांत मांडले जात होते. दिनांक २० नोव्हेंबर २०१९ रोजी दुपारी १२.३० वाजता शरद पवार हे संसदेतील मोदींच्या चेंबरमध्ये बैठकीसाठी पोहोचले. ही बैठक साधारणतः चाळीस मिनिटे चालली. महापूरामुळे ज्या शेतकऱ्यांचे मोठे नुकसान झालेले आहे त्यांच्या परिस्थितीविषयी पवारांनी मोदींना सारे काही सांगितले. महाराष्ट्रात सध्या राष्ट्रपती राजवट लागू करण्यात आलेली असल्याने या परिस्थितीत केंद्राने काही ठोस भूमिका घेणे आवश्यक असल्याचे पवारांनी मोदींना सांगितले. त्यांनी पक्षाच्या वतीने या संदर्भातील एक औपचारिक पत्रही या वेळी मोदींना सादर केले. ही चर्चा झाल्यानंतर पवार त्यांच्या कार्यालयातून जाण्यासाठी निघणार एवढ्यात, मोदींनी त्यांना थांबण्याची विनंती केली आणि सांगितले. "आपण एकत्रित काम केले तर मला निश्चितपणे आनंद होईल." पवार म्हणाले, "आपले व्यक्तिगत संबंध चांगलेच आहेत आणि ते तसे चांगलेच राहतील. परंतु राजकीय परिप्रेक्ष्यातून विचार केला तर तुमच्यासमवेत काम करणे शक्य नाही." मोदी म्हणाले, "का नाही? अनेक मुद्यांवर आपले एकमत आहे. आपण एकत्र यायला हवे आणि देशासाठी एकत्रितपणे काम करायला हवे. तुमच्यासारख्या अनुभवी माणसांसमवेत काम करायला मला निश्चितच आवडेल." परंतु पवार जराही नमले नाहीत. "विरोधी पक्षामध्ये बसण्याऐवजी केवळ विरोधासाठी विरोध म्हणून मी करणार नाही. राष्ट्रीय हिताच्या मुद्द्यांसाठी माझे सहकार्य कायमच राहील परंतु एकत्रित काम करणे शक्य नाही. मी एक छोटा पक्ष चालवतो. मी माझ्या लोकांना एक दिशा दिलेली आहे आणि त्यातून मी त्यांना परावृत्त करू शकत नाही." मोदींशी झालेली ही चर्चा पवारांनी त्या दिवशी उघड केली नाही मात्र त्यांनी त्याऐवजी ट्वीट केले. "या वर्षी परतीच्या

10. https://timesofindia.indiatimes.com/india/pm-modi-making-irresponsible-statements-on-balakot-air-strike-sharad-pawar/articleshow/68276022.cms

11. https://www.indiatoday.in/india/story/mass-defections-ncp-1575290-2019-07-30

मॉन्सूनचा फटका बहुतांश महाराष्ट्रातील सर्व पिकांना बसलेला आहे. ही अतिशय गंभीर परिस्थिती मी मा. पंतप्रधानांच्या निदर्शनास आणून दिलेली आहे.'' दुसऱ्या दिवशी एबीपी माझाला दिलेल्या मुलाखतीमध्ये या बैठकीतील इतर मुद्द्यांविषयी ते बोलले. महाराष्ट्रातील भाजपप्रणित सरकारला राष्ट्रवादीने पाठिंबा दिल्यास सुप्रिया सुळे यांना केंद्रिय मंत्री बनवण्याचीही ऑफर देण्यात आलेली होती, असे पवारांनी यावेळी सांगितले.[१२] मग पवारांनी मोदींची ही ऑफर का नाकारली असावी? त्यांनी २०१४ मध्येही भाजपच्या सरकारला पाठिंबा दिलेला होता मग आता तसे करण्यात ते राजी का नसावेत? ही ऑफर स्वीकारली असती तर त्यांना मोदींच्या मंत्रीमंडळात जागाही मिळाली नसती का? मात्र पवार या सगळ्याच्या पलिकडे पाहत होते. भाजपशी हात मिळवल्यानंतर जी गुंतागुंतीची परिस्थिती निर्माण होऊ शकली असती ती पवारांच्या लक्षात आलेली होती.

माझ्या मते, भाजपशी हात मिळवून महाराष्ट्रात सरकार स्थापन करणे हे राष्ट्रवादीच्या दृष्टीने तितकेसे फायद्याचे ठरणार नव्हते. कारण सर्व निर्णयांवर आणि राज्याच्या सर्व नियोजित धोरणांवर भाजपचाच प्रभाव राहिला असता. भाजपचे अध्यक्ष अमित शहा आणि पंतप्रधान नरेंद्र मोदी हे दिल्लीतून आदेश देत राहिले असते. दुसऱ्या बाजूला, शिवसेनेच्या नेतृत्वाखाली स्थापन होणाऱ्या सरकारला जर राष्ट्रवादीने पाठिंबा दिला असता तर पवार हेच 'किंगमेकर' ठरणार होते आणि सत्तेचा रिमोट कंट्रोलही पवारांच्याच हाती राहणार होता.[१३] ही परिस्थिती १९९५ सारखीच राहणार होती. तेव्हा शिवसेनेचे मनोहर जोशी हे मुख्यमंत्री बनले परंतु सरकारचा रिमोट कंट्रोल हा अंतिमतः मातोश्रीवर बाळासाहेब ठाकरे यांच्याच हातात असायचा.[१४]

दुसरे म्हणजे आता शिवसेना व काँग्रेस यांच्यासमवेत सरकार स्थापन करण्याची चर्चा अशा टप्प्यावर येऊन ठेपलेली होती की तिथून मागे फिरणे योग्य ठरले नसते. तिसरे सर्वांत महत्त्वाचे म्हणजे, महाराष्ट्रात प्रायोगिक तत्त्वावर घडू पाहत

---

12. Interview of Sharad Pawar by ABP Majha. https://www.youtube. com/watch?v=l20fm14agLY

13. https://www.hindustantimes.com/india-news/inexperience-may-prove-to-be-uddhav-s-chaòenge/story-8OGeylUXUhUlXE6emMIcPL.html

14. Kulkarni, Dhaval (2019), The Cousins Thackeray: Uddhav, Raj and the Shadows of Their Senas, Penguin Ebury Press, London.

असलेली गोष्ट कदाचित केंद्रात आणि इतर राज्यांतही भाजपच्या विरोधात लढण्यासाठी एक उत्तम मॉडेल ठरू शकणार होती. या सगळ्यामध्ये भविष्यात पवार अतिशय महत्त्वाची भूमिका बजावू शकणार होते.^(१५)

दिनांक २० नोव्हेंबर रोजी मोदींसमवेत बैठक झाल्यानंतर शरद पवार हे त्यांच्या दिल्ली येथील निवासस्थानी गेले. त्या सायंकाळी त्यांनी काँग्रेसच्या वरिष्ठ नेत्यांसमवेत बैठक घेतली. त्यामध्ये अहमद पटेल, मल्लिकार्जुन खर्गे, के. सी. वेणुगोपाल, अशोक चव्हाण, पृथ्वीराज चव्हाण, बाळासाहेब थोरात यांचा समावेश होता. राष्ट्रवादीच्या वतीने सुप्रिया सुळे, अजित पवार, जयंत पाटील आणि नवाब मलिक उपस्थित होते. त्यावेळी मोदींसमवेत झालेल्या बैठकीत काय घडले याची माहिती पवारांनी सर्वांना दिली आणि शिवसेनेसमवेत सरकार स्थापन करण्यासंदर्भात आपले धोरण काय असेल याविषयी चर्चा केली.

15. https://www.ndtv.com/opinion/5-takeaways-from-modi-shahs-maharashtra-misadventure-2139571

८

सरकार स्थापनेपासून अवघ्या एका पावलावर!

दिनांक २२ नोव्हेंबर २०१९ हा एक महत्त्वाचा दिवस होता. महाराष्ट्रात कुणाचेही सरकार नव्हते त्याला आता चार आठवडे होत आले होते आणि महाराष्ट्रात राष्ट्रपती राजवट लागू करण्यात आली होती. शरद पवार यांची मसलत उपयोगी ठरली होती आणि सोनिया गांधी यांनी अखेरीस शिवसेना व राष्ट्रवादीच्या बरोबरीने सत्ता स्थापन करण्यास मान्यता दिली होती. आता केवळ कॉमन मिनिमम प्रोग्रॅमवर (सीएमपी) चर्चा करून सामाईक निर्णय होणे बाकी होते आणि सत्तावाटप कशा पद्धतीने असेल हे ठरायचे होते. सरकारचा 'फॉर्म्युला' नक्की काय असेल हे ठरवणे आवश्यक होते. म्हणजे, प्रत्येक पक्षाला किती पोर्टफोलिओ मिळतील? कोणत्या पक्षाच्या वाट्याला कोणती खाती येतील? विधानसभा अध्यक्षाचे पद कोणत्या पक्षाला दिले जाईल? असे अनेक प्रश्न सर्वसंमतीने सोडवल्यानंतरच सरकार स्थापनेची औपचारिक घोषणा करता येणार होती. हे सगळे मुद्दे मार्गी लावण्यासाठी एक त्रिपक्षीय बैठक दिनांक २२ नोव्हेंबर रोजी दुपारी ४ वाजता मुंबईतील वरळी येथील नेहरू सेंटरमध्ये बोलावण्यात आली होती. ही बैठक संपल्यानंतर सरकार स्थापनेची औपचारिक घोषणा केली जाईल आणि मुख्यमंत्री पुढच्या दोन तीन दिवसांत शपथसुद्धा घेतील अशा अपेक्षेने पत्रकार तिथे जमलेले होते. बैठकीपूर्वी तीनही पक्षांकडून विविध फॉर्म्युले पुढे येत होते. एका फॉर्म्युल्यानुसार, १९९५च्या धर्तीवर सरकार स्थापन केले जावे. (शिवसेना-भाजपचे सरकार त्यावेळी होते.) त्यावेळी शिवसेनेने अधिक जागा जिंकलेल्या होत्या, त्यामुळे मुख्यमंत्री त्यांचा झालेला होता. भाजप दुसऱ्या क्रमांकाचा मोठा पक्ष होता त्यामुळे उपमुख्यमंत्री आणि गृह मंत्रालय सारखी काही महत्त्वाची खाती त्यांच्याकडे होती. त्या फॉर्म्युल्यानुसार जायचे ठरवले तर, शिवसेनेला मुख्यमंत्रिपद मिळाले असते. तर उपमुख्यमंत्रिपद राष्ट्रवादी व काँग्रेस

या दोन्ही पक्षांना द्यावे लागले असते. प्रत्येक पक्षाने जितक्या जागा जिंकलेल्या आहेत त्यानुसार, मंत्रिपदांचे वाटप करता येईल.

दुसरा फॉर्म्युला ५०:५०चा होता. राष्ट्रवादीच्या काही नेत्यांच्या मते, मुख्यमंत्रिपद हे शिवसेना व राष्ट्रवादी यांनी अडीच अडीच वर्षांसाठी वाटून घ्यावे.

जर हा फॉर्म्युला भाजपसमवेत शिवसेनेला मान्य होता तर मग राष्ट्रवादी सोबत मान्य व्हायला काय हरकत होती? काँग्रेसला उपमुख्यमंत्रिपद पाच वर्षांसाठी देता येऊ शकले असते. परंतु शरद पवार हे स्वतःच मुख्यमंत्रिपदाच्या खुर्चीसाठी दावा करण्यास फारसे उत्सुक नसल्याचे सांगण्यात आले. कारण त्यातून पक्षांतर्गत अनेक गोष्टी सुरू झाल्या असत्या हे ते जाणून होते. काँग्रेस-राष्ट्रवादीचा भाग असलेल्या छोट्या पक्षांनासुद्धा सांभाळणे गरजेचे होते. त्यांच्या म्हणून काही अपेक्षा होत्याच. नेहरू सेंटर येथे होणाऱ्या बैठकीपूर्वी राष्ट्रवादीचे नेते धनंजय मुंडे यांनी त्यांच्या दक्षिण मुंबईतील बंगल्यावर छोट्या पक्षांची एक बैठक आयोजित केली होती. साधारण तासभर चाललेल्या या बैठकीनंतर लेखकाने महाराष्ट्रातील समाजवादी पक्षाचे अध्यक्ष अबु आझमी यांची भेट घेतली. त्यांच्या पक्षाने महाराष्ट्र विधानसभेच्या दोन जागा जिंकलेल्या होत्या. या बैठकीत आझमी यांनी या आघाडीला संमती दिली. शिवसेनेच्या पुढाकाराने स्थापन होत असलेल्या सरकारला त्यांनी पाठिंबा देणे हे थोडे आश्चर्य वाटावे असे होते. शिवसेना प्रमुख बाळासाहेब ठाकरे यांचे कट्टर वैरी म्हणून त्यांच्याकडे पाहिले जात होते. १९९३च्या मुंबई बॉम्बस्फोट प्रकरणी दोषी ठरल्यानंतर शिवसेनेने त्यांना लक्ष्य केले होते. शिवसेनेचे मुखपत्र असलेल्या 'सामना'तून अनेक संपादकीय व लेखांतून त्यांना लक्ष्य करण्यात आले. 'हा आझमी कोण?' या शीर्षकाचे संपादकीय लिहिल्याबद्दल त्यांनी बाळासाहेब ठाकरे यांच्यावर अब्रुनुकसानीचा दावाही ठोकलेला होता. ठाकरे यांना आझाद मैदान येथील मेट्रोपोलिटन मॅजिस्ट्रेट्स कोर्ट समोर सादर होण्याचे समन्सदेखील बजावण्यात आले होते. जेव्हा ठाकरे न्यायालयात आले होते तेव्हा आझमीसुद्धा न्यायालयीन कारवाई पाहण्यासाठी आले होते. त्यांना पाहिल्यानंतर शिवसैनिक मोठ्या संख्येने तिथे जमले. आणि त्यांना तिथे धक्काबुक्कीही करण्यात आली. त्यांना सोडवण्यासाठी पोलिसांना तिथे लाठीचार्जही करावा लागला होता. परंतु बदललेल्या परिस्थितीमध्ये त्यांनी आपल्या मतांनाही मुरड घातली असावी. शत्रुशी हात मिळवायला तुम्ही कसे काय तयार झालात असे जेव्हा लेखकाने आझमी यांना विचारले तेव्हा ते म्हणाले, "भाजप हा आमचा अधिक मोठा शत्रू आहे. मोठ्या शत्रूला नष्ट करण्यासाठी मी या छोट्या शत्रूला पाठिंबा देत आहे. एकदा हा मोठा शत्रू संपला की मग इतरांसोबत काय

करायचे हे आम्ही ठरवू.''[१]

ठरल्याप्रमाणे तिन्ही (शिवसेना, काँग्रेस, राष्ट्रवादी) पक्षांचे प्रमुख नेते दुपारी चार वाजता नेहरू सेंटर येथे जमू लागले. दिल्लीहून काँग्रेसचे वरिष्ठ नेते अहमद पटेल, के. सी. वेणुगोपाल आणि मल्लिकार्जुन खर्गे हेसुद्धा या बैठकीसाठी मुंबईला दाखल झाले होते. त्यांच्याबरोबर राज्यातील काँग्रेस नेते बाळासाहेब थोरात, पृथ्वीराज चव्हाण उपस्थित होते. राष्ट्रवादीचे अध्यक्ष शरद पवार हे त्यांचे पुतणे अजित पवार व वरिष्ठ नेते प्रफुल्ल पटेल आणि जयंत पाटील यांच्यासमवेत आलेले होते. शिवसेनेकडून उद्धव ठाकरे, एकनाथ शिंदे, संजय राऊत व मिलिंद नार्वेकर आलेले होते. ही बैठक सुरू होण्यापूर्वी राष्ट्रवादीचे प्रवक्ते नवाब मलिक यांनी ट्वीट केले, ''आघाडीतील सर्व पक्षांना विश्वासात घेऊन आम्ही शिवसेनेसोबत सरकार स्थापनेबाबत चर्चा करणार आहोत आणि लवकरच आम्ही सरकारस्थापनेचा दावा करू. हे सरकार लोकांच्या कल्याणासाठी काम करेल आणि पाच वर्षांचा आपला कार्यकाळ पूर्ण करेल.''

सौहार्दपूर्ण वातावरणात बैठकीला सुरुवात झाली. शरद पवार हे बैठकीच्या केंद्रस्थानी बसले होते. त्यांच्या हातामध्ये एक जाडजूड फोल्डर होते. सर्व पक्षांनी एकत्रितपणे हे मान्य केले की मुख्यमंत्री हा शिवसेनेचाच असेल. कारण तिन्ही पक्षांमध्ये सर्वाधिक आमदार याच पक्षाचे आहेत. राष्ट्रवादीच्या काही नेत्यांना असे वाटत होते की मुख्यमंत्रिपद हे शिवसेना आणि राष्ट्रवादी यांच्यामध्ये फिरवले जाणे आवश्यक आहे. कारण यापूर्वी भाजपसमवेत सरकार स्थापन करताना हीच शिवसेना अडीच अडीच वर्षांसाठी मुख्यमंत्रिपद वाटून घ्यायला तयार झालेली होतीच. परंतु शरद पवार यांनी धोरणीपणाने ही मागणी फेटाळून लावली कारण त्यांच्या पक्षामध्ये अती महत्त्वाकांक्षा असणारे अनेक लोक असल्याने त्यांनाच त्याची पक्षांतर्गत डोकेदुखी झाली असती. त्यामुळे संपूर्णपणे पाच वर्षांसाठी शिवसेनेचाच मुख्यमंत्री असेल असे ठरले. हे पद कोणत्याही पक्षाकडे पाच वर्षांच्या कालावधीत फिरवले जाणार नाही. मग प्रश्न उभा राहिला की मुख्यमंत्री कोण होणार? इतर फार चर्चांना वाव न देता शरद पवार यांनी तत्परतेने जाहीर केले, ''उद्धव ठाकरे हेच मुख्यमंत्री होतील.'' ठाकरे यांनी आपल्याला हे मान्य असल्याचे दर्शवले. त्यांच्या चेहऱ्यावरील भाव मात्र काही वेगळे सांगत होते. त्यांनी कधीही स्वतःची प्रतिमा या पदासाठी जाणीवपूर्वक निर्माण केलेली नव्हती. त्यांचे वडील बाळासाहेब ठाकरे यांनी कधीही एकही निवडणूक स्वतः लढवलेली नव्हती किंवा सरकारमध्येही कोणत्याही पदाची अपेक्षा धरलेली नव्हती. त्यामुळे

1. अबु आझमी यांची लेखकाने घेतलेली मुलाखत.

वडिलांच्याच मार्गाने जाण्याची उद्धव यांची इच्छा होती. त्यामुळे पवारांनी त्यांच्या नावाची घोषणा केल्यानंतर निर्माण झालेली आंतरिक अस्वस्थता त्यांच्या चेहऱ्यावरूनही प्रदर्शित झाली. परंतु, त्याक्षणी त्यांनी काहीही प्रतिक्रिया दिली नाही. काँग्रेस व राष्ट्रवादीच्या नेत्यांनी पवारांच्या मताला सकारात्मक प्रतिसाद दिला आणि उद्धव ठाकरे हेच सरकारचा चेहरा असतील असे त्यांनीही सांगितले.(२)

त्यामुळे आत्तापर्यंतची सारी चर्चा कोणताही वाद न होता व मुख्यमंत्रिपदाचा तिढा सहज सोडवून पार पडलेली होती. परंतु जसजसे इतर पदांचे मुद्दे समोर येऊ लागले तसे बैठकीचे रूप पालटू लागले. विधानसभेचे अध्यक्ष कोण असणार या मुद्द्यावर बरेच वादविवाद होऊ लागले. काँग्रेस नेत्यांनी दावा केला की राष्ट्रवादीने विधानसभेची अध्यक्षपदाची जागा काँग्रेसला दिली जाईल असा शब्द दिला आहे. विधानसभा अध्यक्षांचे पद हे महत्त्वाचे, शक्तीशाली मानले जाते कारण अनेक प्रकारचे अधिकार या पदाला असून विधीमंडळ प्रक्रियेमध्ये त्यांची भूमिका अतिशय महत्त्वाची मानली जाते.

ही सगळी चर्चा सुरू असताना अशोक चव्हाण हे अहमद पटेल यांच्या कानात काहीतरी कुजबुजले. त्यानंतर काँग्रेस व राष्ट्रवादी यांच्यामध्ये शाब्दिक युद्ध रंगू लागले. प्रामुख्याने राष्ट्रवादीचे अजित पवार व काँग्रेसचे बाळासाहेब थोरात व पृथ्वीराज चव्हाण भांडू लागले. स्पीकरच्या पदावर काँग्रेस करीत असलेला दावा शरद पवार यांनीही अमान्य केला.

त्याच्यात भरीस भर म्हणून काँग्रेसने उपमुख्यमंत्री देखील काँग्रेसचाच हवा अशी मागणी केली. त्यामुळे आणखीनच आगीत तेल ओतले गेले. अर्थात दोन उपमुख्यमंत्री असण्याला उद्धव यांचा काहीही आक्षेप नव्हता. परंतु उपमुख्यमंत्री एकच असला पाहिजे आणि तोही आमचाच असला पाहिजे असा राष्ट्रवादीचा आग्रह होता. त्यामुळे दोन उपमुख्यमंत्री नेमावेत हा प्रस्ताव शरद पवारांनी फेटाळून लावला. उद्धव ठाकरे आणि त्यांच्या नेत्यांनी एकूण परिस्थितीचा रागरंग पाहिला आणि त्या परिस्थितीत काहीही न बोलणेच पसंत केले. ही चर्चा निर्णयाप्रत येणार नाही आणि त्यामुळे सरकार स्थापनेला पुन्हा विलंब होऊ शकेल अशी भीती शिवसेना नेत्यांना वाटत होती. काँग्रेस नेत्यांसोबत झालेल्या वादानंतर शांतपणे बसलेले अजित पवार आपल्या मोबाईलमध्ये येणारे मेसेज पाहत बसले होते. अचानक ते मोबाईल फोन पाहता पाहता उठले आणि वॉशरूमला जाण्यासाठी निघाले. जेव्हा ते कॉन्फरन्स रूममधून निघाले तेव्हा

---

2. https://www.theweek.in/news/india/2019/11/22/Maharashtra-Uddhav-Thackeray-to-lead-govt-says-Sharad-Pawar.html

काही राष्ट्रवादीचे आमदार त्यांच्या मागोमाग निघाले. पवारांनी त्यांना खुणेनेच थांबण्याचा इशारा केला आणि ते फोनवर कुणाशीतरी बोलत वॉशरूमच्या दिशेने गेले. साधारण बारा मिनिटांनी ते बैठकीमध्ये परत आले. आता मात्र त्यांची देहबोली पूर्णपणे बदललेली होती. आता जणू त्यांचे त्या बैठकीतील स्वारस्य संपलेले होते आणि त्यांना ही बैठक कधी एकदा संपते असे झाले होते. बराच वेळ नुसताच वादविवाद होत राहिल्याने शरद पवार यांचा संयम संपला आणि त्यांनी टेबलावर फाईल आपटली आणि या विषयावर नंतर बोलूयात असे सांगून ते निघून गेले. शरद पवार बाहेर गेल्यानंतरसुद्धा काँग्रेस व राष्ट्रवादीच्या नेत्यांमध्ये वाक्युद्ध सुरूच होते. वकिलांची भेट घ्यायची आहे असे कारण सांगून अजित पवारसुद्धा त्या बैठकीतून बाहेर पडले.[३] शरद पवार नेहरू सेंटरमधून बाहेर पडताच बातमीदार त्यांच्याभोवती गोळा झाले आणि या बैठकीत काय ठरले याविषयी विचारणा करू लागले. आपल्या देहबोलीवरूनसुद्धा आत बैठकीत काय घडले याचा अंदाज बातमीदार बांधू शकतात हे लक्षात घेऊन पवारांनी शांतचित्त राहणेच पसंत केले. कारमध्ये बसताना त्यांनी माहिती दिली की, ''मुख्यमंत्री कोण होणार याविषयी एकवाक्यता आहे. उद्धव ठाकरे यांच्या नेतृत्वाखाली हे सरकार चालवले जाईल याला सर्वांची मान्यता आहे. सरकार चालवण्याबाबतच्या इतर मुद्द्यांवर मात्र चर्चा सुरू आहे. मला वाटते की उद्या कदाचित पत्रकार परिषद घेतली जाईल आणि तुम्हाला त्याचे सारे तपशील मिळतील.'' आतमध्ये किती वादविवाद झडलेत याची पुसटशीही कल्पना येऊ न देता ते शिताफीने पत्रकारांच्या गराड्यातून सटकले. शरद पवार गेल्यानंतर काही मिनिटांतच अजित पवारसुद्धा बाहेर आले. त्यांच्या चेहऱ्यावरील भाव आणि देहबोली मात्र ते चिडल्याचे दर्शवत होती. ते माध्यमांशी न बोलता निघून गेले. थोड्याच वेळात आतील सारेजण बाहेर आले. आतून बाहेर येणाऱ्यांच्या चेहऱ्यावर आनंद असेल असे पत्रकारांना अपेक्षित होते. कारण काहीच मिनिटांपूर्वी मुख्यमंत्रिपदाचा प्रश्न मार्गी लागल्याचे आणि सरकार स्थापन करण्याबाबतचे मुद्दे अंतिम टप्प्यात आहेत असे शरद पवार नुकतेच सांगून गेले होते. अंतिमतः सरकार स्थापन होऊ पाहत होते मात्र एकाही नेत्याच्या चेहऱ्यावर हास्य दिसत नव्हते. उद्धव ठाकरे आणि एकनाथ शिंदे हेसुद्धा तणावात असल्यासारखे दिसत होते. काँग्रेस व राष्ट्रवादीचे इतर नेतेही तणावात होते.

---

3. 'एबीपी न्यूज'चे बातमीदार मृत्युंजय सिंग यांची ३० डिसेंबर, २०१९ रोजी लेखकाने घेतलेली मुलाखत

९

आठ मिनिटांचा जुगार!

दिनांक २२ नोव्हेंबरची सायंकाळ ही एशियन न्यूज इंटरनॅशनल (एएनआय)चे विशेष प्रतिनिधी असलेल्या रणजित सिंग श्रीनेत यांच्यासाठी फारच व्यस्ततेची होती. नेहरू सेंटरमधील त्रिपक्षीय बैठक कव्हर करून ते आपल्या मुलीचा वाढदिवस साजरा करण्यासाठी घरी परतले होते. वाढदिवस साजरा झाला आणि ते जेवायला बसणार इतक्यात त्यांच्या मोबाईलची रिंग वाजली. माजी मुख्यमंत्री देवेंद्र फडणवीस यांच्या कार्यालयातून फोन आलेला होता. रणजित यांनी फडणवीस यांच्या मुलाखतीसाठी वेळ मागितलेली होती. त्यामुळे त्याच संदर्भात मुलाखतीची वेळ निश्चित करण्यासाठी हा कॉल आलेला असावा असे त्यांना वाटले. पलिकडच्या माणसाने सांगितले की फडणवीस मुलाखत द्यायला तयार आहेत आणि त्यासाठी त्यांनी दुसऱ्या दिवशी सकाळी ७ वाजता मुख्यमंत्र्यांचे अधिकृत निवासस्थान असलेल्या वर्षा बंगल्यावर पोहोचावे. फडणवीस हे आता राज्याचे मुख्यमंत्री नव्हते तरीही त्यांनी अद्याप हे सरकारी निवासस्थान सोडलेले नव्हते.

दिनांक २३ नोव्हेंबर रोजी रणजित हे त्यांचा कॅमेरामन प्रशांत परब याच्यासह वर्षा बंगल्यावर सकाळी ठीक ६.५५ वाजता पोहोचले. त्यावेळी दीपक साळवी हे मुक्त छायाचित्रकारही तिथे उपस्थित होते. पंधरा मिनिटे वाट पाहिल्यानंतर सकाळी सात वाजून दहा मिनिटांनी त्यांचा प्रतिनिधी आला आणि रणजित यांना भेटला. त्याने सांगितले की फडणवीस वर्षा बंगल्यावर मुलाखत देऊ शकत नाहीत. त्याऐवजी दुसऱ्या ठिकाणी ते ७.३५ वाजता भेटतील. रणजित, त्यांचे कॅमेरामन आणि छायाचित्रकार दीपक साळवी यांना तिथून घेऊन जाण्यासाठी कारची व्यवस्था करण्यात आली. ही कार त्यांना थेट राजभवनला अर्थात राज्यपालांच्या निवासस्थानी घेऊन गेली. वर्षा बंगल्यापासून हे ठिकाण अवघ्या दीड किलोमीटर अंतरावर होते. आम्हाला इकडे कशासाठी आणले आहे अशी विचारणा रणजित

यांनी केली असता, त्यांच्या प्रतिनिधीने हसून सांगितले, की तुम्हाला थोड्याच वेळात याचे उत्तर मिळेल. भाजपचे महाराष्ट्राचे प्रभारी भुपेंद्र यादव, पक्षाचे प्रदेशाध्यक्ष चंद्रकांत पाटील आणि गिरीष महाजन यांच्यासारखे इतर काही नेते तिथे उपस्थित असल्याचे रणजित यांनी पाहिले. रणजित हे राजभवनच्या हॉलमध्ये वाट पाहत बसलेले असताना अनेक कार एकामागोमाग एक आल्या. पहिल्याच कारमधून पार्थ पवार उतरताना दिसले. पार्थ पवार म्हणजे राष्ट्रवादीचे नेते अजित पवार यांचे चिरंजीव. त्यामागच्या कारमधून अजित पवारांची पत्नी सुनेत्रा आणि शेवटच्या कारमधून अजित पवार स्वतः उतरले. इतर कारमधून काही मोजके आमदार खाली उतरले. त्यांच्यासमवेत धनंजय मुंडे यांच्या कार्यालयातील काही कर्मचारीही सोबत होते. परंतु स्वतः मुंडे मात्र उपस्थित नव्हते. अजित पवार हे त्यांच्या कुटुंबीयांसमवेत राजभवनमध्ये का आले असावेत याचे आश्चर्य रणजित यांना वाटत होते. दरम्यान, आणखी काही कार राजभवनावर दाखल झाल्या. त्यातून देवेंद्र फडणवीस आणि त्यांचे कुटुंबीय उतरताना दिसले. या दोन्ही पक्षांचे नेते त्यांच्या कुटुंबीयांसमवेत सकाळी ७.५० वाजता राजभवनावर का आलेले असावेत याचा अंदाज बांधण्याचा रणजित प्रयत्न करीत होते. त्यावेळी फडणवीसांच्या एका प्रतिनिधीने सांगितले की आत्ता मुख्यमंत्री म्हणून फडणवीस आणि उपमुख्यमंत्री म्हणून अजित पवार हे राज्यपालांसमोर शपथ घेणार आहेत. हे ऐकताच रणजित यांना कमालीचे आश्चर्य वाटले. कारण अवघ्या १२ तासांपूर्वीच नेहरू सेंटर येथे झालेल्या बैठकीनंतर उद्धव ठाकरे हेच मुख्यमंत्री होतील असे शरद पवार यांनी सांगितल्याचे त्यांच्या कॅमेऱ्याने रेकॉर्ड केलेले होते. असे असताना हे जे काही कानावर पडत होते त्यावर विश्वासच बसत नव्हता. फडणवीस आणि पवार हे दोघेही खूप शांत वाटत होते. अजित पवार हे अधिकारवाणीने आपल्या समवेत आलेल्या लोकांना बसण्यासंदर्भात सूचना देताना दिसत होते. हा सगळा रागरंग पाहून सकाळी ७.५५ वाजता रणजित यांनी त्यांच्या दिल्ली ऑफिसला फोन केला आणि काहीतरी मोठे घडणार असल्याचे कळवले आणि त्यांच्या ऑफिसला तयार राहायला सांगितले. सकाळी बरोबर आठ वाजून एक मिनिटांनी त्यांनी ट्वीटरवर ब्रेकिंग न्यूज टाकली की देवेंद्र फडणवीस आणि अजित पवार हे मुख्यमंत्री व उपमुख्यमंत्रिपदाची शपथ घेत आहेत. दिनांक ८.०४ वाजता राज्यपाल भगतसिंह कोश्यारी त्या सभागृहात दाखल झाले आणि राष्ट्रगीत सुरू झाले. ८.०६ वाजता देवेंद्र फडणवीस यांनी शपथ घेतली आणि कागदांवर स्वाक्षरी केली. ८.०८ वाजता अजित पवार यांनी शपथ घेतली आणि त्यांनी कागदांवर स्वाक्षरी केली. त्यानंतर पुन्हा लगेचच राष्ट्रगीत झाले. ८.११ वाजता शपथविधी समारोह पूर्ण झालेला होता. अवघ्या महाराष्ट्रात राजकीय भूकंप घडवणारी आणि

अवघ्या देशासाठी धक्कादायक ठरेल अशी ८ मिनिटांची ही घटना रणजित यांच्या कॅमेऱ्याने बरोबर टिपलेली होती.^(१)

पाचच मिनिटांनंतर ८.१६ वाजता पंतप्रधान नरेंद्र मोदी यांनी ट्वीट केले. ''मुख्यमंत्री आणि उपमुख्यमंत्री म्हणून शपथ घेतल्याबद्दल देवेंद्र फडणवीस आणि अजित पवार यांचे अभिनंदन. महाराष्ट्राच्या उज्ज्वल भवितव्यासाठी हे दोघेही मनापासून काम करतील असा मला विश्वास आहे.''

राज्यपाल त्यांच्या चेंबरमध्ये परत जाताच रणजित यांनी अजित पवारांशी संवाद साधला. पवार म्हणाले, ''तिन्ही पक्षांमधील चर्चा संपायला तयार नव्हती. गेल्या महिन्याभरापासून फक्त चर्चाच सुरू होत्या आणि त्या चर्चेतून काहीही साध्य होताना दिसत नव्हते. काही न स्वीकारण्यासारख्या मागण्या केल्या जात होत्या. जर सुरुवातीच्या टप्प्यावरच तिन्ही पक्ष चर्चेच्या पातळीवर असताना त्यांच्यात इतक्या समस्या येत असतील तर आपण एक स्थिर सरकार कसे स्थापन करू शकणार? राज्याला स्थिर सरकार देणे आवश्यक आहे. त्यामुळेच आता राज्याला स्थिर सरकार देता यावे म्हणून मी हा निर्णय घेतलेला आहे.'' अजित पवार यांचे काका व राष्ट्रवादीचे प्रमुख शरद पवार यांच्याविषयी त्यांना विचारले असता ते म्हणाले, ''काही दिवसांपूर्वीच मी शरद पवारांना सांगितले होते की स्थिर सरकार देण्यासंदर्भात आपण काहीतरी ठोस निर्णय घ्यायला हवा. लोकमतच असे काही आहे की कोणत्याही एका पक्षाला सरकार स्थापन करणे शक्य नव्हते. त्यामुळे एकतर दोन पक्षांनी किंवा तीन पक्षांनी एकत्र यायला लागणार होते. त्यामुळे मी विचार केला की तीन पक्ष एकत्र येण्यापेक्षा दोन पक्ष एकत्र आलेले केव्हाही चांगले. काँग्रेस व राष्ट्रवादी हे पंधरा वर्षांपासून एकत्रितपणे सरकार चालवत आहेत त्याचे उदाहरण आपल्यासमोर होतेच. त्याच धर्तीवर भाजप-शिवसेना यांनीही पाच वर्षे सरकार चालवले आहे. त्यामुळे आम्ही हा निर्णय घेतला.''

अजित पवार यांची मराठी आणि हिंदी अशा दोन्ही भाषांतून मुलाखत घेतल्यानंतर रणजित यांनी आपला मोर्चा देवेंद्र फडणवीस यांच्याकडे वळवला. भाजपचे प्रदेशाध्यक्ष चंद्रकांत पाटील हे सुद्धा त्यांच्यासमवेत कॅमेऱ्यात दिसायला हवेत असा फडणवीसांनी आग्रह धरला. फडणवीस म्हणाले, ''महाराष्ट्राच्या जनतेने वस्तुतः स्पष्टपणे जनमताचा कौल दिलेला होता. परंतु त्या जनमताचा अनादर करून शिवसेना विरोधी पक्षांशी आघाडी करू पाहत आहे. त्यामुळे महाराष्ट्रावर राष्ट्रपती राजवटही लागू करावी लागली आहे. अशा वेळी महाराष्ट्रामध्ये

---

1. रणजित सिंग श्रीनेत यांची लेखकाने घेतलेली मुलाखत

एका स्थिर सरकारची गरज आहे. जे आत्ताच्या परिस्थितीत शक्य नव्हते. या परिस्थितीत, मी अजितदादांचे अभिनंदन करेन कारण त्यांनी स्थिर सरकार देण्यासाठी भाजपसोबत येण्याचा निर्णय घेतला. इतरही काही लोक आमच्यासमवेत येण्यास तयार आहेत. त्यामुळे आम्ही राज्यपालांसमोर सरकारस्थापनेचा दावा केलेला आहे. आमच्या या दाव्याच्या अनुषंगाने राज्यपालांनी राष्ट्रपतींना विनंती केली आणि राष्ट्रपती राजवट हटवण्याविषयी सुचवले. राष्ट्रपती राजवट हटवल्यानंतर राज्यपालांनी आम्हाला शपथ घेण्यासाठी बोलावले. आम्हाला विश्वास आहे की आम्ही निश्चितपणे एक स्थिर सरकार देऊ.'' या संपूर्ण सभागृहात एक आनंदाचे व जल्लोषाचे वातावरण होते. तिथे उपस्थित प्रत्येकजण फडणवीस आणि पवार यांचे अभिनंदन करीत होता. रणजित आवराआवर करून निघायच्या तयारीत असताना जवळच उभे असलेले देवेंद्र फडणवीस मुख्य सचिव अजोय मेहता यांना काही सूचना देत असल्याचे त्यांच्या कानावर पडले. ते सांगत होते, ''मंत्रालयात अजितदादांसाठी एक चांगली केबिन तयार करा. उपमुख्यमंत्रिपदाला साजेशी अशा पद्धतीने ती खोली चांगल्या रीतीने सजवा.'' मुख्यमंत्रिपदाची शपथ घेतल्यानंतर हा पहिलाच आदेश फडणवीस देत असल्याचे रणजित यांनी ऐकले.[२] राष्ट्रवादीचे पक्षनेते असल्याच्या अधिकारात अजित पवार यांनी पक्षाचा पाठिंबा भाजपला जाहीर केलेला असल्यामुळे फडणवीस पुन्हा एकदा मुख्यमंत्री बनले होते. परंतु ते कशामुळे असे करण्यास प्रवृत्त झाले असतील? कारण अवघ्या काही तासांपूर्वी ते सरकार स्थापनेसंदर्भात शिवसेना व काँग्रेससमवेत चर्चा करीत होते. त्यातील घटनाक्रम लवकरच उघड झाला. नेहरू सेंटरमध्ये झालेल्या वादग्रस्त बैठकीतून बाहेर पडल्यानंतर अजित पवार देवेंद्र फडणवीस यांना जाऊन भेटले आणि त्यांनी त्यांच्या नेतृत्वाखाली सरकार स्थापन करण्यासाठी राष्ट्रवादी पाठिंबा देऊ शकेल अशी ऑफर दिली. त्यावेळी त्यांची अस्वस्थता चेहऱ्यावर दिसत होती. त्यांनी फडणवीस यांना सांगितले, ''हे त्रिपक्षीय सरकार स्थापन करण्याची धडपड यशस्वी होईल, असे वाटत नाही. मी तुम्हाला भेटायला येतो आहे हे मी शरद पवारांच्या कानात सांगून आलो आहे. आमच्या आमदारांचेसुद्धा हेच मत आहे.''

त्यांच्या बोलण्याचा विश्वास फडणवीसांना वाटावा म्हणून त्यांनी सर्व आमदारांनी स्वाक्षऱ्या केलेले पत्र त्यांच्याकडे दिले. तसेच अजित पवारांनी काही राष्ट्रवादीच्या आमदारांना तिथूनच फोन लावला आणि त्यांचे फडणवीसांशी बोलणे करून दिले. अजित पवारांच्या निर्णयाला आमचा पाठिंबा असल्याचे त्यांनी सांगितले.

---

2. रणजित सिंग श्रीनेत यांची लेखकाने घेतलेली मुलाखत

अजित पवारांच्या हातात असलेले आमदारांच्या स्वाक्षऱ्यांचे पत्र आणि राष्ट्रवादीच्या आमदारांशी प्रत्यक्षात बोलल्यानंतर संपूर्ण राष्ट्रवादी पक्ष अजित पवारांच्या मागे आहे अशी फडणवीसांची भावना तयार झाली आणि पक्षाध्यक्ष शरद पवार यांचाही या सगळ्याला पाठिंबा आहे अशी त्यांची समजूत होती.[३]

नेहरू सेंटरच्या बैठकीत काय घडते आणि काय निर्णय होतो हे टीव्हीवर पाहत बसलेल्या देवेंद्र फडणवीसांना अजित पवारांच्या ऑफरमुळे एक नवाच उत्साह संचारला. कारण फडणवीस हे महाराष्ट्रातील भाजपचा चेहरा होते आणि राज्यात सरकार स्थापन करण्यासंदर्भात पक्ष पूर्णपणे त्यांच्यावर विश्वास टाकून विसंबून होता. परंतु शिवसेनेने घुमजाव केल्याने साऱ्या आशा आकांक्षा धुळीला मिळालेल्या होत्या. फडणवीस यांना वाटत होते की; सध्याच्या परिस्थितीमध्ये भाजपला जाणीवपूर्वक एका कोपऱ्यात टाकलेले आहे आणि राज्यात त्यांचे स्थान गैरलागू असल्याचे दाखवण्याचा प्रयत्न सुरू आहे.

राजकीय वर्तुळात जी काही चर्चा सुरू होती त्यानुसार, पक्षाध्यक्ष अमित शहा यांच्याही मनातून फडणवीस काहीसे उतरले होते. तरीही शहा चारचौघांत मात्र फडणवीसांचे कौतुक करीत होते.[४]

२०१७ मध्येच त्यांना या पदावरून हलवण्याचा प्रयत्न झालेला होता. परंतु त्यावेळी लगेचच नरेंद्र मोदींची भेट घेऊन आणि स्थानिक स्वराज्य संस्थांमधील आपले यश दाखवून जागा टिकवून ठेवण्यात ते यशस्वी ठरले होते.[५]

आता तर सत्ताच हातून गेल्यामुळे त्यांची राजकीय प्रगती कशी असेल याची आता सत्वपरीक्षाच होती. त्यामुळे या सगळ्या परिस्थितीमध्ये त्यांना अजित पवारांच्या रूपाने संधीचे दार ठोठावले जात असल्याचे दिसले.

त्यामुळे अजित पवार यांच्या ऑफरवर अवलंबून राहून त्यांनी भाजपातील वरिष्ठ नेत्यांना फोन केला आणि त्यांना पवारांच्या प्रस्तावाविषयी सांगितले. त्यांच्याकडून हिरवा कंदिल मिळाल्यानंतर त्यांनी हा राजकीय गनिमी कावा

---

3. देवेंद्र फडणवीस यांची 'एबीपी माझा'वरील १३ डिसेंबर, २०१९ रोजीची मुलाखत

4. https://www.newindianexpress.com/nation/2019/sep/22/fadnaviswould-the-next-maharashtra-cm-declares-amit-shah-2037464.html

5. https://www.indiatoday.in/magazine/nation/story/20161226-d e vendra-fadnavis-amit-shah-maharashtra-b j p - elections-830052-2016-12-15

खेळण्याचे निश्चित झाले.

रात्री ११.४५ वाजता सारे काही ठरले होते आणि धोरण निश्चित झाले. फडणवीसांनी पुन्हा एकदा पक्षाच्या दिल्लीतील वरिष्ठ नेत्यांना फोन केले. आणि शिवसेना किंवा काँग्रेसमधील कुणाला कसलाही सुगावा लागायच्या आत जे काही करायचे ते करून मोकळे व्हायचे हे ठरले. वरून पुन्हा एकदा मंजुरी मिळाल्यानंतर फडणवीस यांनी राजभवनशी रात्री १२.३० वाजता संपर्क साधला आणि राज्यपाल कोश्यारी यांना या योजनेची पूर्वकल्पना दिली. फडणवीस यांच्याशी झालेल्या आटोपशीर संवादानंतर कोश्यारी यांनी लगेचच सचिवांना फोन केला आणि त्यांचा दुसऱ्या दिवशीचा दिल्ली दौरा रद्द करावयाचा असल्याचे सांगितले. तसेच दुसऱ्या दिवशी सकाळच्या शपथविधी सोहळ्याची तयारी करण्यासंदर्भात आवश्यक त्या सूचना दिल्या. मुख्य सचिव तसेच अन्य संबंधित अधिकाऱ्यांनाही सूचित करण्यास सांगितले. सकाळी ५.४७ मिनिटांनी राष्ट्रपती राजवट हटवली जात असल्याचे पत्र त्यांनी सादर केले. मात्र ही बातमी सर्वांसाठी सकाळी ९ वाजताच जाहीर करण्यात आली. तोपर्यंत शपथविधी झाल्याची बातमी सगळीकडे पसरलेली होती.(६)

खुद्द भाजपमधील राज्यस्तरीय व राष्ट्रीय स्तरावरच्या फार कमी लोकांना आदल्या रात्री काय घडले होते याची कल्पना होती. देवेंद्र फडणवीस, अजित पवार, अमित शहा, नरेंद्र मोदी आणि राष्ट्रपती रामनाथ कोविंद असे काही मोजके लोक वगळता या सगळ्या घडामोडींविषयी खूपच कमी राजकीय व्यक्ती आणि प्रशासकीय अधिकाऱ्यांना पूर्वकल्पना होती.

6. https://www.newindianexpress.com/nation/2019/nov/23/ maharashtra-coup-timeline-here-is-how-events-unfolded- ajitpawar-bjp-ncp-shivsena-2065988.html

१०

अवघा देश अवाक्!

दिनांक २३ नोव्हेंबरच्या सकाळी बहुतांश वृत्तपत्रांच्या पहिल्या पानावरचे मथळे साधारण एकसारखे होते. 'इंडियन एक्सप्रेस'ने दिले होते, 'उद्धव ठाकरे मुख्यमंत्री बनण्याच्या उंबरठ्यावर!' तर 'टाईम्स ऑफ इंडिया'ने दिले होते, "उद्धवच राहणार पाच वर्षांसाठी मुख्यमंत्री!" बहुतांश सर्व वृत्तपत्रांनी याच धर्तीवर शीर्षके देऊन बैठकीची बातमी रंगवली होती. आदल्या दिवशी सायंकाळी शरद पवार जे माध्यमांशी बोलले होते त्याच्या धर्तीवर सर्व वृत्तपत्रांनी पहिल्या पानाचे रकानेच्या रकाने भरले होते आणि उद्धव ठाकरे हेच महाराष्ट्राचे पुढचे मुख्यमंत्री बनणार असल्याचे जाहीर केले होते. परंतु जे कोणी पेपर वाचल्यानंतर सकाळच्या ताज्या बातम्या पाहण्यासाठी टीव्हीकडे वळले होते त्यांच्यासाठी मात्र तिथे एक मोठाच धक्का होता. प्रत्येक वृत्तवाहिनीवर दाखवली जाणारी बातमी वृत्तपत्रात छापून आलेल्या बातमीला पूर्णतः छेद देत होती. सर्व वाहिन्यांवर देवेंद्र फडणवीस व अजित पवार चक्क शपथ घेताना दिसत होते. खासगी वृत्त वाहिनी असलेल्या 'एएनआय'च्या बातमीदाराला तिथे बोलावण्यात आले होते परंतु शासनाचे अधिकृत प्रसारण असलेल्या दूरदर्शनलासुद्धा याची पूर्वकल्पना देण्यात आलेली नव्हती. त्यामुळे सर्वांना या क्षणांचे चित्रीकरण 'एएनआय'च्या सौजन्याने दाखवावे लागत होते. अधिकृत माहितीचे स्रोत वापरून त्यांना बोलवायचे असते तर त्यासाठी काही विशिष्ट प्रोटोकॉल पाळावे लागले असते आणि मग या प्रकारातील गुप्तता राखण्याच्या दृष्टीने तसे करणे शक्य नव्हते. त्यामुळे अन्य सर्व खासगी वाहिन्यांप्रमाणेच दूरदर्शनलासुद्धा 'एएनआय'चे सौजन्य दाखवणे भाग होते.[१]

1. https://economictimes.indiatimes.com/news/politics-and-nation/prasar-bharati-kept-out-of-devendra-fadnavis-swearing-in/articleshow/72215662.cms?from=mdr)

आदल्या रात्री नक्की काय आणि कसे घडले याविषयी कुणालाही कसलीही पुसटशीही कल्पना नव्हती. विविध वृत्तवाहिन्यांच्या स्टुडिओमध्ये बसलेल्या राजकीय भाष्यकारांनी लगेचच या सगळ्या प्रकरणाचे सूत्रधार शरद पवार असणार असा कयास बांधून त्यांना लक्ष्य केले. पवारांचे धक्कातंत्र आणि कायम ते जे करतील असे वाटेल त्याच्या विरुद्ध करण्याची प्रवृत्ती यामुळे त्यांनीच हे घडवून आणले असणार असा बहुतेकांना दाट संशय होता. तसेच अंदाज राजकीय पंडीत वर्तवू लागले होते. काहींनी त्यास पवारांचा 'मास्टरस्ट्रोक' असे संबोधले. या माध्यमातून त्यांनी भाजप-शिवसेनेची पंचवीस वर्षांची युती तोडली, शिवसेनेला एनडीएतून बाहेर काढले आणि विधानसभेतील तिसऱ्या क्रमांकाचा पक्ष ठरलेल्या त्यांच्या पक्षाला सत्तेतही आणण्यात ते यशस्वी ठरले होते. त्यामुळे ही खेळी पवारांचीच असणार असा अनेकांचा तर्क होता.[२]

पवारांनी एकच बाण मारून अनेक लक्ष्य साध्य केली आणि त्यासाठी त्यांनी डबल गेम केला असेच अनेकांना वाटत होते. एका बाजूला त्यांनी शिवसेनेला चर्चेत गुंतवून ठेवले आणि दुसऱ्या बाजूला त्यांनी कुणालाही थांगपत्ता लागू न देता भाजपसमवेत हात मिळवणी करून सरकार स्थापनही केले. काही राजकीय भाष्यकारांच्या मते तर, पवारांच्या वागणुकीचा आजवरचा इतिहास पाहता ते असे वागले असतील तर त्यात काहीही आश्चर्य नव्हते. परंतु जसा दिवस वर येऊ लागला तेव्हा पवारांनी त्यांची भूमिका ट्वीटर आणि अन्यत्र जाहीर केली. काहींच्या मते पवारांना त्यांच्या वागण्याचा नियतीने काव्यागत न्याय दिलेला होता. १९७८ मध्ये त्यांनी त्यांचेच बॉस वसंतदादा पाटील यांचे सरकार पाडले होते आणि स्वतःच्या डोक्यावर मुख्यमंत्रिपदाचा मुकूट चढवला होता. वसंतदादांची विधवा पत्नी शालिनीताई यांनी मात्र हे जे काही घडत होते त्यावर आपली तिखट प्रतिक्रिया नोंदवली. त्या म्हणाल्या, "आता पवारांना कळले असेल की त्यांनी जेव्हा पाठीत खंजीर खुपसला होता तेव्हा वसंतदादांना कसे वाटले असेल."[३]

2. https://www.indiatoday.in/india/story/no-end-to-maha-drama-cong-ncp-say-bjp-contacting-their-mlas-all-eyes-on-sc-the-story-so-far-1622262-2019-11-24

3. https://timesofindia.indiatimes.com/india/ajits-move-gives-pawarsame-experience-as-vasantdada-shalini-patil/articleshow/72212411.cms

विश्वासघातानेच आली जाग

शरद पवार आदल्या रात्री पहाटे तीन वाजता झोपले होते. त्यामुळे दुसऱ्या दिवशी ते जरा उशीरानेच उठणार होते. मात्र सकाळी ६.४५ च्या आसपास पक्षातील एका नेत्याचा फोन त्यांना आला आणि त्याने कळवले की त्यांना राजभवनला आणण्यात आले आहे. थोड्याच वेळात, शपथविधीची बातमी टीव्हीवर दिसू लागली. सर्व वाहिन्यांवरील बातम्या त्यांनी पाहिल्या. अजित पवार यांनी आपल्या पूर्वसंमतीनंतरच भाजपसमवेत हात मिळवले असून उपमुख्यमंत्रिपदाची शपथ घेतली आहे असे एक चित्र सगळीकडे निर्माण झालेले आहे हे त्यांच्या लक्षात आले. त्यामुळे आता तातडीने या सगळ्याची नुकसान भरपाई करण्यासाठी काहीतरी करणे आवश्यक होते. त्यांनी उद्धव ठाकरे यांना पहिला फोन केला आणि त्यांचा विश्वास प्रथमतः पुन्हा प्रस्थापित केला. पवार त्यांना म्हणाले, ''जे काही घडले आहे ते योग्य नाही. हे आपण निश्चितपणे सुधारू. ठरवलेल्या मार्गावरून आपण अजिबात दूर जाणार नाही.''(४)

पवारांशी बोलणे झाल्यानंतर ठाकरेंनी संजय राऊत यांच्याशी निर्माण झालेल्या परिस्थितीविषयी चर्चा केली. त्यानंतर दोघांचेही असे मत पडले की आपण शरद पवारांवर विश्वास ठेवूया. जे घडले ते त्यांच्या संमतीशिवाय झालेले असावे असे मानून चालू. उद्धव ठाकरे यांनी राऊत यांना विचारले, की 'पवारांनी आपल्याला फसवले असेल का?' यावर राऊत म्हणाले, त्यांना असे वाटते की अजित पवार यांनी शरद पवार यांना फसवले असावे. त्यामुळे या सगळ्या दगाबाजीमध्ये अजित पवारांच्या पाठीशी शरद पवार नसावेत असे त्यांचे मत बनले. राऊत यांनी ट्वीट केले, ''पाप के सौदागर.'' त्यानंतर सकाळी ९.२६ वाजता शरद पवार यांनी ट्वीट केले : ''अजित पवार यांनी घेतलेल्या राजकीय निर्णयाला राष्ट्रवादीचा पाठिंबा नाही. तो त्यांचा व्यक्तिगत निर्णय आहे. त्यामुळे या निर्णयाला आमचा कोणताही पाठिंबा अथवा संमती नाही हे आम्ही अधिकृतरीत्या जाहीर करीत आहोत.''

त्यानंतर शरद पवार यांनी पुढचे पाऊल सुचवले. उद्धव ठाकरे व शरद पवार यांनी एकत्रित पत्रकार परिषद घ्यावी म्हणजे दोन्ही पक्ष एकत्र असल्याचा संदेश सर्वांना जाईल. आणि अजित पवार यांनी एका रात्रीत जे काही घडवून आणले ती राष्ट्रवादी पक्षाची अधिकृत भूमिका नाही हे देखील सर्वांना समजेल. त्यानुसार, दुपारी १२.३० वाजता शरद पवार, उद्धव ठाकरे आणि राष्ट्रवादी-शिवसेनेच्या वरिष्ठ नेत्यांनी वाय. बी. चव्हाण सभागृहात एकत्रित पत्रकार परिषद आयोजित

---

4. शरद पवार यांची 'एबीपी माझा'वरील २ डिसेंबर, २०१९ रोजीची मुलाखत

केली. राष्ट्रवादीचे तीन आमदारसुद्धा या वेळी पत्रकारपरिषदेला उपस्थित होते.(५)

राजभवनमध्ये शपथविधी समारंभाला जे बारा आमदार उपस्थित राहिलेले होते त्यांच्यातील हे तीन आमदार होते. काँग्रेस नेत्यांनासुद्धा या पत्रकार परिषदेला बोलावण्यात आले होते परंतु त्यांच्यातील कुणीही उपस्थित राहिले नाही. त्यामुळे या सकाळच्या धक्क्यानंतर काँग्रेस कदाचित आघाडी करण्यासंदर्भात एक पाऊल मागे घेऊ शकते अशी चर्चा बातमीदारांमध्ये सुरू झाली.

एका तणावपूर्ण वातावरणात पत्रकार परिषद सुरू झाली. सभागृहात उपस्थित असलेल्या सगळ्याच नेत्यांच्या चेहऱ्यावर दिसणारा राग आणि गांभीर्य हा त्याचा पुरावा होता. पत्रकार परिषदेची सुरुवात शरद पवारांनी केली, ''अजित पवारांनी घेतलेला निर्णय हा राष्ट्रवादीच्या भूमिकेच्या विरोधात आहे. भाजपसमवेत कुणी सरकार स्थापन करीत असेल तर माझ्या पक्षाचे खरेखुरे कार्यकर्ते त्यांच्यासमवेत कधीही असू शकत नाहीत. मला त्याची खात्री आहे.'' कदाचित आणखी काही आमदार अजित पवारांना जाऊन मिळतील अशी भीती पवारांना वाटत असल्याने त्यांनी हा इशारा दिला. ''जे लोक त्यांच्यासोबत गेले आहेत किंवा त्यांच्यासोबत जाण्याचा विचार करीत आहेत त्यांनी लक्षात ठेवावे की आपल्या देशामध्ये पक्षांतर बंदी कायदा आहे. अशा परिस्थितीत त्या कायद्यानुसार त्यांचे सदस्यत्व रद्द होईल. (विधानसभेतील) अशा लोकांनी सदस्यत्व गमावल्यानंतर पुन्हा लढायचे ठरवले तर त्यांचा पराभवच होईल याची खात्री राष्ट्रवादी, शिवसेना व काँग्रेस नक्की देईल.'' या पत्रकार परिषदेला मी स्वतः उपस्थित होतो.

शरद पवारांचे बोलणे झाल्यानंतर पवारांनी त्या तीन आमदारांना बोलायला सांगितले. त्या सर्व आमदारांना सकाळी राजभवनला कसे नेण्यात आले याविषयी त्यांनी सांगावे असे पवारांनी त्यांना सुचवले. त्यावेळी सर्वप्रथम बुलडाण्याचे डॉ. राजेंद्र शिंगणे बोलले. ते म्हणाले, ''आदल्या रात्री बारा वाजता अजित पवार यांचा मला फोन आला आणि त्यांनी सांगितले, की काही मुद्द्यांबाबत त्यांना माझ्याशी बोलायचे आहे. त्यामुळे धनंजय मुंडे यांच्या बंगल्यावर सकाळी ७ वाजता येऊन भेटावे.'' विधानसभेतील पक्षनेते असल्यामुळे मी त्यांच्या आदेशाचे पालन केले. मी जेव्हा मुंडे यांच्या बंगल्यावर पोहोचलो तेव्हा पाहिले की तिथे अगोदरपासून आणखी दहा-बारा आमदार आलेले होते. परंतु स्वतः अजित पवार तिथे नव्हते. काही वेळानंतर आम्हाला चर्चेसाठी दुसऱ्या ठिकाणी जायचे आहे असे सांगण्यात आले. त्यामुळे आमच्यासाठी तयार ठेवलेल्या कारमध्ये बसण्यास

---

5. https://www.thequint.com/news/politics/maharashtra-drama-uddhav-thackeray-sharad-pawar-ncp-bjp-shiv-sena

सांगण्यात आले. त्या कारमधून आम्हाला थेट राजभवनला नेण्यात आले आणि एका छोट्या सभागृहात आम्हाला बसवून ठेवण्यात आले. राजभवनला पोहोचेपर्यंत आम्हाला कुठे आणि का नेले जात आहे याची काहीही कल्पना नव्हती. दरम्यान, तिथे देवेंद्र फडणवीस आणि भाजपचे इतर काही नेते येऊ लागले त्यावेळी काय घडते आहे याचा थोडाफार अंदाज आम्हाला येऊ लागला होता. परंतु आम्ही आपसात चर्चा करून काही ठरवू शकलो असतो तोपर्यंत राज्यपाल आले आणि थेट शपथविधी समारंभच सुरू झाला. त्यामुळे राजभवनातून बाहेर पडताक्षणी मी पवार साहेबांच्या निवासस्थानी धाव घेतली. आमची दिशाभूल करण्यात आली आहे. मी कायमच राष्ट्रवादीसोबत आहे.'' त्यांचे बोलणे झाल्यानंतर बीडचे आमदार संदीप क्षीरसागर हे बोलले आणि त्यानंतर विक्रमगडचे आमदार सुनील भुसारा यांचेही बोलणे झाले. डॉ. राजेंद्र शिंगणे यांनी जे सांगितले तेच त्यांनीही व्यक्त केले. आपली एकनिष्ठता शरद पवारांच्या बरोबर असल्याचेच त्यांनी स्पष्ट केले.[६] या तीन आमदारांचे बोलून झाल्यानंतर पवारांनी पुन्हा एकदा मायक्रोफोन त्यांच्याकडे घेतला आणि हा सगळा प्रकार अजित पवार यांनी कशा पद्धतीने घडवून आणला असणार यावर भाष्य केले.

"सर्व राजकीय पक्षांनी त्यांच्या आमदारांची यादी त्यांच्या स्वाक्षरीसह तयार ठेवलेली होती. त्यामध्ये प्रत्येक आमदाराचे नाव व त्यापुढे त्याची स्वाक्षरी होती. अजित पवार हे राष्ट्रवादीचे विधानसभेतील पक्षनेते असल्याने त्यांच्याकडे या यादीच्या दोन प्रती होत्या. मला असे वाटते की त्यांनी त्या यादीला आपले एक कव्हरिंग लेटर जोडले आणि राज्यपालांचीही दिशाभूल केली आणि आपल्याला सगळ्या ५४ आमदारांचा पाठिंबा आहे असे चित्र निर्माण केले. मला असे वाटते यात राज्यपालांचीही फसवणूक झालेली आहे.

या आमदारांच्या स्वाक्षऱ्या पक्षाच्या अंतर्गत बैठकीसाठी घेण्यात आलेल्या होत्या. या स्वाक्षऱ्या सरकारस्थापनेसाठी घेतलेल्या नव्हत्या. विधानसभेमध्ये आता त्यांना ३० नोव्हेंबरपर्यंत बहुमत सिद्ध करावे लागेल परंतु त्यांच्याकडे तेवढे संख्याबळच नाही. आम्ही शिवसेनेच्या नेतृत्वाखाली सरकार स्थापन करायचे ठरवलेले आहे आणि आम्ही आजही एकत्र आहोत.''

शरद पवार यांचे बोलणे झाल्यानंतर त्यांच्याच शेजारी बसलेले उद्धव ठाकरे माध्यमांशी बोलले. देवेंद्र फडणवीस यांचे नाव न घेता त्यांनी त्यांच्यावर टीका

---

6. https://www.outlookindia.com/website/story/india-news-taken-tooath-ceremony-without-any-information-3-ncp-mlas-lash-out-atajit-pawar/342881

केली. ते म्हणाले, "हे सगळे पाहिल्यानंतर मला असे सांगावेसे वाटते की निवडणूक यापुढे घेऊच नयेत आणि त्यांनी (फडणवीस) 'मी पुन्हा येईन' असे म्हणत बसण्यापेक्षा मी जाणारच नाही असे म्हणून फेव्हीकॉल लावून खुर्चीवर बसावे. तेच अधिक चांगले राहील. आम्ही रात्रीच्या अंधारात राजकारण करीत नाही जे काही करायचे ते उघडपणे प्रकाशात, दिवसाढवळ्या करतो. जेव्हा पाठीत खंजीर खुपसला तेव्हा छत्रपती शिवाजी महाराजांनी काय केले हे सगळ्यांना माहीत आहे. त्यामुळे आमच्या पाठीत खंजीर खुपसण्याचा प्रयत्न करू नका. मर्द मावळे हे रणांगणात उतरतात आणि ते सत्ता मिळवण्यासाठी रात्रीच्या अंधारात खेळत बसत नाहीत.''

अजित पवार विरुद्ध सुप्रिया सुळे

ठाकरे यांचे बोलून झाल्यानंतर पवारांनी स्पष्ट केले की काँग्रेस नेते या पत्रकार परिषदेला उपस्थित राहू शकले नाहीत कारण त्यांना त्याच वेळी त्यांच्या पक्षाची एक बैठक होती. ते माध्यमांशी नंतर बोलतील. त्यानंतर पवारांनी पत्रकारांना काही प्रश्न असतील तर ते विचारण्यास सांगितले. ही पत्रकार परिषद सुरू असताना राष्ट्रवादीचे सारे वरिष्ठ नेते शरद पवारांच्या मागे अथवा बाजूला बसलेले होते परंतु त्यांची मुलगी सुप्रिया सुळे मात्र व्यासपीठाच्या एका कोपऱ्यात शांतपणे उभ्या होत्या. थोड्याच वेळामध्ये त्यांच्या व्हॉट्सअॅप स्टेटसवर "पक्ष आणि कुटुंब वेगळे" आणि "ज्यांच्यावर तुम्ही आयुष्यात विश्वास ठेवला... ज्यांना कायम पाठीशी घातले, प्रेम केले.. पाहा त्यांनी आपल्याला काय परत दिले.'' असे संदेश दिसू लागले.

अर्थातच हे दोन्ही संदेश त्यांचे चुलत भाऊ असलेल्या अजित पवार यांना उद्देशून होते हे सर्वांच्याच लक्षात यायला वेळ लागला नाही. सुप्रिया आणि अजित पवार यांच्यातील कटू संबंधांविषयी प्रश्नाला उत्तर देताना शरद पवार म्हणाले, "सुप्रियाला राज्याच्या राजकारणात काहीही रस नाही. ती लोकसभेत खासदार आहे. ही तिची तिसरी टर्म आहे. त्यामुळे तिला मुळातच राष्ट्रीय राजकारणात रस आहे.''

शरद पवार हे त्या दोघांमधील कटुता झाकू पाहत असले तरीही राष्ट्रवादी पक्षाची वाटचाल जवळून माहीत असणाऱ्या लोकांना माहीत होते की नेतृत्वावरून त्या दोघांमध्येही वाद होते. सुप्रिया सुळे यांनी सदानंद सुळे यांच्याशी लग्न केले असून त्या दोन मुलांच्या आई आहेत. त्याचे शिक्षण अमेरिकेतील कॅलिफोर्निया येथे झालेले आहे आणि त्या इतर काही देशांतही राहिलेल्या

आहेत. राज्यसभेवर २००६ साली त्यांची खासदार म्हणून औपचारिक निवड झाली आणि त्यांचा राजकारणात अगदी सहज प्रवेश झाला तेव्हाच अजित दादांच्या गटात अस्वस्थता निर्माण झाली होती. अजित पवार यांची राजकीय कारकिर्द ही सुप्रिया सुळे यांच्या कितीतरी अगोदर १९८० सालापासून सुरू झालेली आहे. एक कणखर राजकारणी आणि एक यशस्वी प्रशासक अशी प्रतिमा त्यांनी जनमानसात मिळवलेली आहे. सरकारमध्ये असताना त्यांच्यावर जी कोणती जबाबदारी सोपवण्यात आली ती त्यांनी समर्थपणे हाताळली होती. त्यामुळे शरद पवारांचे वय एकीकडे वाढत असल्याने त्यांच्यानंतर पक्षाची धुरा सांभाळणारे उत्तराधिकारी अजित पवारच असतील म्हणून त्यांच्याकडे पाहिले जाऊ लागले होते. परंतु त्यांचे पाठीराखे मात्र त्यांना सतत भीती दाखवत असत की कदाचित शरद पवार परंपरेने त्यांची मुलगी सुप्रिया यांच्याकडेच पक्षाची धुरा सोपवतील. पुत्रप्रेमापुढे अजित पवार मागे राहतील अशी त्यांच्या समर्थकांची भावना तयार झालेली होती. अजित पवार आणि सुप्रिया सुळे यांच्यामध्ये वर्चस्वासाठी अंतर्गत संघर्ष आहे असे महाराष्ट्राच्या राजकीय वर्तुळात मानले जाते. अर्थात दोघांनीही कधीही सार्वजनिकरीत्या एकमेकांवर टीका केलेली नाही अगर केव्हाही आपल्यातील संबंध कटू असल्याचे जगाला भासवू दिले नाही. 'आजवरच्या इतिहासावर नजर टाकली तर उपमुख्यमंत्रिपदाची अशा पद्धतीने शपथ घेतल्याचे समजल्यानंतर सुप्रिया सुळे यांनी ठेवलेले व्हॉट्सॲप स्टेटस ही एकमेव गोष्ट त्यांची नाराजी प्रदर्शित करणारी होती.' असे निरीक्षण 'नवभारत टाईम्स'चे राजकीय संपादक अभिमन्यू शितोळे यांनी वर्तवलेले आहे.[७] पक्षांतर्गत वर्चस्वाचा विचार करायचा झाला तर सुप्रिया सुळे यांचा पश्चिम महाराष्ट्रात दबदबा अधिक आहे. अजित पवार यांचे पक्षावर नियंत्रण उत्तम आहे. गेल्या काही महिन्यांपासून अजित पवार हे त्यांचे काका शरद पवार यांच्यावर नाराज असल्याचे राजकीय वर्तुळात दबक्या आवाजात बोलले जात होते.

अजित पवार यांचा मुलगा पार्थ हा चार महिन्यांपूर्वी लोकसभा निवडणुकीसाठी उभा राहिला होता आणि त्याचा दारूण पराभव झाला होता. पक्षातील लोकांनी आपल्या मुलाला पूर्ण ताकदीने पाठिंबा न दिल्याने त्याचा पराभव झाला असा अजित पवारांचा ग्रह झाला होता.[८] त्याच वेळी शरद पवारांचा नात पणतू

---

7. अभिमन्यू शितोळे यांची लेखकाने घेतलेली मुलाखत.

8. https://www.rediff.com/news/column/ajit-pawar-stands-alone-politically/20191126.htm

असलेला रोहित पवार यानेही राजकारणात प्रवेश केला. त्यामुळे पार्थला एक नवा स्पर्धक म्हणून त्याला पुढे आणण्यात आले असे चित्र निर्माण झाले.(९)

अजित पवारांच्या मनात त्यातूनच असुरक्षिततेची भावना निर्माण झालेली होती. त्यामुळे शरद पवारांना विश्वासात न घेता अजित पवारांनी फडणवीसांशी जाऊन हात मिळवणे हा त्या असुरक्षिततेच्या भावनेचाच परिपाक होता. अभिमन्यू शितोळे यांच्या मते, शरद पवारांचा पुढचा राजकीय वारसदार कोण हा विषय मार्गी लावणे हे पवार कुटुंबीयांसाठी अतिशय नाजूक परिस्थिती निर्माण करणारे ठरणार आहे. आणखी एक वरिष्ठ पत्रकार अनुराग त्रिपाठी यांचे मत मात्र काहीसे वेगळे आहे. त्यांच्या मते, कदाचित पवार कुटुंबाच्या बाहेरील कुणीतरी पुढे येऊन पक्षातील सर्वोच्च जागेवर आपला दावा करू शकतो. त्यांच्या मते, "शिवसेनेमध्ये व्यक्तिगत निष्ठेला जितके महत्त्व आहे तसे राष्ट्रवादीमध्ये नाही." हा मुद्दा विस्ताराने मांडताना ते म्हणतात, "राष्ट्रवादी हे काँग्रेसमधून दुखावल्याने बाहेर पडलेल्या लोकांचे संघटन आहे. राष्ट्रवादीतील अनेक नेते हे स्वतंत्र आहेत आणि स्वबळावर निवडणुका जिंकू शकतील अशी क्षमता राखणारे आहेत. त्यामुळे हा पक्ष म्हणजे अनेक सरदारांची एकत्रित आघाडी आहे."

सत्तेचा लोभ की तुरुंगाची भीती?

पत्रकार परिषदेच्या दरम्यान, शरद पवारांनी जाहीर केले की त्यांच्या सर्व आमदारांची बैठक दुपारी ४.३० वाजता आयोजित करण्यात आली आहे. त्यामुळे जे सर्व पत्रकार ती पत्रकार परिषद कव्हर करण्यासाठी आले होते त्या सर्वांनी वाय. बी. चव्हाण सेंटरमध्येच थांबण्याचे ठरवले. कारण पुढच्या सर्व घडामोडी आता इथेच घडणार होत्या. शरद पवारांच्या आवाहनाला प्रतिसाद देऊन किती आमदार प्रत्यक्षात वळतात हा सगळ्यांच्याच औत्सुक्याचा भाग होता. त्यामुळे अजित पवारांच्या मागे किती संख्याबळ आहे याचाही स्पष्ट अंदाज येणार होता आणि त्यावर फडणवीस सरकारचे भवितव्य काय असेल हेदेखील स्पष्ट होणार होते.

पत्रकार परिषद संपत आलेली असताना वाय. बी. चव्हाण सभागृहाच्या प्रांगणात राष्ट्रवादीचे अनेक कार्यकर्ते मोठ्या संख्येने जमू लागले. ते सगळे

9. https://theprint.in/politics/after-parth-its-rohit-one-more-son-set-to-rise-in-pawar-dynasty/235214/

घोषणा देत होते. ‘शरद पवार झिंदाबाद.’ आणि ‘अजित पवार हे गद्दार आहेत.’ चिडलेले राष्ट्रवादी कार्यकर्ते हे केवळ अजित पवारांच्या विरोधातच नव्हे तर भाजप आणि देवेंद्र फडणवीस यांच्या विरोधात घोषणा देत होते. या सगळ्या षडयंत्राच्या मागे तेच मास्टरमाइंड आहेत अशी त्या कार्यकर्त्यांची भावना झालेली होती. मी त्या वेळी त्या ठिकाणी उपस्थित होतो. मी तेथील कार्यकर्त्यांशी चर्चा केली. शरद पवारांप्रति आपली निष्ठा दाखवण्यासाठी काही कार्यकर्ते पुण्याहूनही आले होते. त्यातील एकजण आपल्या भावना व्यक्त करताना म्हणाला, “अजित दादांनी सत्तेचा लोभ आहे म्हणून भाजपसोबत हात मिळवलेला नाही तर त्यांनी असे करून स्वतःला तुरुंगामध्ये जाण्यापासून वाचवले आहे. जर त्यांनी त्यांच्या सरकारला पाठिंबा दिला नसता तर भाजपने त्यांना इडीची ताकद वापरून नक्की तुरुंगात पाठवले असते. आणि तुरुंगात जावे असे कोणाला वाटेल?... परंतु असे काहीही करताना त्यांनी पवार साहेबांना विश्वासात घ्यायला हवे होते. त्यांनी जे काही केले ते स्वार्थीपणाने केले.”

त्या कार्यकर्त्याने जी भावना व्यक्त केली तीच बहुतांश विरोधी पक्षांची भावना होती. भाजप इडी, सीबीआय, अँटी करप्शन ब्युरो यांचा गैरवापर करून विरोधकांचा आवाज दाबण्याचा प्रयत्न करीत आहे असे सगळ्यांनाच वाटत होते. त्यामुळे “तुम्ही एकतर भाजपमध्ये असाल किंवा मग तुम्ही तुरुंगात असाल” असे म्हटले जात होते. तसेच “भाजप ही एखाद्या नदीसारखी आहे जिथे तुमची सारी पापे धुतली जातील.” असेही म्हटले जात होते. राजकीय वर्तुळात हे सातत्याने म्हटले जात होते.

मनी लाँडरिंगचा ठपका ठेवून छगन भुजबळ सारख्या बड्या नेत्याला व त्यांचा पुतणा समीर यांना इडीने अटक केली होती. हे अगदी ताजे उदाहरण सगळ्यांच्या समोर होते. केंद्रात आणि राज्यात दोन्हीकडे भाजपची सत्ता असल्याने त्यांना तब्बल दोन वर्षे तुरुंगात ठेवले होते. त्यांच्यानंतर आता तुरुंगात जाणाऱ्यांत अजित पवार यांचाच नंबर आहे असे बोलले जात होते. काँग्रेस-राष्ट्रवादी आघाडीने महाराष्ट्रात १५ वर्षे सत्ता उपभोगली. त्या काळात अजित पवारांनी सत्तेचा मुक्त आनंद उपभोगला होता. त्यांच्याकडे उपमुख्यमंत्रिपदाची धुरा होती आणि सरकारमधील अनेक महत्त्वाची खातीही त्यांच्याकडे होती. राज्याचे जलसंपदा मंत्री म्हणून त्यांनी अवघ्या आठ महिन्यांत २० हजार कोटींच्या मोठ्या प्रकल्पांना विदर्भ जलसिंचन विकास विभागाची परवानगी न घेता परस्पर मान्यता दिली होती. औद्योगिक कंपन्यांना उपयुक्त ठरेल अशा पद्धतीने त्यांनी जलसिंचनाचे मार्ग परस्पर वळवले असल्याचेही आरोप त्यांच्यावर होते. २०१३ मध्ये अजित पवार यांच्या एका विधानावर प्रचंड टीकेची झोड उठली होती. “धरणात पाणी

नसेल तर त्यामध्ये आता मी मुतू का?''(१०) अशा शब्दांत ते व्यक्त झाल्याने सगळीकडून रोष व्यक्त झाला होता. अखेरीस अजित पवारांना त्यासाठी जनतेची माफी मागावी लागली होती.

२०१४च्या निवडणूक प्रचारात भाजपने अजित पवारांना लक्ष्य केले होते. निवडणूक प्रचार रॅलीमध्ये देवेंद्र फडणवीस यांनी 'शोले' या गाजलेल्या चित्रपटातील डायलॉगचा आधार घेत सांगितले, ''भाजप जेव्हा सत्तेत येईल तेव्हा अजित पवार चक्की पिसिंग, पिसिंग अँड पिसिंग'' अजित पवारांना तुरुंगात टाकू पाहत होते तेच देवेंद्र फडणवीस आता अजित पवारांच्या बरोबरीने शपथ घेताना दिसत होते.

आणखी एका गोष्टीमुळे अजित पवार अडचणीत आले होते. ती म्हणजे महाराष्ट्र सहकारी बँक घोटाळा. अवघ्या दोनच महिन्यांपूर्वी अजित पवारांची इडीने चौकशी लावली. त्यांनी २५ हजार कोटींचा घोटाळा केल्याचा बँक अधिकाऱ्यांनी आरोप केला. अनुभवी राजकीय पत्रकार जतीन देसाई म्हणाले, अजित पवार यांना दुसरे छगन भुजबळ होण्याची अजिबात इच्छा नव्हती. त्यामुळे त्यांनी फडणवीस यांना पाठिंबा देण्याचा आणि सरकारचा भाग होण्याचा विचार केला.(११)

इकडे शरद पवार यांनी सायंकाळी ४.३० वाजता वाय. बी. चव्हाण सेंटरमध्ये सर्व आमदारांची एकत्रित बैठक बोलावली होती. साधारण ४च्या सुमारास आमदार येण्यास सुरुवात झाली. तरीही तिथे कुणाचाही आवाज नव्हता. एकीकडे राष्ट्रवादी आमदार जमत असताना शिवसेनेचे कार्यकर्ते विमानतळावर फिल्डिंग लावून होते. राष्ट्रवादीच्या काही आमदारांना भाजप दिल्लीला पळवून नेण्याची शक्यता आहे आणि विधानसभेची फ्लोअर टेस्ट होईपर्यंत त्यांना तिथेच ठेवले जाईल अशी शक्यता शरद पवारांनी व्यक्त केली होती. त्यामुळे सावधगिरीचा उपाय म्हणून या सगळ्या गोष्टी केल्या जात होत्या. शिवसेनेच्या अनेक कामगारसंघटना विमानतळ परिसरात असल्याने शरद पवार यांनी ठाकरे यांना या प्रकरणी लक्ष घालून मदत करण्याचे आवाहन केले. दरम्यान, इकडे वाय. बी. चव्हाण सेंटर इथे लोक जमू लागले होते. मुख्य प्रवेशद्वारातून आत येत असलेल्या एका कारच्या दिशेने सगळे धावले. काहीच क्षणात तिथे धनंजय मुंडे येताना दिसले. लोक खूप चिडलेले दिसत होते. राष्ट्रवादीचे कार्यकर्ते त्यांना धक्काबुक्की सुरू करतील असे वाटत होते. परंतु पोलिसांच्या संरक्षणात ते सुरक्षितपणे आत आले.

---

10. https://timesofindia.indiatimes.com/india/should-I-urinate-to-fill-up-empty-dams-Ajit-Pawar-says/articleshow/19434604.cms
11. जतिन देसाई यांची लेखकाने घेतलेली मुलाखत

पक्षाचे कार्यकर्ते त्यांच्या मागे धावत आले परंतु त्यांना पोलिसांनी आणि सुरक्षारक्षकांनी सभागृहाच्या प्रवेशद्वारावरच थांबवले आणि मुंडे आत जाताच लगेचच तो दरवाजा सुरक्षेच्या दृष्टीने बंद करण्यात आला. मुंडेंच्या चेहऱ्यावर तेव्हा चिंता आणि भीती दिसून येत होती. कारण या सगळ्या षडयंत्रामध्ये मुंडेही त्यांचे सहभागीदार होते असे मानले जात होते. अनेक गोष्टी त्यांच्याकडेच अंगुलीनिर्देश करीत होत्या. पहिली म्हणजे सर्व १२ राष्ट्रवादीचे आमदार जे पुढे राजभवन मध्ये नेण्यात आले होते त्यांना अजित पवार यांनी धनंजय मुंडे यांच्या निवासस्थानी जमण्यास सांगितले होते. दुसरे म्हणजे मुंडे हे स्वतः त्या आमदारांना भेटले नसले तरी त्यांच्या कर्मचाऱ्यांनी त्या आमदारांना राजभवनला घेऊन जाण्याची व्यवस्था केलेली होती. तिसरें म्हणजे, मुंडेंचा फोन सकाळपासून बंद होता आणि पक्ष नेत्यांना व पत्रकारांना त्यांच्याशी कुठलाही संपर्क साधता येत नव्हता. चौथे म्हणजे, ते अजित पवारांचा माणूस आहेत हे पक्षात सर्वश्रूत होते. पाचवे म्हणजे, त्यांचे देवेंद्र फडणवीस यांच्याशी राजकीय संबंध उत्तम होते.

धनंजय मुंडे हे यापूर्वी भाजपमध्येच होते आणि त्यांनी भाजपचे आघाडीचे नेते व त्यांचे काका गोपीनाथ मुंडे यांच्या सोबतीने काम केले होते. परंतु मुंडेंचा राजकीय वारसा म्हणून सगळी ताकद त्यांची मुलगी आणि त्यांची चुलत बहीण पंकजा यांच्याकडे जाते आहे असे लक्षात आल्यानंतर त्यांना ते सहन झाले नाही आणि त्यांनी २०१२ मध्ये राष्ट्रवादी पक्षात प्रवेश केला. दोनच वर्षांनंतर गोपीनाथ मुंडे यांचा रस्त्यावर अपघात झाला व त्यात त्यांचा मृत्यू झाला. त्यानंतर राष्ट्रवादीने त्यांना विधान परिषदेतील विरोधी पक्षनेते म्हणून जबाबदारी दिली. अलीकडच्या निवडणुकीतील त्यांचा विजय लक्षात घेता ज्यांच्याविषयी सातत्याने बोलले जाते अशा राजकारण्यांमध्ये धनंजय मुंडे यांचे नाव होते. त्यांनी त्यांची बहीण पंकजा यांचा पराभव करून परळीची जागा जिंकली होती. या ठिकाणी पंकजा दोन वेळा जिंकून आमदार झालेल्या असल्याने हा पराभव त्यांच्या जिव्हारी लागला. हा विजय महत्त्वाचा मानला गेला कारण पंकजा या केवळ मंत्री नव्हत्या तर त्यांच्याकडे बाल, महिला आणि ग्रामीण कल्याण मंडळ हे मंत्रिपद होते, त्याचप्रमाणे भाजपच्या कोअर कमिटीमध्येही त्या होत्या. त्यांना केवळ त्यांच्या मतदारसंघामध्येच नव्हे तर अवघ्या मराठवाड्यात लोकप्रियता लाभलेली होती.

चिडलेल्या लोकांच्या तावडीतून कशीबशी सुटका करून धनंजय मुंडे हे शरद पवारांच्या केबिनमध्ये येताच पवारांनी त्यांना हसून प्रश्न केला, "तुम्ही कुठे होतात?" मुंडे त्यांच्या नजरेला नजर न देता म्हणाले, "मी कुणासोबतही जाणार नाही आणि मी राष्ट्रवादीच्या नेतृत्वासोबतच एकनिष्ठ आहे." साधारण सायंकाळी ७ वाजण्याच्या सुमारास ५४ आमदारांपैकी ४२ आमदार त्या ठिकाणी पोहोचलेले

होते. उरलेल्या सातही आमदारांनी ते शरद पवारांसोबतच असल्याचे व पक्षासोबत त्यांची निष्ठा असल्याचे पवारांना फोन करून अथवा फेसबुक-ट्वीटरच्या माध्यमातून जाहीर केले होते. अजित पवार सोडून केवळ चार आमदार अद्याप या सगळ्यात यायचे बाकी होते. वाय. बी. चव्हाण सेंटरच्या चौथ्या मजल्यावर बैठक सुरू झालेली होती आणि खाली कार्यकर्ते ही बैठक संपण्याची वाट पाहत बसले होते. पुन्हा एकदा कार्यकर्ते मुख्य प्रवेशद्वारातून आत येणाऱ्या गाडीच्या दिशेने धावत जाताना दिसले. या वेळी एक एसयुव्ही आत येत होती. शिवसेना नेते एकनाथ शिंदे आणि मिलिंद नार्वेकर हे आणखी एका माणसासोबत गाडीमध्ये बसलेले होते.

हे सगळे दृश्य पाहताना मला माझे क्राईम रिपोर्टिंगचे दिवस आठवले. एखाद्या आरोपीला कोर्टासमोर सादर करताना पोलीस असेच गाडीमध्ये टाकून आणत असत. हा गाडीमध्ये बसलेला माणूस म्हणजे राष्ट्रवादीचाच एक दुर्दैवी आमदार होता. त्याला विमानतळाजवळच्या एका हॉटेलवरून पकडले होते. तिथे काही काळ थांबून मग विमानाने दिल्लीला जाण्याची त्याची योजना होती. पोलिसाप्रमाणे त्याला पकडून आणणारे शिवसेनेचे नेते एकनाथ शिंदे आणि मिलिंद नार्वेकर होते. त्या पकडलेल्या आणि नजर चुकवून उडून जाऊ पाहणाऱ्या आमदाराला राष्ट्रवादीचे अध्यक्ष शरद पवार यांच्या न्यायालयासमोर हजर करण्यात येत होते.[१२]

काही महत्त्वाचे निर्णय घेऊन वर चौथ्या मजल्यावर सुरू असलेली बैठक आता संपत आली होती. अजित पवार यांना विधानसभेच्या पक्षनेते पदावरून दूर करण्याचा निर्णय झाला होता आणि ती प्रभारी जबाबदारी जयंत पाटील यांच्याकडे सोपवण्यात आली होती.[१३]

काही मोजक्या आमदारांनी अजित पवारांनी जे काही केले आहे त्याबद्दल त्यांच्यावर कडक कारवाई करावी अशी मागणी केली. परंतु कोणतीही शिस्तभंगाची कारवाई जाहीर करण्यात आली नाही. त्याऐवजी एक ठराव करून अजित

---

12. https://mumbaimirror.indiatimes.com/mumbai/live-updates-devendra-fadnavis-chief-minister-ajit-pawar-deputy-chief-minister-take-oath-at-raj-bhavan/sena-leaders-physically-bring-missing-ncp-mla-sanjay-bansod-to-ncp-meeting-venue-from-mumbai-airport/videoshow/72200384.cms
13. https://www.livemint.com/politics/news/ajit-pawar-expeòed-as-ncplegislative-party-leader-11574521626278.html

पवारांच्या संदर्भात कारवाई करण्याचे सर्वाधिकार शरद पवारांना देण्यात आले. तसेच असेही ठरले की तीन जणांची एक समिती करून त्यांनी अजित पवारांच्या निवासस्थानी जाऊन त्यांची भेट घ्यावी व त्यांनी पक्षामध्ये पुन्हा परत यावे अशी विनंती करावी. त्यांच्यावर कोणतीही कारवाई करण्यात आलेली नव्हती. या उलट अजित पवार परत येतील अशी आशा पवारांना वाटत होती. त्यामुळे त्या दिशेने प्रयत्न करावेत असे पवारांनी सुचवले.[१४] ठरले होते त्यानुसार, दिलीप वळसे पाटील, हसन मुश्रीफ आणि सुनील तटकरे हे अजित पवारांच्या जवळचे समजले जात असल्याने तेच अजित पवारांची समजूत काढण्यासाठी त्यांना भेटायला गेले. अजित पवार दक्षिण मुंबईत आपल्या नातेवाईकांकडे मुक्कामाला होते. अर्थात अजित पवारांचे धोरण आडमुठे होते. ते बदलायला तयार नव्हते त्यामुळे हे तिघेही रिकाम्या हाती परत आले. उलट अजित पवारांनीच संदेश पाठवला होता की शरद पवारांनी त्यांच्या या नव्या सरकारला पाठिंबा द्यावा आणि राष्ट्रवादीमधील फूट टाळावी. अजित पवार यांच्या नकारानंतर हे स्पष्ट झाले होते की आता विधानसभेमधील फ्लोअर टेस्ट ही अटळ आहे. अर्थात, बहुतांश आमदारांनी त्या दिवशी बैठकीला उपस्थित राहून आपली पक्षासोबतच निष्ठा असल्याची शपथ घेतलेली होती तरीही ते फ्लोअर टेस्ट होईपर्यंत आपल्या या भूमिकेशी प्रामाणिक राहणार का हा खरा प्रश्न होता. शरद पवारांना दाट शंका होती की अजित पवार आणि भाजप त्यांना आपल्या बाजूला वळवण्याचा पुरेपूर प्रयत्न करेल आणि हे आमदार पक्षातून कसे फुटतील हे पाहिले जाईल. त्यामुळे त्यांनी फ्लोअर टेस्ट होईपर्यंत सर्व आमदारांना एका हॉटेलमध्ये थांबण्याचे आदेश दिले. वाय. बी. चव्हाण सेंटर सोडण्याची परवानगी एकाही आमदाराला देण्यात आली नाही. रात्री ९ वाजण्याच्या सुमारास एक लक्झरी बस बोलावण्यात आली. बैठकीला उपस्थित असणाऱ्या सर्व आमदारांना त्या बसमध्ये बसण्यास सांगितले. शरद पवार आणि सुप्रिया सुळे हे सर्वांत शेवटी त्या इमारतीतून बाहेर आले. राष्ट्रवादीच्या कार्यकर्त्यांनी त्यांच्या समर्थनार्थ घोषणा दिल्या आणि शरद पवारांच्या एसयुव्हीला गराडा घातला. हे दोघेही गाडीत बसत असताना सुप्रिया सुळे या गाडीच्या फूटबोर्डवर उभ्या राहिल्या आणि त्यांनी हात वर करून विजयाची खूण केली. शरद पवारांनीही तसे करायचा प्रयत्न केला परंतु वयामुळे त्यांना तसे करता येईना. साधारण तासाभराचा प्रवास करून या दोन्ही बसेस सर्व आमदारांना

---

14. https : / /www.bus ines s - s tandard.com/ar t icle/news -ani / ajit-pawar-holds-meet-with-ncp-mlas-at-his-brother-sresidence-119112300594_1.html

घेऊन पवईतील हॉटेल रेनिसांस येथे पोहोचल्या. तिथे अगोदरच शिवसेनेचे अनेक कार्यकर्ते राष्ट्रवादीच्या आमदारांवर पाळत ठेवण्यासाठी मोठ्या संख्येने येऊन थांबलेले होते. या परिस्थितीत कोणतीही गडबड, गोंधळ उडू नये यासाठी पोलिसांचीही कुमक मागवण्यात आलेली होती. राष्ट्रवादीप्रमाणेच शिवसेनेनेसुद्धा त्यांचे सर्व ५६ आमदार मुंबईतील सहारा विमानतळाजवळच्या हॉटेल ललित येथे नेऊन ठेवले होते. काँग्रेसच्या सर्व आमदारांना हॉटेल मॅरिएट येथे दुसऱ्या दिवशी सकाळी १० वाजेपर्यंत पोहोचण्यास सांगण्यात आलेले होते. अशा पद्धतीने राष्ट्रवादी, काँग्रेस व शिवसेनेचे सर्व आमदार कोणत्याही परिस्थितीत फुटणार नाहीत याची सर्वतोपरी दक्षता घेण्यात आली होती. आता पुढचे पाऊल म्हणजे, देवेंद्र फडणवीस यांना फ्लोअर टेस्टसाठी देण्यात आलेला वेळ कमी करण्यासाठी प्रयत्न करणे. त्यांना जेवढा वेळ अधिक मिळेल तेवढ्या मोठ्या प्रमाणावर घोडेबाजार होण्याची दाट शक्यता होती. त्यामुळे आता तातडीने सुनावणी व्हावी म्हणून सर्वोच्च न्यायालयाचे दरवाजे ठोठावण्याचा निर्णय घेण्यात आला. दुसऱ्या दिवशी रविवार होता. त्यामुळे त्याच दिवशी सायंकाळी सर्वोच्च न्यायालयातील सचिवांकडे या संबंधातील याचिका सादर करण्यात आली. राज्यपालांनी देवेंद्र फडणवीस यांना दिलेली मुख्यमंत्रिपदाची शपथ रद्द करावी अशी मागणी त्याद्वारे सर्वोच्च न्यायालयाकडे करण्यात आलेली होती. घोडेबाजार टाळण्यासाठी २४ तासांच्या आत फ्लोअर टेस्ट घ्यावी अशी मागणीही या याचिकेमध्ये करण्यात आलेली होती. एन. व्ही. रामणा, अशोक भूषण, संजीव खन्ना यांचे खंडपीठ रविवारी ११.३० वाजता या याचिकेवर सुनावणी देतील असे ठरले.(१५)

---

15. https://economictimes.indiatimes.com/news/politics-and-na-tion/shiv-sena-and-others-move-sc-hearing-at-11-30-am-tomor-row/articleshow/72201875.cms?from=mdr

११

माननीयांचीही जेव्हा उलटतपासणी होते...

राज्यातील राज्यपालांचे निवासस्थान हे 'राजभवन' म्हणून ओळखले जाते. संपूर्ण भारतभरामध्ये ही ठिकाणे खास त्यांच्यासाठी राखीव असतात. बहुतांश राजभवन ही अतिशय निसर्गरम्य अशा परिसरात उभारण्यात आलेली आहेत. सर्व राजभवनमध्ये भरपूर हिरवळ असते.

शहरातील गजबजाटापासून ती काहीशी दूर अंतरावर शांत ठिकाणी असतात. निवृत्त राजकारण्यांसाठी असलेले वृद्धाश्रम म्हणून देखील अनेक जण 'राजभवन'चा उपहास करतात. मला मुंबईतील राजभवनमध्ये अनेकदा जाण्याचा योग आला. केवळ व्यावसायिक कारणासाठी नव्हे तर १९९० मध्ये मी महाविद्यालयीन विद्यार्थी असतानाही राजभवनमध्ये जाण्याची संधी मिळाली. माझ्या मित्राचे वडील राज्यपालांचे कर्मचारी म्हणून राजभवनमध्ये कार्यरत होते आणि राजभवनच्या परिसरातच कर्मचाऱ्यांसाठी असणाऱ्या निवासी खोल्यांत त्यांची राहण्याची सोय करण्यात आलेली होती. त्यामुळे या मित्राच्या घरी जाण्याच्या निमित्ताने राजभवनातील हे सौंदर्य अनेकदा अनुभवायला मिळाले होते.

मुंबईतील नंदनवन

मुंबईतील क्विन्स नेकलेस म्हणून प्रख्यात असलेल्या सर्वांत उत्तरेकडच्या टोकाला राजभवन आहे. जे मुंबईशी अपरिचित आहेत त्यांना सांगायचे झाले तर एका अर्धवर्तुळासारखा समुद्राला सामोरा जाणारा हा भूभाग आहे. त्याला मरीन ड्राईव्ह म्हणून ओळखले जाते. रात्रीच्या वेळी हा सगळा परिसर उजळून निघालेला असतो. राजभवन हे मलबार हिल परिसरात स्थित आहे. त्याठिकाणी सर्वाधिक श्रीमंत, प्रसिद्ध आणि सामर्थ्यशाली लोकांचा भाग समजला जातो. त्याच्या तीन बाजुंना अरबी समुद्र आहे आणि मुंबईतील सर्वांत सुंदर व स्वच्छ असे समुद्रकिनारे

येथे आहेत. राजभवन हे पन्नास एकर जागेत विस्तारलेले असून तिथे अतिशय सुंदर बागा व कारंजी आहेत. उंचच्या उंच नारळाची झाडे, मोर, पोपट, सिगल्स आणि चिमण्या या सौंदर्यात भर घालतात. ब्रिटिशांची राजवट असताना मुंबईचे गव्हर्नर त्यातील मुख्य इमारतीमध्ये राहत असत. या इमारतीच्या तळघरात एक बंकरसुद्धा आहे. सत्तरीत असलेल्या भगतसिंह कोश्यारी यांनी दिनांक ५ सप्टेंबर २०१९ रोजी जेव्हा राजभवनात पहिल्यांदा पाऊल ठेवले तेव्हा तेथील वातावरण पाहून तेसुद्धा हरखून गेले होते. कोश्यारी हे पेशाने शिक्षक. देवभूमी म्हणून ओळखल्या जाणाऱ्या उत्तराखंड राज्यातून ते इथे आलेले आहेत. हवा आणि ध्वनीच्या प्रदूषणाने भरलेल्या मुंबईत इतके शांत आणि नयनरम्य असे राजभवन म्हणजे त्यांना वाळवंटातील ओॲसिससारखेच वाटले असल्यास काहीही नवल नाही.

त्यामुळे कोश्यारी यांची पुढची सगळी कारकिर्द आनंदात जाईल हा दिलासा या जागेने दिला असणार. कोश्यारी यांची सगळी राजकीय कारकिर्द ही विविध प्रकारच्या घटनाक्रमांनी भरलेली आहे. त्यांनी सुरुवात केली ती राष्ट्रीय स्वयंसेवक संघातून स्वयंसेवक म्हणून. १९७५च्या आणीबाणीच्या विरोधात झालेल्या आंदोलनात सहभागी झाल्याने त्यांना तुरुंगवासही भोगावा लागला होता. तिथून सुटल्यानंतर त्यांनी १९७७ पासून सक्रिय राजकारणाला सुरुवात केली आणि त्यानंतर ते उत्तराखंडचे मुख्यमंत्री बनले. त्यानंतर ते खासदार म्हणूनही निवडून आले. नैनिताल-उधमसिंगनगर येथे १६ वी लोकसभा निवडणूक लढवल्यानंतर खासदार म्हणून त्यांनी कारकिर्द पूर्ण केली आणि राजकारणाला रामराम केला. त्यानंतर त्यांना राज्यपालपदासाठी विचारणा झाल्यानंतर त्यांनी ही नवी जबाबदारी स्वीकारली.

राज्यपालांचे प्रशासन

सर्वसाधारणपणे राज्यपालांचा दिनक्रम हा कधीही फारसा धकाधकीचा नसतो आणि ते आपले आयुष्य निवांतपणे आनंद घेत जगू शकतात. तरीही जेव्हा राज्यात सरकार स्थापनेची वेळ येते किंवा राज्यावर राष्ट्रपती राजवट लागू केली जाते तेव्हा त्यांची भूमिका महत्त्वाची ठरत असते. राज्यपाल हे राज्यातील 'नॉमिनल एक्झिक्युटिव्ह' असतात. तर सगळे प्रमुख अधिकार हे मुख्यमंत्र्यांकडेच एकवटलेले असतात. मात्र जेव्हा राष्ट्रपती राजवट लागू करण्यात येते तेव्हा राज्यपालांना तात्पुरत्या काळापुरते अधिकार प्राप्त होतात. केंद्राचे राज्यातील प्रतिनिधी म्हणून हे पद नियुक्त केलेले असते आणि राष्ट्रपतींच्या वतीने ते त्या काळात राज्याचा

संपूर्ण कारभार पाहत असतात.[१]

अर्थात त्यांची निवड केंद्रातील सत्ताधारी पक्षाकडून होत असली तरीही राज्यपालांनी कोणताही दुजाभाव न करता वागावे आणि निर्णय घ्यावे अशी अपेक्षा असते. घटनेने राज्यपालांना काही महत्त्वाचे विशेषाधिकार बहाल केलेले आहेत. त्या अधिकारांचा वापर राज्यपालांना निर्भयपणे आणि कोणाच्याही दबावाखाली न येता आवश्यक असेल तेव्हाच करणे अभिप्रेत असते.

प्रत्यक्षात वेळ येते तेव्हा ...

हे विशेषाधिकार वापरण्याची वेळ राज्यपाल कोश्यारी यांच्यावर दिनांक २२ नोव्हेंबरच्या रात्रीच आली. त्यानंतरच्या काही तासांत व २३ नोव्हेंबरच्या दिवशीही ते अधिकार वापरावे लागले. देवेंद्र फडणवीस हे त्यांच्याकडे अजित पवारांचे ५४ आमदारांचे पाठिंब्याचे पत्र घेऊन आले. फडणवीस यांच्या सरकार स्थापनेला हे सर्व आमदार पाठिंबा देऊ इच्छित होते. या कारणास्तव कोश्यारी यांनी त्यांची नियोजित दिल्ली भेट रद्द केली. त्या ठिकाणी ते एका परिषदेस उपस्थित राहणार होते. त्यांनी या संदर्भातील माहिती देणारा अहवाल तातडीने केंद्राकडे पाठवला. त्यावेळी त्यांना महाराष्ट्रातील राष्ट्रपती राजवट दूर करण्यासंदर्भातील सूचना प्राप्त झाल्या आणि सकाळी ५.४७ वाजता खरोखर राष्ट्रपती राजवट दूर करण्यात आली. पुढील अवघ्या दोन तासांत देवेंद्र फडणवीस हे मुख्यमंत्री तर अजित पवार हे उपमुख्यमंत्री बनलेले होते. राज्यपालांनी त्याच रात्री निर्णय घेतला आणि दुसऱ्या दिवशी सकाळी सर्वांनाच धक्का बसला. परंतु त्यामुळे राज्यपालांच्या निःपक्षपातीपणावर प्रश्नचिन्ह उपस्थित झाले. इतक्या घाईघाईने राज्यपालांनी फडणवीसांना सरकार स्थापनेसाठी का बोलावले? तीन पक्ष मिळून सरकार स्थापनेसाठी प्रयत्न करीत आहेत आणि तेही सरकार स्थापनेचा दावा करू शकतात हे त्यांना माहीत नव्हते का? इतक्या तातडीने राष्ट्रपती राजवट हटवण्याची कसली घाई झालेली होती? शपथविधी समारंभाला एएनआयचा अपवाद वगळता अन्य सर्व प्रसारमाध्यमांना का बोलावण्यात आलेले नव्हते? शपथविधी समारंभाला विविध पक्षांच्या नेत्यांना, मान्यवरांना बोलावण्याची परंपरा यावेळी का पाळली गेली नाही? राष्ट्रपती राजवट हटवली जात असल्याची आणि शपथविधी समारंभ होणार असल्याची प्रेस नोट माध्यमांना का पाठवण्यात आली नाही? फ्लोअर टेस्टची तारीख सर्वांसमक्ष खुलेपणाने का जाहीर करण्यात आली नाही?

---

1. https://prsindia.org/theprsblog/removal-governors-what-does-lawsay

राज्यपालांच्या या कृतीचा सर्वात जास्त फटका बसला तो शिवसेनेला. कारण त्यांच्यावर अन्याय झाला अशी त्यांची भावना निर्माण झाली. कारण आदल्याच सायंकाळी हेच शिवसेनेचे मुख्यमंत्री होतील असे जाहीर करण्यात आले होते. त्यामुळे स्वाभाविकपणाने राज्यपालांच्या या कृतीवर शिवसेनेचे मुखपत्र असलेल्या 'सामना'तून टीका करण्यात आली.

कोश्यारींवर टीका करताना 'सामना'तून पुढीलप्रमाणे भूमिका मांडण्यात आली.

'राज्यपालांनी कोणत्या अधिकारामध्ये देवेंद्र फडणवीस यांना शपथ दिली? या लोकांनी खोटी कागदपत्रे राज्यपालांसमोर सादर केली आणि या घटनेच्या संरक्षक असलेल्या राज्यपालांनी, ज्यांचे नाव भगतसिंग आहे त्यांनी त्यांच्यावर डोळे मिटून विश्वास ठेवला. आम्हाला एक भगतसिंग ठाऊक आहे जो देशाच्या स्वातंत्र्यासाठी स्वतः फासावर गेला. आणि या दुसऱ्या भगतसिंगांनी लोकशाही आणि स्वातंत्र्याला अंधारात फासावर चढवले. महाराष्ट्रात जे काही घडले त्यात कोश्यारींचा विवेकीपणा शाबूत होता असे म्हणणे चुकीचे ठरेल.' महाराष्ट्राच्या आजवरच्या ताज्या इतिहासात राज्यपालांवर कोणत्याही राजकीय पक्षाने इतकी कडवट टीका केलेली नव्हती. काँग्रेसकडूनसुद्धा अशाच प्रकारची कडवट प्रतिक्रिया आली. काँग्रेसचे प्रवक्ते रणदिप सुर्जेवाला यांनी कोश्यारींवर शाब्दिक हल्ला चढवला. 'इंडियन एक्सप्रेस'ने त्यांचे म्हणणे दिले होते, ''राज्यपाल हे भारताच्या राजघटनेवर हिटमॅनसारखे वर्तन करताना दिसत आहेत. देशाचे गृहमंत्री (अमित शहा) हे सुद्धा राज्यघटनेला आपल्या सोयीने वापरावयाचे साधन समजतात. रात्रीच्या अंधारात घटनेचा अशाप्रकारे गैरवापर करण्याचे आणि भाजपचे बेकायदेशीर सरकार स्थापन करण्यासाठी कायद्याची मोडतोड करण्याचे जे काम राज्यपालांनी केले आहे ते स्वतंत्र भारतातील एकमात्र उदाहरण ठरावे.[२]

मुफ्ती तत्वप्रणाली

कोश्यारींच्या पूर्ववर्ती लोकांनी जे काही केले होते त्याच्या संदर्भामध्ये विरोधी पक्ष निदर्शने करताना दिसत होता. पी. सी. अलेक्झांडर यांनी त्यांच्या 'पेरील्स ऑफ डेमॉक्रसी' या पुस्तकामध्ये या संदर्भात लिहिले आहे. अलेक्झांडर हे १९९३ ते २००२ या काळात महाराष्ट्राचे राज्यपाल होते. 'राज्यपालांची भूमिका' या विषयावर एक स्वतंत्र प्रकरणच त्यांनी लिहिले आहे. त्यांनी त्यामध्ये

2.https://indianexpress.com/article/india/congress-maharashtragovernment- amit-shah-ncp-shiv-sena-6133967/

एक मुफ्ती तत्त्वप्रणाली मांडली आहे. माजी केंद्रिय गृहमंत्री मुफ्ती मोहम्मद सईद यांच्या विचारांवर ती आधारित आहे. केंद्रामध्ये सरकार बदलल्यानंतर राज्यातील राज्यपालही बदलणे गरजेचे आहे. या विचारधारेवर अलेक्झांडर लिहितात. "केंद्रशासनासाठी राज्यातील राज्यपाल म्हणजे 'आपला माणूस' हे स्थान काहीप्रमाणात मानले जाते. जेव्हा नवे सरकार येते तेव्हा ते 'आपला माणूस' म्हणून राज्यपाल नेमण्याचा आग्रह धरते कारण आधीच्या सरकारने नेमलेला माणूस हा निःपक्षपाती आणि स्वतंत्र राहील याची हमी देता येत नाही. त्यामुळे निःपक्षपातीपणा आणि स्वातंत्र्य या दोन्ही संकल्पना काही प्रमाणात विरघळून गेलेल्या आहेत."(३)

राजकीय संशोधक आणि अभ्यासक अतिक उर रेहमान हे अलेक्झांडर यांच्या मतावर आपले मत व्यक्त करताना म्हणतात, "केंद्रातील राजकीय पक्षांकडून राज्यपालांच्या कार्यालयाद्वारे गैरवापर केला जातो. आपला मतलब साध्य करण्यासाठी केंद्रशासन हे जे प्रकार करते त्यात नवे काहीही नाही. मग तो भाजप असो वा काँग्रेस किंवा अन्य कोणताही राजकीय पक्ष. प्रत्येक पक्षाने राज्यपालांच्या कार्यालयातील अधिकारांचा गैरवापर केलेलाच आहे. भारतातील संघराज्य व्यवस्थेत राज्यपालांचे स्थान महत्त्वाचे आहे. जर तुम्ही तुमचा राजकीय हेतू साध्य करण्यासाठी एखादी राजकीय व्यक्ती त्या पदावर नेमली तर ते संघराज्य प्रणालीच्या विरोधातील पाऊल ठरेल. केंद्र आणि राज्यसरकार यांच्यामध्ये सौहार्दपूर्ण संबंध आणि संतुलन राखले जावे असे संघराज्य संकल्पनेत अभिप्रेत असते."(४)

राज्यपालांच्या अधिकारांचे पुनरावलोकन आवश्यक

स्वतंत्र भारताच्या राजकीय इतिहासात सर्वाधिक वादग्रस्त ठरलेले घटनात्मक पद म्हणजे राज्यपालांचे पद आहे. राज्यपाल कोश्यारी यांच्या कृतीमुळे राजकीय भाष्यकारांमध्ये पुन्हा एकदा हा वादाचा विषय ऐरणीवर आला. राज्यपालांना घटनेने दिलेल्या विशेषाधिकारांवर चर्चा होऊ लागली. नवभारत टाईम्सचे राजकीय संपादक अभिमन्यू शितोळे याविषयी सांगतात, "जेव्हा केंद्रात आणि राज्यात वेगवेगळे पक्ष सत्तेमध्ये असतात तेव्हा राज्यपालांचे निर्णय बऱ्याचदा वादग्रस्त ठरतात. केंद्रातून त्यांची नियुक्ती होत असल्याने तिथे जो पक्ष सत्तेत असेल त्यांना राज्यपाल अधिक झुकते माप देतात असे आजवर नेहमीच दिसून आले आहे. परंतु जेव्हा केंद्रात आणि राज्यात एकच शासन असते तेव्हा मात्र राज्यपालांच्या

---

3. Alexander, P.C. (1995), The Perils of Democracy, Somaiya Publications, Mumbai.

4. अतिक उर रेहमान यांची लेखकाने घेतलेली मुलाखत

विशेषाधिकारावर काही वाद उभे राहिल्याचे दिसून आलेले नाही. भारतातील लोकशाहीचा जसजसा विस्तार होत गेला त्यानुसार अनेक राष्ट्रीय व प्रादेशिक पक्ष उभे राहिले आणि राज्यपालांची भूमिका अनेकदा वादग्रस्त ठरू लागली.''(५) ते पुढे म्हणाले, ''राज्यपाल कोश्यारी ज्या पद्धतीने वागले त्यामुळे राजभवनाची प्रतिष्ठा आणि राज्यपालांचे हेतू याविषयीच प्रश्न उपस्थित होऊ लागले आहेत. कारण राज्यपालांचे उत्तरदायित्व हे त्यांच्या राज्यातील लोकांशी असते. कुठल्याही राजकीय पक्षाशी नाही. ऐन रात्री राष्ट्रपती राजवट काढून घेण्याची इतकी घाई का होती? तसेच एखादा औपचारिक शपथविधी समारंभ आयोजित न करता घाईघाईने फडणवीस आणि पवार यांना शपथ देण्याची तरी काय गरज होती? विरोधी पक्षाचे नेते आणि इतर मान्यवरांना परंपरेप्रमाणे निमंत्रित का केले गेले नाही?''

शितोळे यांच्या मते राज्यपालांनी त्यांच्या अधिकाराचा अशा पद्धतीने वापर केल्याने भारतातील संघराज्य व्यवस्था आणि केंद्र-राज्य यांच्या परस्परसंबंधांमध्ये एक अदृश्य भिंत निर्माण केली आहे. त्यामुळे या सगळ्याचे आता पुनरावलोकन होणे गरजेचे आहे.

अनुभवी पत्रकार जतीन देसाई म्हणतात, ''राज्यपाल कोश्यारी यांनी जे केले ते यापूर्वी कधीही घडलेले नाही. राजकीय पक्षांनी अधिकारांचा केलेला हा गैरवापर आहे. अशा कृतींमुळे लोकांचा लोकशाहीवरचा विश्वास डळमळीत होईल. राजकीय पक्षांना दीर्घकालीन नुकसानांशी काही घेणे देणे नसते त्यामुळे ते लोकशाहीशी खेळत राहतात.''(६)

सरकारिया कमिशनचा विसर?

१९८३ मध्ये केंद्रशासनाने सर्वोच्च न्यायालयातील निवृत्त न्यायमूर्ती रणजितसिंग सरकारिया यांच्या अध्यक्षतेखाली एक कमिशन स्थापन केलेले होते. केंद्र आणि राज्य सरकारांमध्ये सातत्याने उपस्थित होणाऱ्या विविध मुद्यांचा अभ्यास करण्यासाठी हे कमिशन नेमलेले होते. केंद्र आणि राज्यशासनामध्ये सौहार्दपूर्ण वातावरण कसे राखता येईल यासाठीचे मार्ग या कमिशनने सुचवावेत अशी प्रमुख अपेक्षा होती. त्यादृष्टीने राज्यघटनेत काही सुधारणा आवश्यक वाटतात का हेदेखील त्यांनी सुचवायचे होते. या कमिशनने २४७ सूचना केलेल्या होत्या.

या कमिशनने जे विविध मुद्दे मांडले होते त्यात ज्या विषयावर लिहिले होते त्यातील एक होता राज्यपालांची भूमिका. या कमिशनने सुचवले होते की या

5. अभिमन्यू शितोळे यांची लेखकाने घेतलेली मुलाखत
6. जतिन देसाई यांची लेखकाने घेतलेली मुलाखत.

पदासाठी नेमली जाणारी व्यक्ती ही अतिशय ख्यातनाम, उच्चपदस्थ व्यक्ती असावी. ज्या राज्यासाठी त्या व्यक्तीची राज्यपाल म्हणून नियुक्ती होणार आहे ती त्या राज्यातील निवासी नसावी. त्यांची नेमणूक होण्यापूर्वी ती सक्रिय राजकारणात सहभागी नसावी. राज्याच्या राजकारणापासून ती व्यक्ती अलिप्त असावी. राज्यातील मुख्यमंत्र्यांशी, उपराष्ट्रपतींशी आणि लोकसभेच्या अध्यक्षांशी चर्चा करून त्या व्यक्तीची नेमणूक केली जावी.[७]

भगतसिंग कोश्यारी यांची महाराष्ट्राचे राज्यपाल म्हणून नेमणूक होताना सरकारिया कमिशनने सुचवलेल्या सूचनांचे पूर्णतः उल्लंघन झाल्याचे दिसून येते. राज्यपालपदी नेमणूक होण्यापूर्वी ती व्यक्ती सक्रिय राजकारणापासून दूर असावी अशी महत्त्वाची सूचना त्यात होती त्याचा विचार केलेला दिसत नाही. कारण कोश्यारी हे त्यांची राज्यपाल म्हणून नेमणूक होण्यापूर्वी केवळ तीन महिने अगोदर भाजपचे आमदार होते. अतिक उर रेहमान यांच्या मते, जेव्हा सरकार सरकारिया कमिशनच्या सूचनांचा विचार करीत नाही तेव्हा नकळतपणे ते भारताच्या संघराज्य पद्धतीचे उल्लंघन करतात.[८]

विविध राजकीय वर्तुळातून येणाऱ्या प्रतिक्रियांबरोबरच कोश्यारी यांनी जी कृती केली त्याचाही आढावा सर्वोच्च न्यायालयाने घेतला. शिवसेना, राष्ट्रवादी आणि काँग्रेस यांनी एकत्रितपणे याचिका दाखल केलेली होती आणि या प्रकरणात तातडीने भूमिका घेणे गरजेचे असल्याचे सर्वोच्च न्यायालयाच्या लक्षात आल्याने २४ नोव्हेंबर २०१९ रोजी रविवार असतानादेखील सुनावणी घेण्याचा निर्णय घेण्यात आला.

---

7. http://interstatecouncil.nic.in/report-of-the-sarkaria-commission/

8. अतिक उर रेहमान यांची लेखकाने घेतलेली मुलाखत

१२

कोर्टरूम ड्रामा!

राजकीय आणि क्राईम बीट कव्हर करणाऱ्या पत्रकारांपेक्षा न्यायालय बीट कव्हर करणाऱ्या बातमीदारांना काहीसे सुख अधिक असते कारण त्यांना हक्काची रविवारची सुटी मिळू शकते. परंतु रविवार दिनांक २४ नोव्हेंबरचा दिवस मात्र विशेष होता. त्यामुळे न्यायालय कव्हर करणारे दिल्लीतील सारे बातमीदार सर्वोच्च न्यायालयाच्या प्रवेशद्वारावर सकाळी ८ वाजल्यापासून उपस्थित होते. महाराष्ट्रातील राजकीय नाट्य हे आता राष्ट्रीय बातमीचा विषय बनलेले होते आणि सर्व महत्त्वाच्या वृत्तवाहिन्या महाराष्ट्रातील सर्व घडामोडी बारकाईने कव्हर करीत होत्या.

सर्वोच्च न्यायालयामध्ये काय घडते यावर फडणवीसांच्या एक दिवसाच्या सरकारचे भवितव्य काय असेल हे ठरणार होते. त्यामुळे या महत्त्वाच्या घटनेसाठी अनेक वृत्तवाहिन्यांनी त्यांचे दोन-तीन बातमीदार कव्हरेजसाठी पाठवलेले होते. त्यातील एकाला किंवा दोघांना कोर्टरूममध्ये उपस्थित राहण्यास सांगण्यात आले होते आणि उर्वरित एकाला बाहेर उभे राहण्यास सांगितलेले होते. कोर्टरूममधील बातमीदारांकडून काही इनपुट आले की लगेच त्याने कॅमेऱ्यावरून ते सांगावेत अशा सूचना देण्यात आलेल्या होत्या. त्यादिवशी सर्वोच्च न्यायालयाच्या सुनावणीखेरीज अन्य कोणतीही बातमी मोठी नव्हती. सुट्टीच्या दिवशी सर्वोच्च न्यायालयाची सुनावणी होत होती हे या महिन्यात दुसऱ्यांदा घडत होते. अगदी तीनच आठवड्यांपूर्वी सर्वोच्च न्यायालयाने अयोध्या राम मंदिर प्रकरणाचा निकाल ९ नोव्हेंबर रोजी जाहीर केला होता. त्या दिवशी शनिवार होता. आणि त्या दिवशी न्यायालयाला सुटी होती. महाराष्ट्रातील ही सुनावणी हे २०१९ मधील सर्वोच्च न्यायालयासमोरचे दुसरे प्रकरण होते. राज्यातील विधीमंडळाची प्रक्रिया आणि सरकार स्थापनेची प्रक्रिया यांच्यावरच प्रश्नचिन्ह उपस्थित करण्यात आलेले होते. अशाच पद्धतीचे

एक प्रकरण कर्नाटक विधानसभेच्या बाबतीत समोर आले होते. काँग्रेस आणि जनता दल (सेक्युलर)च्या पराभवासाठी विविध आमदारांनी एकत्र येत ठराव केला होता.[१]

सकाळी ११.३०च्या सुमारास भरगच्च गर्दी झालेली असताना सर्वोच्च न्यायालयाची सुनावणी सुरू झाली. भारतातील दिग्गज कायदेपंडीत यावेळी उपस्थित होते. शिवसेनेची बाजू लढवण्यासाठी वरिष्ठ काँग्रेस नेते कपिल सिब्बल होते. कारण ते पेशाने वकील आहेत. आणखी एक काँग्रेस नेते आणि वकील अभिषेक मनु सिंघवी हे काँग्रेस व राष्ट्रवादीच्या वतीने उपस्थित होते. सॉलिसीटर जनरल तुषार मेहता हेसुद्धा उपस्थित होते परंतु महाराष्ट्रातील राज्यपाल अथवा राज्यशासन यांचे ते प्रतिनिधीत्व करीत नसल्याचे त्यांनी न्यायालयाला सांगितले. काही मोजक्या भाजप आमदारांच्या बाजूने ॲड. मुकुल रोहतगी उपस्थित होते. याशिवाय बातमीदारांव्यतिरिक्त न्यायालयात अनेक शिकाऊ कनिष्ठ वकीलही मोठ्या संख्येने उपस्थित होते.

आपली भूमिका मांडताना सिब्बल यांनी न्यायालयाला सांगितले की, निवडणुकीपूर्वी भाजप व शिवसेना यांची युती होती परंतु ती आता तुटली आहे त्यामुळे निवडणूक निकालानंतरच्या आघाडीमध्ये समस्या उद्भवलेली आहे. २४ ऑक्टोबर रोजी निकाल जाहीर झाल्यानंतर जो घटनाक्रम घडला त्याची माहिती त्यांनी थोडक्यात न्यायालयाला दिली आणि निवडणूक निकालानंतर २३ नोव्हेंबर रोजी शिवसेना, राष्ट्रवादी व काँग्रेस यांची आघाडी स्थापन झाली असून त्यांनी पत्रकार परिषदेत त्याची अधिकृत घोषणाही केली असल्याची माहिती न्यायालयाला देण्यात आली. त्याचवेळी उद्धव ठाकरे हे या आघाडीच्या वतीने मुख्यमंत्री असतील असे जाहीर करण्यात आले होते.

राज्यपालांनी देवेंद्र फडणवीस यांना शपथ दिल्ल्याच्या मुद्द्यावर भाष्य करताना सिब्बल म्हणाले, जे काही घडले ते धक्कादायक होते. कारण राज्यपालांची भूमिका दुटप्पी होती, संशयास्पद होती आणि न्यायालयाने स्थापित केलेल्या संकेतांचा भंग करणारी होती. राज्यपाल हे त्यांना वरून मिळणाऱ्या सूचनांबरहुकूम काम करतात असा आरोपही त्यांनी या वेळी केला.[२]

भाजपकडून आता सत्तेचा घोडेबाजार होण्याची शक्यता आहे असे त्यांनी

---

1. 'एबीपी न्यूज' रिपोर्टर अनिकेत गुप्ता यांची लेखकाने घेतलेली मुलाखत.
2. https://indianexpress.com/article/india/maharashtra-government-formation-supreme-court-order-governor-koshiyari-devendra-fadnavis-letter-6134480/

सुचवले तसेच भाजपला फ्लोअर टेस्ट लांबवायची आहे कारण त्यांना त्या वेळेत दुसरे काही करायचे आहे असा आरोपही सिब्बल यांनी केला. ते जर बहुमत सिद्ध करू शकले नाहीत तर आम्ही करू, असा समारोप त्यांनी केला.

याच भूमिकेशी जोडून घेताना अभिषेक मनु सिंघवी म्हणाले, फडणवीस हे ज्या आमदारांचा आपल्याला पाठिंबा आहे असा दावा करीत आहेत त्या सर्व आमदारांची एक प्रत्यक्ष भेट घ्यायला हवी असे राज्यपालांनी सांगायला हवे होते आणि त्या आधारावर मगच मुख्यमंत्रिपदाची शपथ द्यायला हवी होती. सिंघवी यांनी राष्ट्रवादीच्या ४१ आमदाराच्या स्वाक्षरीचे पत्रही सादर केले. त्याच आधारे अजित पवार यांना राष्ट्रवादीच्या नेतेपदावरून दूर करण्यात आले होते. ते म्हणाले, 'जर ५६ आमदारांपैकी ४१ आमदार जर म्हणत असतील की त्यांचा अजित पवारांना पाठिंबाच नाही तर मग ते उपमुख्यमंत्रिपदाची शपथ घेऊच कसे शकतात? हा लोकशाहीचा खून नव्हे का?' असे सिंघवी यांनी संतापाने विचारले. सिब्बल आणि सिंघवी या दोघांनीही सर्वोच्च न्यायालयाच्या ताज्या सुनावणीचा दाखलाही दिला. त्यामध्ये कर्नाटकातील भाजपचे नेते बी. एस. येडुरप्पा यांना सर्वोच्च न्यायालयातर्फे त्यांचे बहुमत ४८ तासांत सिद्ध करण्यास सांगण्यात आले होते. सिब्बल आणि सिंघवी यांनी त्यांची बाजू मांडली. त्यानंतर सॉलिसीटर जनरल बोलायला उभे राहिले. ते म्हणाले, 'याचिकाकर्त्यांनी (शिवसेना, राष्ट्रवादी व काँग्रेस) प्रथमतः उच्च न्यायालयात जायला हवे होते.' अशाच एका प्रकरणामध्ये उच्च न्यायालयामध्ये याचिका दाखल करण्याचा पर्याय असताना थेट सर्वोच्च न्यायालयात याचिका दाखल केल्या प्रकरणी सर्वोच्च न्यायालयाने नाराजी व्यक्त केली होती याचा दाखलाही त्यांनी दिला. भारतीय राज्यघटनेच्या ३६१ कलमानुसार, राज्यपालांना सरकार स्थापन करण्यासंदर्भात राजकीय पक्षांना निमंत्रित करण्याचा अधिकार असल्याचे सांगितले व त्या कायद्याला धरूनच राज्यपाल वागले असल्याचे ठासून सांगितले. त्यांनी याचिकाकर्त्यांची थट्टाही केली. विशिष्ट पक्षाला सरकार स्थापनेसाठी बोलावले नाही व त्यांचे ऐकले नाही म्हणून असे वागणे योग्य नाही असेही ते म्हणाले. त्यावर नर्म विनोद करीत न्यायमूर्ती रमणा म्हणाले, 'या न्यायालयात काय विचारावे यालाही काही मर्यादा आहेत. उद्या एखादा येईल, आणि म्हणेल की मला पंतप्रधान बनवा.' त्यांच्या या वाक्याने गंभीर वातावरणात सुरू असलेल्या कोर्टरूममध्ये हास्याचा गजर झाला.[३]

---

3. https://www.business-standard.com/article/news-ani/sky-is-limit-for-sc-anybody-can-ask-for-anything-supreme-court-while-hearing-plea-on-maha-govt-formation-119112400401_1.html

रोहतगी यांनी त्या याचिकेच्या वैचारिक भूमिकेवर प्रश्न उपस्थित केले आणि रविवारी ही सुनावणी होत असल्याबद्दलही आक्षेप व्यक्त केला. 'इथे काही कुणालाही फाशी दिली जात नाहीये.' असे ते म्हणाले. २०१५ मध्ये याकूब मेमन याला १९९३ मुंबई बॉम्बस्फोटात दोषी ठरवून त्याला फाशी देण्याचा निर्णय सर्वोच्च न्यायालयाने मध्यरात्री जाहीर केलेला होता. दोन्ही बाजूंची भूमिका मांडून झाल्यानंतर न्यायमूर्तींच्या खंडपीठाने केंद्रशासन, देवेंद्र फडणवीस आणि अजित पवार यांना नोटीस पाठवण्याचे आदेश दिले आणि या याचिकेवर त्यांचे काय म्हणणे आहे ते कळवण्यास सांगितले. केंद्रशासनाला त्यांची भूमिका दुसऱ्या दिवशी सकाळी १०.३० वाजता मांडण्यास सांगण्यात आली. तो दिवस होता २५ ऑक्टोबर.

सरकार स्थापनेचा दावा करणारे पत्र फडणवीस यांनी राज्यपालांकडे दिले आणि भगतसिंह कोश्यारी यांनी फडणवीस यांना पत्र देऊन सरकार स्थापन करण्यासाठी निमंत्रित केले. त्यामुळे ही दोन्ही पत्रे प्राप्त झाल्यानंतरच न्यायालय त्यासंदर्भात आदेश देऊ शकेल असे खंडपीठाने स्पष्ट केले. दिल्लीत सर्वोच्च न्यायालयाची सुनावणी तासभर सुरू होती. त्याचदरम्यान, भाजपने त्यांच्या सर्व आमदारांची एक बैठक दादर येथील वसंत स्मृती इमारतीत बोलावली. हे सारे आमदार येताना हातात पुष्पगुच्छ घेऊनच आलेले होते कारण फडणवीस हे पुन्हा एकदा मुख्यमंत्री बनले होते. त्यासाठी हे अभिष्टचिंतन केले जात होते. मात्र साधारण अर्धा डझन आमदार मात्र उपस्थित नव्हते. जेवढे उपस्थित होते त्यांच्यासमवेत फडणवीसांनी एक बंद दारातील बैठक घेतली आणि त्यानंतर भाजप नेते आशिष शेलार यांची पत्रकार परिषद झाली.

या बैठकीत कोणते मुद्दे चर्चेला आले हे गुलदस्त्यात ठेवण्यात आले. परंतु लेखकाने जेव्हा भाजपचे नेते आशिष शेलार यांना विचारले, "फडणवीस सरकार वाचवण्यासाठी 'ऑपरेशन लोटस' कार्यान्वित केले जाणार आहे का?" त्यावर ते म्हणाले, "तुम्ही ज्या ऑपरेशन विषयी बोलत आहात ते अगोदरच सुरू झालेले आहे."

१३

हॉटेल प्रिझन प्लाझा

सर्वोच्च न्यायालयाने काय निर्णय दिला हे जाणून घेण्यापूर्वी तिकडे 'रिसॉर्ट पॉलिटिक्स' कसे सुरू होते त्यावरही आपण एक नजर टाकूयात. कारण पडद्यामागे इतक्या काही गोष्टी अशावेळी सुरू असतात की सामान्य माणसाला फार काही त्यातील वाचायला मिळत नाही. परंतु भारतीय राजकारणातील तो एक अविभाज्य असा भाग आहे. सोप्या शब्दांत सांगायचे झाले तर जेव्हा एखाद्या राजकीय पक्षाला अशी भीती असते की सरकार स्थापनेसाठी त्यांच्या पक्षांतील आमदार विरोधी पक्षाकडून फोडले जाऊ शकतात तेव्हा विधानसभेमध्ये फ्लोअर टेस्ट होईपर्यंत तो पक्ष आपल्या सगळ्या आमदारांना एखाद्या रिसॉर्ट किंवा हॉटेलवर नेऊन एकत्रित ठेवून देतो. हा जणू काही शिकाऱ्याकडून त्याची शिकार लपवण्याचा प्रकार असतो. पक्षाकडून विविध प्रकारची प्रलोभने दाखवली जातात. पैशांची अथवा मंत्रिपदाची लालूच दाखवली जाते. किंवा सुरू असलेल्या गुन्हेगारी प्रकरणांतून सोडवण्याचे आश्वासन दिले जाते. विरोधी पक्षांची संख्या जसजशी वाढत जाते तसतसे सरकार स्थापनेसाठी आवश्यक असणारे संख्याबळ जुळत जाते. अशा वेळी लोकप्रतिनिधी हॉटेलमध्ये अथवा रिसॉर्टमध्ये आश्रय घेतात. तिथे सुरक्षा वाढवली जाते आणि प्रवेश प्रतिबंधित केला जातो. ऑक्टोबर अखेरपासून नोव्हेंबर महिन्याच्या अखेरपर्यंत कोण कोणत्या घडामोडी घडल्या त्यावर या प्रकरणात प्रकाश टाकण्यात आला आहे. शिवसेना, राष्ट्रवादी आणि काँग्रेसचे अध्यक्ष आपापल्या आमदारांना भाजपपासून वाचवण्यासाठी रिसॉर्टवर अडकून पडले होते. त्यातून एक वेगळेच 'रिसॉर्ट पॉलिटिक्स' आकाराला येत होते.

झडप घालायला टपलेला भाजप

महाराष्ट्राचे निवडणुकीचे निकाल जेव्हा २४ ऑक्टोबर २०१९ रोजी जाहीर झाले तेव्हा शिवसेना-भाजप यांची युती सरकार स्थापन करेल असे उघडपणे दिसत होते. परंतु तसे झाले नाही. कोणत्याही एका पक्षाला संपूर्ण बहुमत मिळालेले नव्हते. त्यामुळे राष्ट्रवादी, शिवसेना, भाजप आणि काँग्रेस या सर्वांसाठी पर्याय खुले होते. त्यामुळे नव्या आघाडी तयार करणे अथवा अन्य पक्षांतील लोक फोडणे हे पर्याय होते. अशा परिस्थितीत सर्वात मोठा शिकारी म्हणून भाजपकडेच पाहिले जात होते. कोणत्याही मार्गाने का होईना परंतु आपले सरकार स्थापन करण्यासाठी तयार असलेला पक्ष म्हणून त्यांची ख्याती निर्माण झालेली होती. या पक्षाने अशाच पद्धतीच्या खेळी गोव्यामध्ये (२०१७) आणि कर्नाटकामध्ये (२०१८) विधानसभा निवडणुकीनंतर खेळलेल्या होत्या. या दोन्ही राज्यांमध्ये कोणत्याही एका पक्षाला संपूर्ण बहुमत मिळालेले नव्हते आणि तरीही भाजपने अन्य पक्षांतील आमदारांना फोडून संख्याबळ यशस्वीरीतीने जुळवले होते आणि सरकार स्थापन केले होते.

२०१७ साली गोवा विधानसभेच्या निवडणुकीमध्ये काँग्रेसला सर्वाधिक १७ जागा मिळाल्या होत्या. भाजप १३ जागा जिंकून दुसऱ्या क्रमांकावर होते त्याचप्रमाणे २०१८ साली कर्नाटक विधानसभा निवडणुकीमध्ये भाजपला २२१ पैकी १०४ जागा जिंकता आल्या होत्या आणि बहुमताची ११३ ही मॅजिक फिगर गाठण्यासाठी त्यांना केवळ ९ जागा कमी पडत होत्या. परंतु विरोधी पक्षातील लोकांना आपल्याकडे वळवून दोन्हीकडे सरकार स्थापन करण्यात भाजपला यश आलेले होते.

२०१९ मध्ये शिवसेनेशी युती तुटल्यानंतर महाराष्ट्रातील भाजप नेते हे उघडपणाने 'ऑपरेशन लोटस' सुरू झाल्याचे सांगत होते. त्यामुळे त्यांचे विरोधी पक्ष चिंतेत होते. 'ऑपरेशन लोटस' म्हणजे अन्य पक्षांतील आमदारांना आपल्याकडे वळवून सरकार स्थापन करण्यासाठी भाजपतर्फे सुरू असलेले प्रयत्न. त्यामुळे झाले काय की भाजप वगळता सर्व प्रमुख राजकीय पक्षाच्या आमदारांना अनेक दिवस विविध हॉटेलमध्ये राहावे लागले होते. निवडणूक निकाल जाहीर झाल्यापासून ते आपल्या कुटुंबापासून दूर होते.

शिवसेनेने त्यांचे आमदार हलवले

प्रथम रंगशारदा, तिथून मग द रिट्रीट, मग हॉटेल ललित, तिथून लेमन ट्री...

आपल्या आमदारांना हॉटेलमध्ये पाठवणारा शिवसेना हा पहिला पक्ष होता. त्यांच्या ५६ आमदारांपैकी ५५ आमदार एका ठिकाणी राहतील असा शिवसेनेचा प्रयत्न होता. ५६ वे आमदार आदित्य ठाकरे हे होते. वरळीच्या विधानसभा जागेतून ते निवडून आले होते. पक्ष कार्याध्यक्ष उद्धव ठाकरे यांचेच चिरंजीव असल्याने त्यांना मात्र या हॉटेल मुक्कामातून वगळलेले होते.

शिवसेना आमदारांची हॉटेलवारी पहिल्यांदा सुरू झाली ती ७ नोव्हेंबरपासून. देवेंद्र फडणवीस यांनी त्यांचा राजीनामा राज्यपालांकडे सादर केला त्याच्या आदल्या दिवसापासून. कारण तोपर्यंत हे स्पष्ट झाले होते की शिवसेना आता भाजपला सरकार स्थापनेत पाठिंबा देणार नाही. त्यामुळे भाजप शिवसेनेचे आमदार फोडायचा प्रयत्न नक्की करू शकेल अशी शिवसेनेला दाट शक्यता वाटत होती. त्यामुळे उद्धव ठाकरेंचे निवासस्थान असलेल्या मातोश्रीवर सर्व आमदारांची तातडीने बैठक बोलावण्यात आली. त्याठिकाणी आपल्या आमदारांचे मनोधैर्य उंचावणारे एक छोटे भाषण त्यांनी केले आणि त्यांच्यासमोर पक्षनिष्ठेची शपथ घ्यायला लावली आणि लवकरच एक शिवसैनिक मुख्यमंत्रिपदावर बसलेला दिसेल असा आशावाद त्यांच्या मनात जागवला. ही बैठक संपताच सर्व आमदारांना मातोश्रीपासून अवघ्या दोन किलोमीटर अंतरावर असलेल्या रंगशारदा हॉटेलमध्ये तातडीने हलवण्यात आले. परंतु तिथे इतक्या आमदारांना राहण्यासाठी खोल्या उपलब्ध नव्हत्या तसेच अनेक दिवस राहण्याच्या दृष्टीने हे हॉटेलही लहान होते. त्यामुळे त्या रात्री ते सारे तिथे राहिले, परंतु त्यानंतर त्यांना मढआयलंडमधील द रिट्रीट हॉटेल येथे दुसऱ्या दिवशी सायंकाळी नेण्यात आले.[१] या भागात अनेक समुद्रकिनारे आहेत. मार्वे, अक्सा, दानापानी, एरंगल हे काही लोकप्रिय समुद्रकिनारे येथे आहेत. गोव्यासारखा स्वच्छ समुद्र इथे दिसत नाही. तरीही हे समुद्रकिनारे नयनरम्य असे आहेत. ज्या रिट्रीट हॉटेलमध्ये यांना ठेवण्यात आले होते तिथे पर्यटकांना लक्झरी सुविधा दिल्या जातात आणि हे हॉटेल अगदी समुद्रकिनाऱ्याला लागून आहे.[२]

सर्व शिवसेनेचे आमदार या हॉटेलवर पोहोचले तोवर अंधारून आलेले होते आणि त्या बीचवर काहीही दिसत नव्हते. परंतु जेव्हा सकाळ झाली तेव्हा सर्वांना

---

1. https://www.theweek.in/news/india/2019/11/07/resort-politics-shiv-sena-mlas-to-stay-in-mumbai-hotel-rangsharda.html

2. https://timesofindia.indiatimes.com/city/mumbai/shivsena-in-retreat-mlas-moved-to-isolated-resort-in-madh/articleshow/71979174.cms

समोरील दृश्य खूप आवडले. अतिशय सुंदर असा समुद्रकिनारा आणि थंडगार हवा जणू त्यांचे स्वागत करीत होती. निवडून आलेल्या आमदारांना पहिल्यांदाच मुंबईच्या बाहेर नेऊन त्यांची अशाप्रकारे बडदास्त ठेवली जात होती. निवडणुकीची धकाधक संपल्यानंतर शिवसेनेच्या नेत्यांना मनसोक्त आनंद लुटण्याची आणि आरामदायी जीवन अनुभवण्याची एक संधीच जणू शिवसेनेने उपलब्ध करून दिलेली होती. दुसऱ्या दिवशी काही आमदार बीचवर फिरायला गेले, काहींनी स्पाचा आनंद घेतला तर काहींनी स्विमिंगपूलमध्ये पोहण्याचा आनंद लुटला. त्यांच्यासाठी खास ब्रेकफास्ट, दुपारचे जेवण व रात्रीचे जेवण तयार ठेवलेले होते. उत्तम प्रकारचे मद्यही आमदारांसाठी सज्ज होते. या सगळ्या आमदारांची खातीरदारी करण्याची जबाबदारी ठाण्याचे आमदार प्रताप सरनाईक यांच्यावर सोपवण्यात आलेली होती. हॉटेल रिट्रीटमधील बहुतांश खोल्या या शिवसेनेने बुक केलेल्या असल्या तरीही आमदार त्या हॉटेलवर येण्याच्या आदल्या दिवशीच एबीपी न्यूजचे पत्रकार वैभव परब यांनी तिथेच आपल्या कॅमेरामन रुपेश शेलारसह एक रुम बुक केलेली होती.(३)

वैभव त्याच्या चॅनलसाठी शिवसेना हेच बीट कव्हर करतात. त्यामुळे त्यांचे शिवसेनेच्या सर्व आमदारांशी आणि नेत्यांशी चांगले संबंध आहेत. या सर्व आमदारांनी या हॉटेलमध्ये चेक इन केल्यानंतर लगेचच या परिसरात पोलिसांनी कडक सुरक्षा व्यवस्था वाढवली. या हॉटेलच्या जवळ कोणतेही वाहन थांबवण्यास अगर पार्क करण्यास परवानगी नव्हती. पत्रकारांनादेखील या हॉटेलच्या प्रवेशद्वारावर थांबू दिले जात नव्हते. खुद्द शिवसैनिकांची आत आणि बाहेर अशी कडक सुरक्षाव्यवस्था उभी केलेली होती. त्यामुळे सर्व आमदारांवर अतिशय बारीक नजर ठेवली जात होती.

आमदारांना पहिले दोन दिवस त्या हॉटेलवर मजा आली. जेव्हा भाजपच्या नंतर १० नोव्हेंबर रोजी शिवसेनेला सरकार स्थापनेसाठी राज्यपालांनी निमंत्रित केले. त्या आधी भाजपने जेव्हा त्यांची असमर्थता दर्शवली तेव्हा इकडे हॉटेलवर अगदी पुरणपोळीचा मेनू ठेवून शिवसेनेच्या आमदारांनी आनंद साजरा केला. शिवसेनेच्या शिष्टमंडळाने दिनांक ११ नोव्हेंबर रोजी सायंकाळी राज्यपालांची भेट घेतली आणि अधिक वेळ देण्याची मागणी केली, परंतु राज्यपालांनी त्यास नकार दिला. त्यानंतर मात्र अस्वस्थता वाढू लागली.

या हॉटेलमध्ये आपल्याला किती दिवस अशा पद्धतीने काढावे लागणार अशी अस्वस्थता काही आमदारांच्या मनामध्ये निर्माण झाली. काही जणांना

3. 'एबीपी न्यूज'चे बातमीदार वैभव परब यांची लेखकाने घेतलेली मुलाखत.

होमसिक झाल्यासारखे वाटू लागले आणि त्यांना त्यांच्या कुटुंबीयांची आठवण येऊ लागली. काही जण कंटाळून गेले आणि त्यांना हॉटेलबाहेर जाण्यास बंधने असल्याने ते अस्वस्थ झाले. त्यांना दररोज तिथे उत्तमोत्तम जेवण मिळत असले तरीही त्यांना घरच्या जेवणाची ओढ लागली. त्यामुळे अल्पावधीतच ते हॉटेल म्हणजे एखाद्या सोनेरी तुरुंगासारखे वाटू लागले आणि त्यांना तिथून जितक्या लवकर बाहेर पडता येईल तेवढ्या लवकर बाहेर पडावे असे वाटू लागले. ऐषआरामी सोयीसुविधांचे प्राथमिक आकर्षण संपून गेले आणि बहुतांश आमदार हे त्यांचा वेळ हॉटेलच्या लॉबीमध्ये एकमेकांसमवेत घालवू लागले अथवा टीव्ही पाहण्यात वेळ घालवू लागले.

वैभव परबने मला सांगितले की या आमदारांना तिथे ठेवण्यासाठी बरीच धडपड केली जात होती. त्यांच्यासाठी एका संध्याकाळी खास सांगीतिक कार्यक्रमाचेही आयोजन करण्यात आलेले होते. प्रसिद्ध मराठी गायक स्वप्निल बांदोडकर याला खास निमंत्रित करण्यात आले होते. उद्धव ठाकरे त्यांचे चिरंजीव आदित्य ठाकरे यांनीही आमदारांची हॉटेलवर येऊन गाठभेट घेतली. आदित्य ठाकरे हे त्या रात्री त्या हॉटेलमध्येच राहिले व त्यांनी आमदारांशी संवाद साधला. शिवडीचे आमदार अजय चौधरी यांनी एके दिवशी पारंपरिक मराठी जेवण घरून मागवले. त्यांचे अनुकरण करून मुंबईतील आणि ठाण्यातील अन्य आमदारांनीही आपल्या घरून जेवण मागवण्यास सुरुवात केली.[४]

साधारण आठवडाभर तिथे राहिल्यानंतर या आमदारांची १३ नोव्हेंबर रोजी 'सुटका' झाली. उद्धव ठाकरे यांनी त्यांना त्यांच्या त्यांच्या मतदारसंघात परत पाठवले. एक दिवसापूर्वीच राष्ट्रपती राजवट लागू करण्यात आली होती. राष्ट्रवादी पक्षानेसुद्धा पुरेसा वेळ हाती नसल्याने सरकार स्थापन करण्यास आपण असमर्थ असल्याचे राज्यपालांना सांगितले होते. अर्थातच शिवसेना आमदारांना फार काळ मुक्त राहता आले नाही. दिनांक २२ नोव्हेंबर रोजी सरकार स्थापनेसाठी शिवसेना, राष्ट्रवादी आणि काँग्रेस एकत्रित येत आहेत ही गोष्ट जेव्हा स्पष्ट झाली तेव्हा उद्धव ठाकरे यांनी पुन्हा एकदा सगळ्या आमदारांना आपल्या निवासस्थानी बोलावले. त्यांना पुढील चार-पाच दिवसांचे कपडे सोबत घेऊन येण्यास सांगितले आणि सोबत त्यांचे आधार कार्ड, ड्रायव्हिंग लायसन्स किंवा इतर काही ओळख दर्शवणारी कागदपत्रेही आणण्यास सांगण्यात आले. कदाचित राज्यपाल सर्व आमदारांना प्रत्यक्षात भेटून हे तेच आहेत याची खातरजमा करू शकतात म्हणून ही काळजी घेण्यात आली होती. त्यामुळे त्यावेळी कदाचित ही कागदपत्रे उपयुक्त

---

4. Ibid

ठरू शकली असती.(५)

थोडा वेळ मातोश्रीवर बसवून त्यांना सगळ्या घडामोडींची माहिती देण्यात आली. त्यानंतर आदित्य ठाकरे यांच्या नेतृत्वाखाली सर्व आमदारांना मुंबई आंतरराष्ट्रीय विमानतळाजवळच्या हॉटेल ललित येथे नेण्यात आले. या वेळी उद्धव ठाकरेंचे सचिव मिलिंद नार्वेकर तसेच एकनाथ शिंदे, अनिल परब यांच्या सारख्या नेत्यांनी त्यांची सर्व व्यवस्था पाहिली. उद्धव ठाकरे यांचे स्वीय सचिव मिलिंद नार्वेकर यांची अलिकडेच शिवसेनेचे सचिव म्हणून नेमणूक करण्यात आली होती. ते सर्वांत व्यस्त असणारे व्यक्तिमत्त्व होते. सर्व आमदारांना कोणत्या हॉटेलमध्ये ठेवायचे आणि त्यांच्यावर देखरेख ठेवायची ही सगळी जबाबदारी त्यांच्याकडेच होती. विविध जबाबदाऱ्यांचे वाटपही तेच करीत होते. त्यामुळे शिवसेनेतील नार्वेकरांचे महत्त्व या निमित्ताने अधोरेखित होताना दिसून येत होते. शिवसेनेतील दुसरी शक्ती म्हणून त्यांच्याकडे पाहिले जाते. नार्वेकरांचा आदेश कुणीही डावलत नाहीत परंतु कदाचित शिवसेनेतील सर्वाधिक सावध माणूसही तेच असावेत.(६) कारण नार्वेकर हे उद्धव ठाकरे यांच्या समवेत २५ वर्षांपासून आहेत. त्यांनी शिवसेनेचे गटप्रमुख म्हणून सुरुवात केली. शिवसेनेच्या पदांच्या उतरणीत हे पद सर्वांत लहान होते. त्यावेळी नार्वेकर हे मुंबईच्या मालाड भागात राहत होते. शाखा प्रमुखांच्या मुलाखती मातोश्रीवर आयोजित केलेल्या होत्या तेव्हा नार्वेकर पहिल्यांदा मातोश्रीवर आलेले होते. नार्वेकरांची मुलाखत उद्धव ठाकरे यांनी घेतली होती आणि नार्वेकरांच्या व्यक्तिमत्त्वाचा चांगला प्रभाव उद्धव ठाकरेंवर पडला होता. त्यावेळी ठाकरे यांनी त्यांचे स्वीय सचिव म्हणून जागा देऊ केली. लवकरच ते उद्धव ठाकरेंच्या अतिशय विश्वासातील सहकारी बनले.(७)

मिलिंद नार्वेकरांनी लवकरच उद्धव ठाकरेंचे सल्लागार, संकटमोचक आणि धोरण निश्चिती करणारे या भूमिका उत्तम रीतीने वठवल्या. नार्वेकर हे कायम पडद्यामागे राहून काम करणारे कलाकार बनले. उद्धव ठाकरे आणि पक्षातील

5.https://www. youtube.com/
watch?v=XrqNk26_l1A&list=PL4gSUwMBf0L36
hLac8nL3HCRQoz3ZbyeK&index=537

6. https://www.livemint.com/Opinion/
XcZElZtvlyr8cGSgzGdROL/Maharashtra-Newsletter-Why-do-
Sena-leaders-fear-Milind-Narv.

7. https://mumbaimirror.indiatimes.com/mumbai/other/the-rise-of-
the-pa/articleshow/62626518.cms

अन्य सर्व लोक यांच्या दरम्यान संपर्काचा एकमेव दुवा म्हणजे नार्वेकर बनले.(८)
अनुभवी पत्रकार प्रकाश अकोलकर यांनी शिवसेनेचा संपूर्ण इतिहास अभ्यासलेला
आहे. त्यांच्या मते, उद्धव ठाकरे यांच्या नंतर मिलिंद नार्वेकर हे शिवसेनेतील
आणखी एक शक्ती केंद्र बनले.(९) असे म्हटले जायचे की, तुम्ही जर नार्वेकरांच्या
विरोधात एक शब्द जरी बोललात तर तुम्ही शिवसेनेमध्ये टिकू शकणार नाही.
याचा पुरावा देणारी अनेक उदाहरणे सांगितली जातात. नार्वेकरांच्या विरोधात
सर्वप्रथम उघडपणे टीका करणारे होते महाराष्ट्राचे माजी मुख्यमंत्री नारायण राणे.
जुलै २००५ मध्ये नारायण राणे यांनी आरोप केला की, गेल्या चार पाच
वर्षांपासून नार्वेकर हे त्यांच्या विरोधामध्ये षडयंत्र करीत आहेत. नार्वेकर हे
पक्षातील पदे आणि निवडणूक तिकिटांची विक्री करतात. उद्धव ठाकरे यांचा
त्यांच्यावर आंधळा विश्वास असल्याने शिवसेनेने आपली प्रतिष्ठा गमावली आहे
असा राणेंनी आरोप केला. दुसऱ्याच दिवशी नारायण राणे यांची पक्षातून हकालपट्टी
करण्यात आली.(१०)

या सगळ्या पार्श्वभूमीवर राज ठाकरे यांनी पक्षप्रमुख बाळासाहेब ठाकरे
यांची १५ डिसेंबर २००५ रोजी 'मातोश्री' या निवासस्थानी भेट घेतली होती.
त्यांनी उद्धव ठाकरे यांच्या विरोधात अनेक मुद्दे उपस्थित केले. पक्षाच्या निर्णयप्रक्रियेत
नार्वेकरांची भूमिका याविषयीही तक्रार केली. राज ठाकरे यांनी उद्विग्नतेने आपणच
राजकारण सोडतो असेही सांगितले. राज ठाकरे यांनी शिवसेना सोडण्यामागे
आणि स्वतःचा महाराष्ट्र नवनिर्माण सेना (मनसे) स्थापन करण्यामागे देखील
नार्वेकर हे एक महत्त्वाचे कारण होते.(११)

शिवसेनेच्या तिकीटावर लोकसभेची निवडणूक सलग पाच वेळा जिंकलेल्या
मोहन रावले यांनाही नार्वेकरांमुळे अवमानित होण्याची वेळ आलेली होती. एका
पत्रकार परिषदेत नार्वेकर यांनी रावले यांच्यावर निशाणा साधला आणि अशा
लोकांमुळे शिवसेना हा दलालांचा पक्ष बनत चालला आहे असा गंभीर आरोपही
केला. नार्वेकर यांच्यामुळेच त्यांच्यात व उद्धव ठाकरे यांच्यामध्ये वितुष्ट निर्माण

---

8. https://indianexpress.com/article/india/miling-narvekar-shiv-sena-maharashtra-5042993/

9. प्रकाश अकोलकर यांची लेखकाने घेतलेली ही मुलाखत.

10. https://www.outlookindia.com/newswire/story/rane-expeòed-from-sena-attacks-bal-thackeray-uddhav/308318

11. https://www.dnaindia.com/mumbai/report-milind-narvekar-nowsena-secretary-2578021

झाल्याचा रावले यांचा आक्षेप होता. केवळ नार्वेकरांमुळेच उद्धव ठाकरे यांची प्रत्यक्ष भेट मिळण्यासाठी चार वर्षे वाट पाहावी लागली असाही आरोप रावले यांनी केला. त्यांच्या या आरोपानंतर अवघ्या काही तासांतच त्यांची पक्षातून हकालपट्टी करण्यात आली.(१२)

कोकणातील शिवसेनेचे महत्त्वाचे नेते भास्कर जाधव यांना विधानसभेच्या २००४ च्या निवडणुकीत तिकिट नाकारण्यात आले. मिलिंद नार्वेकर यांच्या प्रभावामुळेच हे झाल्याचा आरोप जाधव यांनी केला आणि त्यांच्यावरच या सगळ्याचा ठपका ठेवला. त्यांनी शिवसेनेचा राजीनामा दिला आणि त्यानंतर ते राष्ट्रवादीत गेले. अर्थात २०१९च्या विधानसभा निवडणुका होण्यापूर्वी ते शिवसेनेत परत आले.(१३)

अर्थात माजी मुख्यमंत्री आणि शिवसेनेच्या आमदारांनी तसेच इतर अनेक नेत्यांनी विविध प्रकारे आरोप व टीका केल्यानंतरही उद्धव ठाकरे यांचा नार्वेकरांवरील विश्वास जराही कमी झाला नाही. किंबहुना, गेल्या काही वर्षांत नार्वेकरांचा पक्षावरील प्रभाव आणखीनच वाढला. शिवसेना प्रमुख बाळासाहेब ठाकरे यांनी ज्या गोष्टी आखून दिलेल्या होत्या, जी धोरणे सांगितलेली होती नेमक्या त्याच्या विरोधात वागण्याचे काम नार्वेकर सातत्याने करीत असतात, अशी पक्षातील अनेक वरिष्ठ नेत्यांची तक्रार आहे. बाळासाहेब ठाकरे हे शिवसेनेतील नेत्यांना सहज भेटू शकत असत परंतु उद्धव ठाकरे यांना भेटायचे असेल तर पहिल्यांदा नार्वेकरांशी संपर्क साधल्याशिवाय ते शक्य नसते.

जेव्हा शिवसेना-भाजप युती सत्तेत होती तेव्हा उद्धव ठाकरे यांच्या वतीने नार्वेकर यांनीच देवेंद्र फडणवीस यांच्याशी संपर्क साधला होता. जेव्हा नारायण राणेंना भाजपमध्ये घेण्याचे फडणवीस यांनी जवळपास निश्चित केले होते तेव्हा आम्ही सरकारचा पाठिंबा काढून घेऊ हा उद्धव ठाकरे यांचा संदेश नार्वेकरांनीच फडणवीसांपर्यंत पोहोचवला होता. त्यामुळे फडणवीस यांनी राणेंचा पक्ष प्रवेश पुढे ढकलला होता. त्यामुळे नेहमीप्रमाणे उद्धव ठाकरे यांनी आपल्या सर्व आमदारांना सरकार स्थापनेपर्यंत सुरक्षित ठेवण्याची महत्त्वाची जबाबदारी नार्वेकरांवर सोपवलेली होती. नार्वेकरांनीच हॉटेल्स निश्चित केलेली होती. त्यांनीच आमदारांना नेण्याची वाहन व्यवस्थासुद्धा ठरवलेली होती.

---

12. https://www.indiatoday.in/india/west/story/shiv-sena-sacks-fivetime- mp-mohan-rawale-for-dissidence-219377-2013-12-02
13. https://www.dnaindia.com/mumbai/report-milind-narvekar-nowsena-secretary-2578021

दिनांक २२ नोव्हेंबर रोजी मातोश्रीवर उद्धव ठाकरे यांच्यासमवेत आमदारांची बैठक झाल्यानंतर त्या सर्वांना सहारा आंतरराष्ट्रीय विमानतळाजवळच्या हॉटेल ललित येथे नेण्यात आले. परंतु त्या हॉटेलमध्ये अगोदरच ६० परदेशी पर्यटकांच्या एका ग्रुपने आगाऊ आरक्षण केलेले होते. त्यामुळे त्या खोल्या त्यांच्यासाठी राखून ठेवण्यात आलेल्या होत्या. त्यामुळे दिनांक २४ नोव्हेंबर रोजी तिथूनच जवळ असलेल्या लेमन ट्री हॉटेलमध्ये सर्व आमदारांना नेण्यात आले. दिनांक ७ नोव्हेंबर नंतर शिवसेना आमदारांचा मुक्काम असलेले हे चौथे हॉटेल होते.

काँग्रेसनेही हलवले त्यांचे आमदार
गुलाबी शहराला राजकीय रंग

शिवसेनेचे आमदार मुंबईतल्या मुंबईतच वेगवेगळ्या हॉटेलमध्ये फिरत होते तेव्हा काँग्रेसने मात्र राजस्थानची राजधानी असलेल्या जयपूरमध्ये सगळ्या आमदारांना नेले. दिनांक ९ नोव्हेंबर रोजी काँग्रेसच्या आमदारांनी हॉटेल ब्युएना व्हीस्टा रिसॉर्ट येथे मुक्काम ठोकला.[१४]

हे शहरातील सर्वांत महागडे रिसॉर्ट समजले जाते. जयपूर-दिल्ली हायवेपासून ते दोन किलोमीटर अंतरावर आहे. काँग्रेसने आपल्या आमदारांना सुरक्षित ठेवण्यासाठी राजस्थानची निवड केली कारण त्या राज्यात काँग्रेसचे सरकार आहे. पक्षाच्या राजस्थानमधील समितीने या सर्व आमदारांची खातीरदारी केली. एकूण ४४ आमदारांपैकी ३३ आमदारांना राष्ट्रवादी आणि शिवसेनेसोबत सरकार स्थापन करण्याची इच्छा व्यक्त केलेली असल्याने ते सर्वजण इथे आलेले होते. दिनांक १३ नोव्हेंबर रोजी राष्ट्रपती राजवट लागू केल्यानंतर शिवसेनेप्रमाणेच काँग्रेसनेही त्यांच्या आमदारांना घरी जाण्याची परवानगी दिली होती. बरोबर ११ दिवसांनंतर २४ नोव्हेंबर रोजी म्हणजे फडणवीस आणि पवार यांनी शपथ घेतल्याच्या दुसऱ्या दिवशी सर्व आमदारांना मुंबईतील जे. डब्ल्यू. मॅरीएट या ठिकाणी बोलावण्यात आले. राष्ट्रवादीनेही त्यांच्या आमदारांना हलवले होते.

गुरूग्राममधून सुटका

तिन्ही पक्षांचा विचार केला असता राष्ट्रवादीच्या आमदारांनी सर्वांत कमी काळ हॉटेलमध्ये व्यतित केला. दिनांक २३ नोव्हेंबर रोजी सर्व आमदार वाय. बी.

14. https://www.newindianexpress.com/nation/2019/nov/09/to-prevent-poaching-congress-shifts-maharashtra-mlas-to-jaipur-resort-2059154.html

चव्हाण सभागृहात शरद पवारांनी बोलावलेल्या बैठकीसाठी उपस्थित राहिले होते. तिथून त्यांना पवईतील हॉटेल रेनिसान्स या ठिकाणी नेण्यात आले. हे तेच हॉटेल होते जिथे कर्नाटकातील भाजपचे आमदार मुक्कामाला होते व त्यांनी काँग्रेसला पाठिंबा देऊन भाजपला मात दिली होती.(१५)

विरोधाभास म्हणजे या खेपेला भाजपपासून वाचवण्यासाठी राष्ट्रवादीच्या आमदारांना तिथे ठेवण्यात आले होते. काही महिन्याच्या अंतराने त्या हॉटेलला पुन्हा एकदा राजकीय नाट्य अनुभवायला मिळत होते. या अतिशय सुंदर हॉटेलच्या अगदी समोर पवई तलाव आहे. अर्थात राष्ट्रवादीच्या आमदारांना फार वेळ त्या वातावरणाचा आनंद घेता आला नाही. त्या सर्वांना दोनच दिवसानंतर कलिना येथील हॉटेल ग्रँड हयात या ठिकाणी पाठवण्यात आले. दिनांक २५ नोव्हेंबर रोजी राष्ट्रवादीच्या आमदारांना त्यांचे सहकारी दौलत दरोडा, नितीन पवार आणि अनिल पाटील हे तिघेजण येऊन मिळाले. हे हरियाणातील गुरूग्राम येथून आले होते. चार पैकी या तीन आमदारांना भाजपने गुरूग्राम येथे नेले होते आणि तेथील हॉटेल ओबेरॉय येथे ठेवले होते. त्यांच्यापैकी एकाने शरद पवारांना मेसेज केला आणि त्यांना परत यायचे आहे असे कळवले. आपल्याला कुठे ठेवले आहे हे देखील पवारांना त्यांनी कळवले. हा मेसेज प्राप्त होताच राष्ट्रवादीच्या विद्यार्थी शाखेच्या प्रमुख सोनिया दूहान यांच्यावर तेथील आमदारांना परत आणण्याची जबाबदारी सोपवण्यात आली. दूहान यांनी बातमीदारांना सांगितले की ज्या हॉटेलमध्ये या आमदारांना ठेवण्यात आले होते त्या ठिकाणी भाजप कार्यकर्त्यांनी जबरदस्त सुरक्षा व्यवस्था ठेवलेली होती. येथील आमदारांवर लक्ष ठेवण्याची जबाबदारी त्यांच्यावर सोपवण्यात आलेली होती.

दूहान यांनी दिलेल्या माहितीनुसार, त्यांनी आपल्या पक्षातील काही सहकाऱ्यांच्या बरोबरीने या हॉटेलमध्ये रूम बुक केल्या आणि भाजप कार्यकर्त्यांच्या हालचालींवर बारीक लक्ष ठेवले. भाजप कार्यकर्त्यांच्या देखरेखीच्या वेळा बदलतात तेव्हा पाच ते सात मिनिटांचा कालावधी मिळतो असे त्यांच्या लक्षात आले. नेमकी तीच वेळ साधून हॉटेलच्या मागच्या दरवाजाने त्या तिन्ही आमदारांसमवेत निसटल्या. चौथे आमदार नरहरी झरिवाल हे मात्र पुढच्या दरवाजाने गेल्याने ते पकडले गेले. दूहान त्यानंतर थेट दिल्लीतील शरद पवारांच्या निवासस्थानी गेल्या. तिथून दुसऱ्या दिवशी सकाळी मुंबईला जाण्यासाठी विमानांची तिकिटे बुक करण्यात आली.

---

15. https://www.thehindu.com/news/cities/mumbai/cong-workersprotest-outside-powai-hotel-seek-meeting-with-rebel-mlas/article28693416.ece

हे तिन्ही आमदार मुंबईला पोहोचत असल्याचे जेव्हा चौथे आमदार नरहरी झरिवाल यांना समजले तेव्हा त्यांनीही या आमदारांसोबत जायचे ठरवले आणि ते मुंबईतील ग्रँड हयात हॉटेलमध्ये येऊन सर्वांना मिळाले.[१६] मुंबईतील सर्व हॉटेलमध्ये राहणाऱ्या तिन्ही पक्षांच्या आमदारांचे व्यवस्थापन शिवसेनेकडेच होते. कारण ज्या हॉटेलमध्ये त्यांना ठेवण्यात आले होते तिथे शिवसेनेच्या कामगार संघटना प्रभावीरीतीने कार्यरत होत्या. याचा अनेक प्रकारांनी लाभ झाला. कमी किंमतीत हॉटेल उपलब्ध तर झालीच परंतु त्यांच्या सुरक्षेच्या गरजा लक्षात घेऊन हॉटेल व्यवस्थापनाने विशेष लक्ष दिले. सर्वोच्च न्यायालयाच्या निकालाकडे आतुरतेने लक्ष ठेवून असलेल्या आमदारांना सुरक्षित ठेवण्याची जबाबदारी शिवसैनिकांनी यशस्वीरीतीने पेलली.

आता लवकरच फ्लोअर टेस्ट होणार होती आणि हॉटेल प्रिझन प्लाझा मधून या सगळ्यांची मुक्तताही!

---

16. https://www.hindustantimes.com/mumbai-news/how-ncp-s-student-wing-leader-rescued-4-mlas-from-gurgaon/story-gpFazlEnQ1EgnyLJyH6lwK.html

१४

आम्ही १६२!

दिनांक २५ नोव्हेंबर सकाळी १०.३० वाजता न्यायमूर्ती एन. व्ही. रमणा, अशोक भूषण आणि संजीव खन्ना हे कोर्टरूममध्ये दाखल झाले. आदल्या दिवसापेक्षा आज अधिक गर्दी झालेली दिसत होती. सर्वोच्च न्यायालयासाठी आजचा दिवस कामाचा असल्याने खटल्याशी संबंधित नसलेल्या वकिलांनीही आज तिथे हजेरी लावलेली होती. या खेरीज, संबंधित सर्व राजकीय पक्षांचे वकील उपस्थित होते. काँग्रेसचे रणदीप सुरजेवाला, अशोक चव्हाण, शिवसेनेचे अनिल देसाई, गजानन कीर्तीकर आदी नेतेही उपस्थित होते. तीन न्यायमूर्तींचे खंडपीठ आज आदेश देणार अशी सर्वांनाच अपेक्षा होती. न्यायमूर्ती रमणा हे पहिल्यांदा बोलू लागले. ते म्हणाले, "आजचा खरा प्रश्न हा आहे की मुख्यमंत्र्यांना बहुमताचा आनंद मिळतो आहे का?" त्यावर भाजप आमदारांचे प्रतिनिधीत्व करणारे मुकुल रोहतगी म्हणाले, "राज्यपालांनी योग्य अशीच भूमिका घेतली. फ्लोअर टेस्टची वेळ ठरवण्याची आणि पद्धती निश्चित करण्याची जबाबदारी विधीमंडळावर सोडायला हवी." या संबंधित याचिकेला काहीही अर्थ नसल्याने त्याला मान्यता देऊ नये अशीही त्यांनी सर्वोच्च न्यायालयाला विनंती केली. त्यांनी असाही इशारा दिला की जर न्यायालयाने या प्रकरणी हस्तक्षेप केला तर जेव्हा जेव्हा असे काही चुकीचे घडल्यासारखे वाटेल तेव्हा दर दहा दिवसांनी लोक न्यायालयात धाव घेतील. सॉलिसीटर जनरल तुषार मेहता हे रोहतगी यांच्या मताशी सहमत होते. ते म्हणाले, "राज्यपालांना निर्देश दिल्यास भविष्यात त्याचे गंभीर परिणाम होऊ शकतील. त्यामुळे राज्यपालांना निर्देश देणे हे गंभीर परिणामांना सामोरे जाणारे ठरू शकते."

कपिल सिब्बल हे शिवसेनेच्या वतीने उभे राहिले आणि त्यावर विरुद्ध भूमिका मांडताना ते म्हणाले, जर भाजपकडे बहुमत आहे तर ते फ्लोअर टेस्टला का घाबरत आहेत? आपल्याकडे १५४ आमदारांची स्वाक्षरीसह मान्यतापत्रे

असून त्यांनी शिवसेना-राष्ट्रवादी-कॉंग्रेस आघाडीला पाठिंबा दिलेला आहे. कॉंग्रेस व राष्ट्रवादीचे प्रतिनिधीत्व करणारे अभिषेक मनू सिंघवी म्हणाले, "जर अजित पवारांसोबत त्यावेळी ५४ आमदार होते असा ते दावा करतात तर मग आत्ता शरद पवारांसमवेत ५० आमदार कसे?"

त्यांच्या विरोधात तुषार मेहता यांनी एक पत्र खंडपीठापुढे सादर केले. "अजित पवारांचे हे पत्र सांगते की सर्व आमदारांनी स्थिर सरकार लाभावे म्हणून त्यांना योग्य तो निर्णय घेण्याचे सर्वाधिकार दिलेले आहेत. आम्ही फडणवीस यांना पाठिंबा द्यायचे ठरवले आणि त्यांच्या नेतृत्वाखाली सरकार स्थापन करायचे ठरवले आहे. या पत्राच्याच आधारे राज्यपालांनी फडणवीसांना सरकार स्थापनेसाठी निमंत्रित केले." यावर सिंघवी चिडले. त्यांनी मेहता यांच्याकडे पाहिले आणि म्हणाले, "अजित पवार यांनी फसवणूक केलेली आहे. अजित पवार यांची विधानसभेत पक्षनेते म्हणून निवड करण्यासाठी राष्ट्रवादीच्या आमदारांच्या स्वाक्षऱ्या घेण्यात आलेल्या होत्या. सर्व आमदारांच्या स्वाक्षऱ्यांचा तो कागद अजित पवार यांनी फडणवीसांना पाठिंबा आहे हे दर्शवण्यासाठी वापरला." यावर अजित पवारांचे वकील ॲड. मनींदर सिंग म्हणाले, "या रिट याचिकेद्वारे मीच राष्ट्रवादी असल्याचे सिद्ध होते आणि ही आमदारांची यादी मीच राज्यपालांना दिली हे अगदी खरे आहे. कारण योग्य तो निर्णय घेण्यासाठी राष्ट्रवादीच्या आमदारांनीच माझी अधिकृतपणे निवड केलेली होती."

कपिल सिब्बल यांनी चढ्या आवाजात प्रश्न उपस्थित केला, की राज्यपालांनी २३ नोव्हेंबर रोजी रात्रीच्या वेळी राष्ट्रपती राजवट दूर करण्याची विनंती इतक्या घाईने का केली आणि त्याचप्रमाणे त्याच दिवशी सकाळी फडणवीसांना घाईने शपथ का देण्यात आली. त्यांनी विचारले, "अशी काय राष्ट्रीय आणीबाणी निर्माण झालेली होती? जर इतके दिवस ते थांबलेले होते तर ते आणखी २४ तास थांबू शकत नव्हते का? सेना, राष्ट्रवादी व कॉंग्रेस आघाडीने सरकार साकारू नये यासाठी जाणीवपूर्वक करण्यात आले. कारण आदल्याच दिवशी उद्धव ठाकरे यांचे नाव मुख्यमंत्रिपदासाठी जाहीर करण्यात आले होते."

सुमारे तासभर सगळ्या वकिलांनी जोरदारपणे आपापली बाजू लढवली. तिन्ही न्यायमूर्तींनी आपसांत काही मिनिटे चर्चा केली आणि त्यानंतर दुसऱ्या दिवशी याचिकेवर निकाल जाहीर केला जाईल असे सांगितले.[१]

---

1. https://economictimes.indiatimes.com/news/politics-and-nation/sc-to-pronounce-order-tomorrow-on-maharashtra-governmentformation/ articleshow/72219422.cms

दिल्लीतील सर्वोच्च न्यायालयाची सुनावणी संपल्यानंतर शिवसेना, राष्ट्रवादी आणि काँग्रेसचे नेते यांच्या पुन्हा मुंबईत वेगाने हालचाली सुरू झाल्या. शिवसेनेचे नेते एकनाथ शिंदे, राष्ट्रवादीचे जयंत पाटील आणि काँग्रेसचे बाळासाहेब थोरात यांनी राजभवनकडे धाव घेतली आणि १६२ आमदारांच्या (५६ शिवसेना, ४४ काँग्रेस, ५३ राष्ट्रवादी, २ समाजवादी पार्टी आणि ७ इतर) पाठिंब्याचे पत्र राज्यपाल भगतसिंग कोश्यारी यांना सादर केले आणि सरकार स्थापनेचा दावा केला. सरकार स्थापन करण्यासाठी आमच्याकडे आता पुरेसे संख्याबळ असल्याची भूमिका त्यांनी मांडली. एकीकडे हा सरकार स्थापनेचा दावा करीत असतानाच आपल्या तिन्ही पक्षांची एकत्रित आघाडीची ताकद दाखवण्याचीही योजना त्यांनी आखलेली होती. त्यानुसार, सर्व पक्षांचे सर्व आमदार हॉटेल ग्रँड हयातला एकत्र जमतील आणि सर्व माध्यमांसमोर एकजुटीचे दर्शन घडवणारा फोटो काढतील असे ठरले. त्यासाठी या हॉटेलमधील सर्वांत अलिशान हॉल बुक करण्यात आला. सर्व ठिकाणी स्टँडीज आणि बॅनर लावलेले दिसत होते.. त्यावर लिहिले होते... आम्ही १६२!

सर्वसाधारणपणे पत्रकार परिषद होते तेव्हा राजकारणी हे व्यासपीठावर बसलेले असतात आणि माध्यमांचे प्रतिनिधी समोर प्रेक्षकांच्या भूमिकेत असतात. या विशेष प्रसंगी मात्र सर्व माध्यमांचे प्रतिनिधी स्टेजवर उभे होते आणि सगळे राजकारणी त्यांच्या समोर खुर्चीत बसलेले होते. सर्व आमदार आणि पक्षाचे सर्व वरिष्ठ नेते एका फ्रेममध्ये यावेत म्हणून ही तजवीज करण्यात आलेली होती. राष्ट्रवादीचे आमदार ग्रँड हयात हॉटेलमध्येच राहत होते. शिवसेनेचे आमदार लेमन ट्री हॉटेलमधून आणि काँग्रेसचे आमदार जे. डब्ल्यू. मॅरीएटमधून चार बसमधून येऊन दाखल झाले होते.

सायंकाळी ६ वाजता शरद पवार, उद्धव ठाकरे, जयंत पाटील, मल्लिकार्जुन खर्गे, संजय राऊत, प्रफुल्ल पटेल, अबु आझमी आणि सर्व पक्षांचे इतर अनेक वरिष्ठ नेते या आघाडीला पाठिंबा देण्यासाठी ग्रँड हयात हॉटेलमध्ये पोहोचले होते. त्या ठिकाणी कोणतीही पक्षनिहाय बैठक व्यवस्था करण्यात आलेली नव्हती. सगळे आमदार एकमेकांत मिसळलेले होते आणि जिथे जिथे खुर्ची मिळेल तिथे त्यांनी बसून घेतले होते.[२]

सायंकाळी ६.३० वाजता सर्व आमदारांना शपथ घेण्यास सांगण्यात आली.

---

2. https://economictimes.indiatimes.com/news/politics-and-na-tion/sena-ncp-cong-combine-to-parade-162-mlas-in-mumbai-ho-tel/articleshow/72225177.cms?from=mdr

आपापले पक्ष आणि नेत्यांप्रती आपली बांधिलकी व्यक्त करण्यासाठी त्यांना हे करण्यास सांगण्यात आले होते. प्रत्येकाला शपथ घेण्यासाठी हात वर करण्यास सांगण्यात आले. राष्ट्रवादीचे आमदार जितेंद्र आव्हाड यांनी शपथेचे वाचन केले आणि हॉलमध्ये उपस्थित सर्वांनी त्यांच्या मागून ती शपथ घेतली.

ती शपथ अशी होती :

मी राज्यघटनेशी प्रामाणिक राहून ही शपथ घेतो की मी सोनिया गांधी, शरद पवार आणि उद्धव ठाकरे यांच्या नेतृत्वाशी आणि शिवसेना, राष्ट्रवादी व काँग्रेस या तीन पक्षांच्या आघाडीद्वारे स्थापन होणाऱ्या सरकारशी प्रामाणिक राहील. मी कुठल्याही प्रकारच्या लोभाला बळी पडणार नाही. महाराष्ट्रातील जनतेने भाजपच्या विरोधात असल्याचा कौल दिला आहे याची मला पूर्ण जाणीव आहे. त्यामुळे भाजपला लाभ होईल अशी कोणतीही गोष्ट मी करणार नाही. माझ्या मतदारसंघातील लोकांच्या बाबतीत, माझ्या पक्षाच्या बाबतीत प्रतारणा होईल असे मी काहीही करणार नाही. त्यांच्या विश्वासाला तडा जाईल असे कोणतेही कृत्य माझ्याकडून होणार नाही. पक्षविरोधी कोणतीही कृती माझ्याकडून होणार नाही. माझ्या नेत्यांनी दिलेल्या आदेशांचे मी पालन करेन.(३)

'आम्ही १६२'च्या शक्तीप्रदर्शनातून अनेक गोष्टी साध्य करावयाच्या होत्या. पहिली म्हणजे आता भाजप व अजित पवार यांच्या विरोधात संख्याबळ असल्याने ते आता फ्लोअर टेस्ट देऊ शकत नाहीत हा संदेश त्यांना द्यायचा होता. दुसरे म्हणजे, छायाचित्राच्या माध्यमातून प्रत्यक्ष पुराव्याद्वारे राज्यपालांवरही त्याचा प्रभाव पडणार होता. शिवसेना, राष्ट्रवादी व काँग्रेस यांच्याकडे सरकार स्थापनेसाठी आता पुरेसे मनुष्यबळ आहे हे दिसून येणार होते. तिसरे म्हणजे, या माध्यमातून सर्व आमदारांनी त्यांच्या पक्षाशी व आघाडीशी एकनिष्ठ राहावे ही अपेक्षा होती. त्यासाठी त्यांना शपथ घ्यायला लावली होती. अर्थातच भाजपच्या नेत्यांनी या कार्यक्रमाची चेष्टा केली. माध्यमांसमोर अशी शक्तीप्रदर्शने करून सरकार बनत नसते अशी टीकाही त्यांनी केली. प्रत्यक्ष विधानसभेत पाठिंबा सिद्ध करावा लागतो अशी भूमिका त्यांनी मांडली. यावर भाजपच्या आशिष शेलार यांनी टीका केली ते म्हणाले, हे प्रदर्शन म्हणजे ज्या लोकांनी या नेत्यांना मते दिली त्यांची निव्वळ थट्टा आहे, गुन्ह्यांमध्ये पकडलेल्या लोकांची ओळख परेड होत असते निवडून आलेल्या आमदारांची नाही. हा त्यांचा खरं तर अवमान

---

3. https://www.telegraphindia.com/india/shiv-sena-ncp-congress-mlas-take-oath-to-be-honest-to-alliance/cid/1721996

आहे. मला त्यांना एवढेच सांगायचे आहे की फोटोसेशन जरी तुमचे असले तरी या सगळ्या प्रकरणातील शेवटचा फोटो मात्र आमचा असेल. देवेंद्र फडणवीस आणि अजित पवार हे दमदार पद्धतीने विजयी झालेले दिसतील.[४]

त्यांनी आदित्य ठाकरे यांचीही खिल्ली उडवली. त्यामध्ये सोनिया गांधींचे नाव घेऊन ते शपथ घेताना दिसत आहेत. ते म्हणाले, हिंदुत्वाचा जो दावा हा पक्ष करतो तो अत्यंत पोकळ आहे हे यानिमित्ताने दिसून आले.

---

4. https://www.outlookindia.com/newsscroll/senancpcongress-paradejoke- on-people-bjp/1670726

१५

घरवापसी!

दिनांक २६ नोव्हेंबर हा दिवस 'घटना दिन' म्हणून भारतात साजरा केला जातो. १९४९ साली भारताच्या संविधान सभेने भारतीय राज्यघटना स्वीकारली होती. यात आणखी एक योगायोग होता तो म्हणजे बरोबर ७० वर्षांनंतर याच दिवशी राज्यघटनेच्या आज्ञा पालनासंबंधात प्रश्न निर्माण झाल्याने त्यावर सर्वोच्च न्यायालय आपला आदेश देणार होते. न्यायालयात न्यायमूर्ती दाखल झाले तेव्हा संपूर्ण शांतता होती. ते काय बोलतात याकडे सगळ्यांचे लक्ष लागलेले होते. लोकशाही मूल्ये टिकवून ठेवण्यासाठी आणि घटनात्मक नैतिकता वाढवण्यासाठी संबंधित विरोधी पक्षांच्या दाव्यांची दखल घेणे आवश्यक असल्याचे मत खंडपीठाने व्यक्त केले. स्थिर सरकारची हमी देण्यासाठी आणि सत्तेसाठी चालणाऱ्या बेकायदेशीर घोडेबाजाराला आळा घालण्यासाठी न्यायालयाचा हस्तक्षेप या प्रकरणी आवश्यक आहे. या प्रकरणी न्यायालयाचा हस्तक्षेप का आवश्यक आहे यावर विस्तृत विवेचन केल्यानंतर या खंडपीठाने त्यांचा आदेश जाहीर केला. 'मुख्यमंत्रिपदाची शपथ घेतल्यानंतर ती योग्य आहे की नाही हे निश्चितपणे सिद्ध होण्यासाठी शक्य तितक्या लवकर फ्लोअर टेस्ट होणे आवश्यक आहे. कारण त्यांच्याकडे सरकार स्थापनेसाठी आवश्यक असणारे बहुमत आहे की नाही हे तेव्हाच सिद्ध होऊ शकेल.' फ्लोअर टेस्ट घेण्यासाठी एका प्रो टेम स्पीकरची स्वतंत्रपणे नियुक्ती केली जावी असेही आदेश खंडपीठाने दिले.

'दिनांक २७ नोव्हेंबर रोजी सायंकाळी ५ वाजता सर्व सभासदांनी शपथ घेतल्यानंतर लगचेच प्रो-टेम स्पीकरने तातडीने फ्लोअर टेस्ट घ्यावी आणि फडणवीस यांच्याकडे बहुमत आहे की नाही हे पाहावे.' असे खंडपीठाने म्हटले. गुप्त मतदान पद्धतीने फ्लोअर टेस्ट घेतली जाऊ नये असेही खंडपीठाने स्पष्ट केले. या सर्व प्रक्रियेचे थेट प्रक्षेपण करावे आणि त्यासाठी आवश्यक ती व्यवस्था

निर्माण करावी. हा आदेश देत असताना न्यायमूर्तींनी यापूर्वीच्या काही प्रकरणांचाही दाखला दिला आणि म्हणाले, ''अशी परिस्थिती जेव्हा असते तेव्हा जर फ्लोअर टेस्टला उशीर झाला तर तिथे घोडेबाजार होण्याची दाट शक्यता असते. त्यामुळे तातडीने फ्लोअर टेस्ट घेणे हा सर्वांत प्रभावी असा उपाय या परिस्थितीत असतो.''[१]

न्यायाधीशांनी हा निर्णय जाहीर केला तेव्हा शिवसेना, राष्ट्रवादी व काँग्रेसचे नेते व त्यांचे वकील आपला आनंद व चेहऱ्यावरील हास्य लपवू शकले नाहीत. त्यांनी परस्परांचे अभिनंदन केले आणि निम्मी लढाई आपण जिंकली असल्याचे त्यांनी एकमेकांना सांगितले. कारण ते ज्याची प्रार्थना करीत होते तोच आदेश सर्वोच्च न्यायालयाने दिलेला होता. सत्तेचा घोडेबाजार टाळण्यासाठी आता तातडीने फ्लोअर टेस्ट घेणे आवश्यक होते. आता पुढचे आव्हान होते विधानसभेतील प्रत्यक्षातील फ्लोअर टेस्ट!

सर्वोच्च न्यायालयाची ही सुनावणी होत असताना इकडे मुख्यमंत्री देवेंद्र फडणवीस हे वर्षा बंगल्यावर त्यांच्या निवासस्थानी टीव्हीसमोरच बसून होते. सर्वोच्च न्यायालयाचा आदेश समजताच त्यांनी भाजपच्या कोअर कमिटी सभासदांची एकत्रित बैठक बोलावली आणि अजित पवारांनाही त्या बैठकीसाठी निमंत्रित केले. बैठकीतील वातावरण अतिशय तणावपूर्ण झाले होते. प्रत्येकजण अजित पवारांकडे अपेक्षेने पाहत होते. कारण बहुमतासाठी जितके आवश्यक आहे तेवढे राष्ट्रवादीचे आमदार पाठिंबा देतील अशी हमी अजित पवारांनी दिली होती त्यामुळेच भाजपने एवढा मोठा जुगार खेळला होता. आणि आता तर राष्ट्रवादीचे सर्व आमदार हे हॉटेल ग्रँड हयातमध्ये होते आणि त्यांनी आपली एकनिष्ठता शरद पवारांच्या बरोबर असल्याचे आदल्या सायंकाळीच दाखवून दिले होते. त्यामुळे अजित पवारांना त्यांच्याशी काही संपर्क साधता आला आहे का हे जाणून घ्यायची सगळ्यांनाच उत्सुकता होती. आता या परिस्थितीत देखील ते आपल्या आमदारांना आपल्याकडे वळवण्यात यशस्वी ठरू शकणार होते का? त्यामुळे बैठकीला आलेल्या प्रत्येकाच्या मनात प्रश्न होते आणि त्यांना अजित पवारांकडून उत्तर हवे होते. कारण आता इतके झाल्यानंतर जर फडणवीस विधानसभेत आपले बहुमत सिद्ध करू शकले नसते तर ती त्यांना आणि संपूर्ण भाजपला शरमेने मान खाली घालायला लावणारी गोष्ट ठरली असती. साधारण दहा मिनिटे एकूण परिस्थितीवर चर्चा केल्यानंतर अजित पवार यांनी ११.१५ च्या

1. https://www.thehindu.com/news/national/sc-to-pronounce-ordertomorrow-on-maharashtra-govt-formation/article30074706.ece

आसपास जाहीर करून टाकले. "जशी अपेक्षा होती तशा पद्धतीने गोष्टी घडताना दिसत नाहीत. मला वाटतं मला राजीनामा द्यावा लागणार."[२] जरी अजित पवार यांनी देवेंद्र फडणवीस यांच्या बरोबरीने २३ नोव्हेंबर रोजी शपथ घेतलेली असली तरीही आपण ऑफिसमध्ये फार काळ असू याची त्यांना खात्री वाटत नव्हती. त्यामुळे शपथ घेतल्यानंतर देखील, अधिकृत बैठका आणि कार्यक्रमांना जाणे ते टाळत होते. त्यांची अनुपस्थिती पोलिस क्लबमधील कार्यक्रमाच्या वेळी प्रकर्षाने जाणवली. कारण मुंबईत २६ नोव्हेंबर २००८ रोजी झालेल्या बॉम्बस्फोटात शहीद झालेल्या पोलिसांना श्रद्धांजली वाहण्यासाठी आयोजित केलेल्या कार्यक्रमाला फडणवीस उपस्थित होते परंतु अजित पवार मात्र तिथे आले नाहीत. गेल्या चार दिवसांपासून अजित पवार मंत्रालयातदेखील ऑफिसमध्ये आलेले नव्हते. आता अजित पवार राजीनामा देणार म्हटल्यानंतर देवेंद्र फडणवीससुद्धा मुख्यमंत्री म्हणून कारभार पाहू शकणार नाहीत हे एव्हाना सर्वांना स्पष्ट झाले होते. जुगाराचा डाव फसलेला दिसत होता. सर्व राष्ट्रवादीच्या आमदारांना आपल्याजवळ बांधून ठेवण्यात शरद पवार यशस्वी झाले होते. त्यामुळे आता फ्लोअर टेस्टला जाण्यात काही अर्थ उरलेला नव्हता. कारण त्यांच्याकडे पुरेसे संख्याबळ नाही हे एव्हाना स्पष्ट झाले होते. आता शिवसेनेला सोबत घेण्याचीही काही शक्यता उरलेली नव्हती कारण शिवसेनेला जे काही हवे होते ते त्यांना भाजपला सोबत न घेताही मिळू शकेल असे दिसून येत होते. त्यामुळे या परिस्थितीत आपणही राजीनामा देणेच शहाणपणाचे आहे असे फडणवीसांच्या लक्षात आले. साधारण दुपारी १ वाजण्याच्या सुमारास त्यांनी या सगळ्यातून बाहेर पडण्याचा निर्णय घेतला आणि त्यांनी त्यांचे माध्यम समन्वयक म्हणून काम पाहणाऱ्या केतन पाठक यांना दुपारी ३ वाजता सह्याद्री गेस्ट हाऊसवर पत्रकार परिषद आयोजित करण्यास सांगितली.

फडणवीसांसोबत चंद्रकांत पाटील, पंकजा मुंडे, किरीट सोमय्या असे भाजपचे इतरही नेते भरगच्च अशा पत्रकार परिषदेत दाखल झाले. देवेंद्र फडणवीसांच्या चेहऱ्यावर त्यांची ओळख सांगणारे नेहमीचे हास्य होते. छायाचित्रकारांनी फोटो काढून झाल्यानंतर फडणवीस यांनी शिवसेनेला लक्ष्य केले. "दुर्दैवाने जेव्हा शिवसेनेला हे लक्षात आले की एकूण संख्याबळाची स्थिती अशी आहे की जिथे आपल्याला हवी तशी घासाघीस करता येईल तेव्हा त्यांनी त्यांच्या पहिल्या पत्रकार परिषदेपासून त्याची सुरुवात केली. मुख्यमंत्रिपद शिवसेनेला द्यायचे हे कधीही ठरलेले नव्हते. अमित शहा यांनीही ते स्पष्ट केले होते. शिवसेना मात्र

---

2. भाजप नेते आशिष शेलार यांची लेखकाने दूरध्वनीवरून घेतलेली मुलाखत.

आम्हाला त्यावरून कायम घाबरवत राहिली. तुम्ही आम्हाला ते दिले नाही तर आम्ही इतर कुणाकडेही जाऊ अशी भीती दाखवत राहिली. भाजप मात्र जे ठरले आहे ते द्यायचे या भूमिकेवर ठाम राहिले. आम्ही अनेक दिवस त्यांची वाट पाहिली परंतु आमच्याशी बोलण्यापेक्षा ते राष्ट्रवादी व काँग्रेसशी बोलत राहिले. जे लोक मातोश्रीतून बाहेर पडायला राजी नव्हते तेच लोक आता अनेक लोकांना भेटत आहेत परंतु आमच्याशी मात्र बोलायलाही तयार नाहीत. त्यामुळे शिवसेना आमच्यासोबत नसल्याने आम्ही राज्यपालांचे सरकार स्थापनेचे निमंत्रण नाकारले. त्यानंतर शिवसेनेला सरकार स्थापनेचे आवाहन करण्यात आले. संख्याबळ नसतानाही त्यांनी राज्यपालांकडे जाऊन स्वतःचेच हसे करून घेतले. त्यानंतर राष्ट्रवादीला बोलावल्यानंतर त्यांनी आमच्याकडे पुरेसे संख्याबळ नसल्याचे सांगून असमर्थता दर्शवली. त्यामुळे राष्ट्रपती राजवट लागू करावी लागली. ही राष्ट्रपती राजवट लागू झाल्यानंतरही दहा ते बारा दिवस चर्चा सुरू होती परंतु सरकार स्थापन केले जात नव्हते. किमान समान कार्यक्रमासाठी विविध विचारधारा असणारे पक्ष एकत्र येण्याचा प्रयत्न करीत होते. परंतु वास्तवात त्यांची सगळी कमाल धडपड ही भाजपला सत्तेतून बाहेर कसे ठेवता येईल याचीच होती.'' निवडणूक निकालानंतर जे काही घडले त्याचा धावता आढावा त्यांनी घेतला. अजित पवार यांच्या मदतीने सरकार स्थापन का केले याचे समर्थन फडणवीस करीत होते. ते म्हणाले, ''अजित पवार हे राष्ट्रवादी पक्षाचे विधानसभेतील पक्षनेते आहेत. आपण मिळून सरकार स्थापन करावे अशी त्यांनी स्वतःहून ऑफर दिली होती. या चर्चेनंतर त्यांनी आमदारांच्या स्वाक्षऱ्यांचे पत्र आम्हाला दिले त्यामुळे त्या आधारावर आम्ही त्यांच्या पाठिंब्याने सरकार स्थापनेसाठी पुढाकार घेतला. परंतु सर्वोच्च न्यायालयाच्या निर्णयानंतर मात्र अजित पवार यांनी मला सांगितले की काही व्यक्तिगत कारणांमुळे ते या आघाडीमध्ये राहू शकत नाहीत आणि त्यामुळे त्यांनी राजीनामा द्यायचे ठरवले आहे. आता आमच्याकडे बहुमत नाही. आम्ही कुठल्याही प्रकारचा घोडेबाजार करणार नाही अथवा आमदार फोडणार नाही हे भाजपने अगदी सुरुवातीपासून ठरवलेले होते. त्यामुळे आता मीसुद्धा राजीनामा देत आहे.''

त्यानंतर थोडक्यात काही प्रश्नोत्तरे झाली. त्यावेळी त्यांनी शिवसेना-राष्ट्रवादी-काँग्रेसच्या त्रिपक्षीय आघाडीवर शरसंधान केले. ते म्हणाले, ''मला भीती आहे की हे सरकार त्यांच्या स्वतःच्याच वजनाने खाली कोसळेल. कारण त्या सर्वांमध्येच कितीतरी मतभिन्नता आहे. हे सरकार म्हणजे तीन चाकी रिक्षासारखे आहे. परंतु या सरकारची तिन्ही चाके तीन विरुद्ध दिशांना जाणारी आहेत.''

पत्रकार परिषद झाल्याबरोबर फडणवीस हे राजभवनला गेले आणि त्यांनी राज्यपाल भगतसिंग कोश्यारी यांच्याकडे आपला राजीनामा सादर केला. काहीच

मिनिटांत राजीनामा सादर करीत असल्याचा फोटो त्यांनी ट्वीट केला. जेमतेम ८० तासांसाठी त्यांना मुख्यमंत्रिपदावर राहता आले होते. सर्वांत कमी काळ सत्तेवर राहिलेले मुख्यमंत्री हा नवा विक्रम देवेंद्र फडणवीस यांच्या नावे जमा झाला. पुढील पर्यायी व्यवस्था होईपर्यंत प्रभारी मुख्यमंत्री म्हणून काम पाहावे अशी विनंती राज्यपालांनी फडणवीसांना केली. फडणवीसांच्या राजीनाम्याची बातमी वृत्तवाहिन्यांवर झळकताच इकडे हॉटेलवर असलेल्या तिन्ही पक्षांच्या आमदारांच्या गोटात आनंदाचे वातावरण निर्माण झाले. या एका बातमीतून अनेक गोष्टी घडण्याच्या शक्यता निर्माण झाल्या होत्या. पहिली म्हणजे, विधानसभेच्या फ्लोअरवर न जाता त्यांनी युद्ध जिंकले होते. दुसरे म्हणजे, या पक्षांना आता मिळून सरकार स्थापन करण्याचा मार्ग मोकळा झालेला होता. तिसरे म्हणजे त्यांच्यातील काहींना आपल्याला मंत्रिपद मिळणार आणि शासन नियंत्रित संस्थांमध्ये वर्चस्व प्रस्थापित करता येणार अशाही आशा पल्लवित झालेल्या होत्या. चौथे म्हणजे, आता या हॉटेलरूपी तुरुंगातून त्या साऱ्यांची सुटका होणार होती. दरम्यान त्यांना एक संदेश मिळाला होता की बांद्रा कुर्ला कॉम्प्लेक्समधील हॉटेल ट्रायडंट येथे सर्व आमदारांची एकत्रित बैठक आयोजित करण्यात आलेली होती.

आघाडीचे नेते म्हणून उद्धव ठाकरे यांच्या नावाची घोषणा होणार होती आणि मुख्यमंत्रिपदासाठी त्यांचे नाव सुचवले जाणार होते.

सायंकाळी ६.३० वाजण्याच्या सुमारास सर्व तिन्ही पक्षांचे आमदार हॉटेल ट्रायडंट येथे जमू लागले. या पक्षांच्या कार्यकर्त्यांनी ते हॉटेल भरून गेले होते. काहीजण तर ढोल ताशे घेऊनच आनंदोत्सव साजरा करण्यासाठी आलेले होते. अजित पवारांचे काही मोजके पाठिराखेही पाठिंब्याचे फलक घेऊन उभे असलेले दिसत होते व त्यावर अजित पवारांनी परत यावे असे आवाहन केलेले दिसत होते. उत्साही कार्यकर्त्यांच्या घोषणा सुरू असतानाच उद्धव ठाकरे, शरद पवार, जयंत पाटील, अशोक चव्हाण आणि तिन्ही पक्षांतील इतर सर्व वरिष्ठ नेत्यांचे आगमन त्या हॉटेलवर झाले. त्या सर्वांच्या चेहऱ्यावर विजयी हास्य विलसत होते. त्या हॉलमध्ये सगळेजण विराजमान झाल्यानंतर राष्ट्रवादीचे नेते जयंत पाटील यांनी 'महाविकास आघाडीच्या वतीने मुख्यमंत्रिपदासाठी उद्धव ठाकरे यांच्या नावाला पाठिंबा आहे.' असा ठराव मांडला.[३]

3.https://www.outlookindia.com/website/story/indianewsmaharashtralive-updates-ncp-congress-shiv-sena-show-strength-of-162-mlas-sc-to-decide-on-floor-test-at-1030-am/343039

या ठरावाला काँग्रेसचे नेते बाळासाहेब थोरात यांनी अनुमोदन दिले आणि त्यानंतर तो ठराव हॉलमध्ये उपस्थित असलेल्या सर्व आमदारांकडे फिरवण्यात आला. प्रत्येकाने टाळ्या वाजवून उद्धव ठाकरे यांचे अभिनंदन केले. जेव्हा ठाकरे बोलायला उभे राहिले तेव्हा ते भावनिक झाले होते. त्यांनी सोनिया गांधी, शरद पवार आणि हॉलमध्ये उपस्थित सर्व आमदारांचे आभार मानले. त्यानंतर ते म्हणाले, ''मला आश्चर्य वाटते की ज्या लोकांशी आम्ही तीस वर्षांपासून जोडलेलो होतो त्यांनी आमचा विश्वासघात केला. आणि ज्या लोकांच्या विरोधात आम्ही तीस वर्षे लढलो त्यांनीच आमच्यावर विश्वास ठेवला. आज मला लक्षात आले आहे की मी काय कमावले आहे आणि काय गमावले आहे.''

शरद पवार त्यांच्याकडे पाहून हसले आणि म्हणाले, ''माझे बाळासाहेबांसमवेत अनेक मुद्द्यांबाबत मतभेद होते परंतु आमच्या व्यक्तिगत संबंधावर त्याचा कधीही परिणाम झाला नाही. मी कायमच त्यांच्या गुणांचा चाहता होतो. ते एक वेगळ्याच प्रकारचे नेतृत्व होते. ते आज जिवंत असते तर आपल्या मुलाला मुख्यमंत्रिपदावर बसताना पाहून त्यांना सर्वाधिक आनंद झाला असता.''

ही बैठक संपल्यानंतर तिन्ही पक्षांचे शिष्टमंडळ शिवसेना नेते एकनाथ शिंदे यांच्या नेतृत्वाखाली राजभवनच्या दिशेने रवाना झाले. या शिष्टमंडळाने राज्यपालांची रात्री ९ वाजता भेट घेतली आणि महाविकास आघाडीच्या वतीने मुख्यमंत्रिपदासाठी उद्धव ठाकरे यांचे नाव एकमताने निश्चित केले असल्याचे त्यांना सांगितले. त्यामुळे आता सरकार स्थापनेसाठी त्यांनी आता निमंत्रित करावे अशी विनंती राज्यपालांना करण्यात आली. १६६ आमदारांच्या स्वाक्षरीचे पत्रही यावेळी राज्यपालांना सादर करण्यात आले आणि सरकार स्थापनेचा दावा करण्यात आला. त्यानुसार या विनंतीला मान देऊन राज्यपाल कोश्यारी यांनी दिनांक २८ नोव्हेंबर रोजी सायंकाळी ६.४० वाजता शपथविधी समारंभ शिवाजी पार्क येथे होईल असे ठरवले. त्याचप्रमाणे उद्धव ठाकरे यांना पुढील सात दिवसांच्या आत विधानसभेच्या फ्लोअरवर आपले बहुमत सिद्ध करावे लागेल असेही सांगितले. कोश्यारी यांनी आणखी एक महत्त्वाचा मुद्दा सांगितला, तो म्हणजे ठाकरे हे विधानसभा वा विधानपरिषद अशा कोणत्याही सभागृहाचे सदस्य नसल्याने त्यांना या दोन्हीपैकी एका सभागृहात आमदार म्हणून निवडून येणे गरजेचे आहे. ते घटनात्मक बंधन आहे.

फडणवीसांच्या वर्षा बंगल्यावर झालेल्या बैठकीनंतर अजित पवार कुणालाही दिसले नव्हते. पत्रकारांनीही त्यांच्याशी संपर्क साधण्याचा प्रयत्न केला परंतु ते 'संपर्कक्षेत्राच्या बाहेर' होते. आता त्यांच्याबाबतीत काय होणार हा खरा प्रश्न होता? ते आता राजकारण सोडून देणार का? त्यांना माफ करून पुन्हा राष्ट्रवादीमध्ये

घेतले जाणार का? जर त्यांना परत घेतले जाणार असेल तर त्यांना पुन्हा पक्षनेते म्हणून पद दिले जाणार की त्यांना थेट उपमुख्यमंत्री केले जाणार? असे अनेक प्रश्न उपस्थित झालेले होते.

रात्री साधारणतः ९.४५ च्या सुमारास एक एसयुव्ही वेगाने आली आणि शरद पवारांच्या सिल्व्हर ओक या बंगल्यासमोर येऊन थांबली. कुर्ता पायजमा घातलेला एक उंच माणूस त्यातून उतरला. त्याच्या हातामध्ये कॅडबरी चॉकलेटचा मोठा बॉक्स होता. कुणाच्याही लक्षात येणार नाही इतक्या वेगाने तो माणूस आत गेला. तो दरवाजातून आत जाणार एवढ्यात त्यांच्या चेहऱ्यावर प्रकाश पडला आणि त्यांना आश्चर्य वाटले. कारण एबीपी न्यूज रिपोर्टर वेदांत नेबच्या कॅमेऱ्याने त्यांना त्या ठिकाणी नेमकेपणाने पकडले होते. अजित पवार हे त्यांचे नातेवाईक श्रीनिवास पवार यांच्या घरी नेपियन सी या ठिकाणी दिवसभर थांबले होते. तिथून निघाल्यापासून एबीपी न्यूज त्यांच्या मागावर होते. पवार अस्वस्थ झाले आणि घाईघाईने दरवाजातून आत गेले. मात्र त्या ठिकाणी सुप्रिया सुळे यांनी दार उघडून त्यांचे स्वागत करून आत घेतल्याचे कॅमेऱ्यात नेमकेपणाने कैद झाले. वेदांत त्यांना काही प्रश्न विचारणार इतक्यात त्यांनी दार लावून घेतले. तो दरवाजा वेदांत यांच्यासाठी बंद झालेला असला तरी त्या घटनेचा अर्थ स्पष्ट होता. तो म्हणजे अजित पवारांसाठी राष्ट्रवादीचे दरवाजे उघडण्यात आलेले होते. त्यांची 'घरवापसी' झालेली होती.(४)

---

4. 'एबीपी न्यूज'चे बातमीदार वेदांत नेब यांची मुलाखत

१६

अनिच्छेने बनलेले मुख्यमंत्री!

२८ नोव्हेंबर २०१९च्या सकाळी कला दिग्दर्शक नितीन देसाई हे सर्वाधिक व्यस्त होते. मुंबईच्या शिवाजी पार्कवर त्यांची जय्यत तयारी सुरू होती. एकीकडे घाम पुसत ते सारखे ओरडून सूचना देत होते. त्यात वेळ काढून पत्रकारांना मुलाखतीही देत होते.

चित्रपट विश्वात सगळे त्यांना 'एनडी' म्हणून ओळखतात. एक सर्वोत्तम आणि भव्यदिव्यतेने कला साकारणारे दिग्दर्शक म्हणून त्यांची ख्याती आहे. ऐतिहासिक आणि धार्मिक शिल्पे साकारण्यात त्यांचा विशेष हातखंडा आहे. अनेक हिंदी चित्रपटांमध्ये त्यांनी उभारलेले भव्य दिव्य सेट्स वापरण्यात आलेले आहेत. त्यात 'लगान', 'जोधा अकबर', 'हम दिल दे चुके सनम' अशा चित्रपटांचा समावेश आहे. चित्रपटांच्या सेट्स व्यतिरिक्त ते गणेशोत्सवाच्या काळात लालबागच्या राजाचा सेटही तेच साकारतात. परंतु दिनांक २८ नोव्हेंबरच्या दिवशी मात्र ते आणि त्यांची टीम छत्रपती शिवाजी महाराजांच्या रायगड किल्ल्याची प्रतिकृती शिवाजी पार्कवर साकारण्यात मग्न होते. कारण तिथे मुख्यमंत्र्यांचा शपथविधी सोहळा होणार होता आणि शिवसेनेचे उद्धव ठाकरे हे मुख्यमंत्रिपदाची शपथ घेणार होते. त्यासाठी उभारले जाणारे व्यासपीठ हे ९ हजार चौरस फूटांचे होते आणि २० फुट उंचावर होते.[१]

तब्बल २० वर्षांनंतर शिवसेनेतील कुणीतरी राज्यातील सर्वांत महत्त्वाचे आणि शक्तीशाली असे पद हातात घेत होता. त्यामुळे हा कार्यक्रम भव्यदिव्य आणि ऐतिहासिक करायचे शिवसेनेने ठरवले होते. शिवसेनेच्या कार्यकर्त्यांचे

1. https://www.hindustantimes.com/india-news/all-roads-lead-to-shivaji-park-for-maha-ceremony/story-OUXilHDaqpVdkd2u9c02nN.html

भावनिक ऋणानुबंध लक्षात घेऊन शपथविधीसाठी शिवाजी पार्कची जागा निश्चित करण्यात आली होती. शिवसेनेच्या सुरुवातीच्या काळामध्ये बाळासाहेब ठाकरे याच ठिकाणी आपल्या जाहीर सभा घेत असत. त्यानंतर दरवर्षी दसरा महोत्सव याच मैदानात शिवसेना साजरा करू लागली. पक्षाचे मुख्यालय इथून अगदी जवळच्या अंतरावर आहे. दिनांक १८ नोव्हेंबर २०१२ रोजी बाळासाहेब ठाकरे यांच्यावर याच ठिकाणी अंत्यसंस्कार करण्यात आले होते. तिथेच आता भव्य दिव्य असे व्यासपीठ उभारले जात होते. शिवाजी पार्क हे शिवसेना कार्यकर्त्यांसाठी एखाद्या तीर्थक्षेत्रापेक्षा कमी नाही. सर्व रस्त्यांवर शिवसेना, राष्ट्रवादी व काँग्रेस पक्षाचे झेंडे लावलेले होते. एका पाठोपाठ एक तिन्ही पक्षांचे झेंडे दिसण्याचा हा दुर्मिळ योगायोग होता. बॅनर्स, होर्डिंग्ज यांच्यावर शरद पवार, उद्धव ठाकरे आणि सोनिया गांधी एकाच फ्रेममध्ये दिसत होते. महाराष्ट्रात होत असलेल्या एका नव्या राजकीय प्रयोगाची ही नांदी होती.

सेक्युलर शिवसेना!

महाविकास आघाडीच्या वतीने कॉमन मिनिमम प्रोग्रॅम (सीएमपी) जाहीर करण्यासाठी या आघाडीच्या नेत्यांनी दुपारी ३ वाजता बांद्रा येथील रंगशारदा हॉटेल येथे एक पत्रकार परिषद आयोजित केली होती. हे सीएमपी म्हणजे जणू तिन्ही पक्षांचा मिळून एक संयुक्त जाहीरनामाच होता. त्यामध्ये प्रामुख्याने शेतकऱ्यांची कर्जमाफी, महिलांना रोजगाराच्या संधी आणि त्यांची सुरक्षितता, काही लोकप्रिय आश्वासने देण्यात आलेली होती. तालुकास्तरावर पॅथॉलॉजीच्या टेस्टची क्लिनिक्स उभारणे, गरिबांना स्वस्तात दहा रुपयांत जेवण, स्थानिक तरुणांना नोकरीमध्ये ८० टक्के आरक्षण अशा गोष्टी होत्या. मात्र एका शब्दाने पत्रकारांचे लक्ष नेमके वेधून घेतले. तो शब्द म्हणजे 'धर्मनिरपेक्ष'. हा शब्द प्रस्तावनेतच पहिल्या परिच्छेदात दोन वेळा आलेला होता.

प्रस्तावनेत म्हटले होते की, घटनेत नमूद केलेली धर्मनिरपेक्षतेची मूल्ये टिकवून ठेवण्यासाठी आघाडीतील भागीदार कटिबद्ध असतील. देशाच्या धर्मनिरपेक्षतेला बाधा आणतील अशा राष्ट्रीय स्तरावरच्या मतांवर व घटनांवर भाष्य करताना शिवसेना, राष्ट्रवादी व काँग्रेस परस्परांशी चर्चा करून आधी ठरवतील आणि त्यानंतरच मतप्रदर्शन करतील.[२]

---

2. https://www.livemint.com/news/india/maharashtra-govt-to-have-asecular-all-inclusive-common-agenda-11574942468187.html

गेल्या तीन दशकांपासून शिवसेनेची वाटचाल जे पाहत आले आहेत त्यांच्यासाठी हा नवा बदल धक्कादायक होता. या पक्षाला पूर्वी 'धर्मनिरपेक्ष' या शब्दाचेच वावडे होते. जे राजकीय पक्ष स्वतःला निधर्मी अथवा धर्मनिरपेक्ष म्हणवून घेत होते त्यांच्याशी शत्रुत्व करूनच शिवसेनेने आपले संपूर्ण अस्तित्व टिकवलेले होते. शिवसेनेच्या दृष्टीने 'धर्मनिरपेक्ष' याचा दुसरा अर्थ मुस्लिमांचे तुष्टीकरण असा होता. अशा रीतीने कडव्या हिंदुत्वाचा पुरस्कार करणाऱ्या पक्षाचे नेते असलेल्या उद्धव ठाकरे यांनी प्रस्तावनेतच या शब्दाला मान्यता कशी दिली असावी? याचा अर्थ शिवसेनेने हिंदुत्वाची विचारधारा सोडली होती का? सत्तेच्या संभाव्यतेपुढे अधीन झालेल्या शिवसेनेने या नव्या विचारसरणीचा अंगीकार केला होता का?

हिंदुत्वाचा स्वीकार : एक राजकीय गरज

शिवसेनेने हिंदुत्वाची कास सोडली म्हणून ज्यांना धक्का बसलेला आहे त्यांनी शिवसेनेने ही विचारधारा आपल्या अग्रक्रमावर का घेतलेली होती हे अगोदर समजून घेणे गरजेचे आहे. शिवसेनेच्या वाटचालीचा ३० वर्षांहून अधिक काळ अभ्यास करणारे अनुभवी पत्रकार प्रकाश अकोलकर या संदर्भात म्हणतात, शिवसेनेचा जन्म हा मराठी माणूस, मराठी लोक आणि त्यांना नोकऱ्या मिळण्यासाठी करावा लागणारा संघर्ष हा विषय केंद्रस्थानी ठेवून झाला. त्यामुळे मुंबई आणि ठाण्यातील मराठी भाषिकांचा ओघ आपल्याकडे वळवण्यासाठी त्यांनी मराठी व अमराठी असा संघर्ष सुरू केला. १९८५ मध्ये शिवसेनेचा पहिला महापौर मुंबईत विराजमान झाला. शेजारच्या कोकणातही शिवसेनेचा विस्तार चांगला झाला आणि त्यांना अनेक लोक येऊन मिळाले. तरीही महाराष्ट्राच्या अन्य भागांत शिवसेना वाढत-विस्तारत नव्हती ही वस्तुस्थिती आहे. मुख्यतः पश्चिम किनारपट्टीवर शिवसेनेचा विस्तार झालेला होता. कारण 'भूमीपूत्र' असलेल्यांना प्राधान्य ही संकल्पना शिवसेनेने अंगीकारलेली असली तरी महाराष्ट्राच्या अन्य भागांत ती लोकांना फारशी रुचत नव्हती. पश्चिम महाराष्ट्र, मराठवाडा, विदर्भ या ठिकाणी शिवसेनेला फारसा प्रतिसाद मिळत नव्हता. बाहेरून शहरांत येणाऱ्या परप्रांतीयांच्या विरोधात शिवसेनेने मोहीम चालवली होती. हे सारे लोक प्रामुख्याने मुंबई, ठाणे या शहरांतच येत असत. त्यामुळे परप्रांतीयांची घुसखोरी हा उर्वरित महाराष्ट्रासाठी आणि अन्य ग्रामीण भागांसाठी महत्त्वाचा विषय नव्हता. अशा परिस्थितीमध्ये उर्वरित महाराष्ट्रातही शिवसेनेला पसरायला मदत करेल असा एखादा मुद्दा बाळासाहेब ठाकरे यांना हवा होता.

याच दरम्यान, १९८५ नंतर अयोध्येमध्ये राममंदिर पुन्हा उभे करण्याचा विषय पेटू लागला होता. अकोलकर यांच्या मते, "विश्वहिंदू परिषदेच्या वतीने ही मोहीम हाती घेण्यात आली होती, परंतु भाजपने अद्याप त्या विषयाला अधिकृतपणे आपले मानलेले नव्हते. ही गोष्ट बाळासाहेब ठाकरे यांना नेमकेपणाने क्लिक झाली आणि त्यांनी हिंदुत्वाची विचारधारा आपल्या पक्षासाठी अंगीकारण्याचे ठरवले. असे केल्याने उर्वरित महाराष्ट्रभर शिवसेना पोहोचेल अशी आशा त्यांना वाटत होती."(३)

अकोलकर २९ नोव्हेंबर १९८७च्या जाहीर सभेची आठवण करून देतात. त्यावेळी बाळासाहेब ठाकरे यांनी पहिल्यांदा अधिकृतपणे हिंदुत्वाची विचारधारा शिवसेना स्वीकारत असल्याचे जाहीर केले. विधानसभेच्या बाय-इलेक्शनसाठी रमेश प्रभू हे शिवसेनेचे उमेदवार म्हणून उभे होते. त्यावेळी जाहीर सभेत शिवसेनाप्रमुख बोलले. "इथे जमलेल्या माझ्या तमाम हिंदू बांधवांनो, भगिनींनो आणि मातांनो..' अशी ठाकरे यांनी भाषणाची सुरुवात केली. आपल्या भाषणामध्ये ठाकरे यांनी मुस्लिमांचा 'साप' म्हणून उल्लेख केला. ते म्हणाले, "हा देश हिंदूंचा आहे हे त्यांनी कायम लक्षात ठेवावे. हा हिंदूंचाच राहायला हवा." ठाकरे यांनी आपल्या भाषणात हेही सांगितले की जर शिवसेनेचा उमेदवार विधानसभेवर गेला नाही तर धार्मिक युद्ध होतील आणि त्यात मुस्लिम आपल्यावर वर्चस्व गाजवू पाहतील. आठवड्याभरानंतर आणखी एका निवडणूक प्रचारसभेत ठाकरे म्हणाले, हा विजय डॉ. प्रभू यांचा, शिवसेनेचा नसेल तर तो हिंदुत्वाचा असेल. याच राजकीय प्रचारामध्ये शिवसेनेने 'गर्व से कहो हम हिंदू है' ही घोषणा द्यायला सुरुवात केली.

उत्तर भारतातील एका धार्मिक नेत्याने मुळात ही घोषणा तयार केली होती परंतु शिवसेनेने ती खऱ्या अर्थाने लोकप्रिय केली. त्यानंतरच बाळासाहेब ठाकरे यांनी आपला वेशही बदलला. जेव्हा केव्हा लोकांमध्ये जाण्याचा प्रसंग येईल तेव्हा ते भगव्या रंगाची शाल परिधान करू लागले. त्यानंतर त्यांना शिवसेना कार्यकर्ते 'हिंदू हृदय सम्राट' असे संबोधू लागले. त्यामुळे १९८७ हे वर्ष शिवसेनेच्या दृष्टीने सर्वार्थाने महत्त्वाचे वर्ष ठरले कारण पहिल्यांदा शिवसेना 'भूमीपुत्रांच्या' पलीकडे काहीतरी बोलत होती आणि त्यातून अधिकाधिक लोकांपर्यंत शिवसेना पोहोचू लागली. राजकीय निवडणुकांमध्ये हिंदुत्व आणल्याने शिवसेनेला कायदेशीर बाबींनाही सामोरे जावे लागले. तरीही डॉ. रमेश प्रभू ही निवडणूक जिंकले. काँग्रेसच्या उमेदवाराने या निकालाला न्यायालयात आव्हान दिले. सर्वोच्च

---

3. प्रकाश अकोलकर यांची लेखकाने घेतलेली मुलाखत.

न्यायालयाने ही निवडणूकच रद्दबातल ठरवली आणि त्या उमेदवाराला १९९५ ते २००१ या काळात निवडणूक लढवण्यापासून बंदी घालण्यात आली. न्यायालयाने बाळासाहेब ठाकरे यांचाही मतदानाचा अधिकार रोखला. कायदेशीर बंधने आली तरीही शिवसेनेने स्वतःला हिंदूंचा पक्ष म्हणून जगासमोर दाखवणे सुरूच ठेवले आणि मुस्लिमविरोधी काम करणारा पक्ष ही प्रतिमा प्राप्त केली.

१९८७ मध्ये शिवसेना ही अधिकृतपणे हिंदू संघटना बनलेली असली तरीही त्यापूर्वी १९८४ मध्ये अर्थात तीन वर्षांपूर्वीच मुस्लिम विरोधी संघटना म्हणून शिवसेनेने स्वतःला जगासमोर प्रदर्शित केलेले होते. १९८४च्या मे महिन्यात मुंबईजवळ औद्योगिक नगरी म्हणून ओळखल्या जाणाऱ्या भिवंडीमध्ये धार्मिक दंगल उसळली होती. पोस्ट इंडिपेंडंट इंडियामध्ये या धार्मिक दंगलीविषयी असगर अली इंजिनिअर यांनी लिहिले होते, "अल्पसंख्यांकांमध्ये या दंगलीने जबरदस्त भीती निर्माण झाली. शिवसैनिक हातात नंग्या तलवारी घेऊन रस्त्यावरून फिरताना दिसायचे. आणि पोलीस मात्र हतबल असल्यासारखे त्यांच्याकडे पाहत राहायचे. एका स्थानिक आमदाराने बाळासाहेब ठाकरे यांच्या पोस्टरचा अनादर केल्याने ही दंगल उसळली होती. शिवसैनिकांनी अतिशय हिंसकरीतीने मुस्लिमांवर हल्ले सुरू केले. मुस्लिम समाजाकडूनही हिंसक प्रतिक्रिया उमटली. या दंगलीत शेकडो लोक मारले गेले आणि ६०० हून अधिक लोक जखमी झाले. ही दंगल रोखण्यासाठी ५००० पोलिसांना तैनात करण्यात आले आणि त्या भागात कर्फ्यू लावण्यात आला.[४]

शिवसेनेने त्यांची मुस्लिम विरोधी भूमिका पुन्हा एकदा १९९२-९३ मध्ये दाखवून दिली. बाबरी मशीद पाडल्यानंतर मुंबईत दंगल उसळली. शिवसेना आणि त्याचे प्रमुख बाळ ठाकरे यांनी या हिंसेला प्रोत्साहन दिले असा ठपका श्रीकृष्ण कमिशनने ठेवला. मुस्लिमांना टार्गेट करून जनमत भडकावणारे लिखाण केल्याबद्दल पक्षाचे मुखपत्र असलेल्या 'सामना'वरही गंभीर आक्षेप घेण्यात आले.[५]

शिवसेना स्वतःला जरी हिंदुत्ववादी संघटना म्हणून सादर करीत असली तरी मुस्लिमांबाबतची वैरभावनाच प्रकर्षाने समोर येत होती. हे चित्र बदलण्यासाठी त्यांनी विधानसभेच्या निवडणुकीमध्ये काँग्रेसने ज्यांना काढले होते अशा अब्दुल सत्तार यांना निवडणुकीचे तिकीट दिले. त्यापूर्वी साबीर शेख हा सुद्धा शिवसेनेतील एक मुस्लिम चेहरा होता. त्यांचे २०१५ च्या ऑक्टोबर महिन्यात निधन झाले.

4. Engineer, Asghar Ali (1984), Communal Riots in Post Independent India, Sangam Books, Hyderabad.
5. https://frontline.thehindu.com/static/html/fl1517/15170200.htm

१९९५ मध्ये जेव्हा शिवसेना-भाजपचे सरकार आले तेव्हा त्यांना कामगार मंत्री बनवण्यात आले होते.[६] त्यांचा पुतण्या हाजी अरातफ शेख यालाही पक्षात घेतले होते परंतु त्यानंतर ते भाजपमध्ये गेले.

अशा रीतीने हिंदुत्वाची विचारधारा स्वीकारणे पक्षासाठी अर्थातच फायदेशीर ठरले. अल्पावधीतच पक्षाचा विस्तार मराठवाडा आणि उत्तर महाराष्ट्रातील अनेक भागांतही झाला. याचा फायदा शिवसेनेला मुंबईतही झाला. कारण आता हा पक्ष केवळ परप्रांतीय लोकांचा विरोध करणाऱ्या पक्षापुरता मर्यादित राहिलेला नव्हता. हिंदुत्वाची विचारधारा स्वीकारल्यामुळे गुजराती व मारवाडी समाजही शिवसेनेच्या जवळ आला. मुंबईमध्ये विविध प्रकारचे लोक वाढू लागले होते आणि महाराष्ट्रीय मतांची टक्केवारी घसरत चाललेली होती.

भाजपचे प्रमोद महाजन यांचे या सगळ्या घटना घडामोडींकडे बारीक लक्ष होते. हिंदुत्वाची विचारधारा स्वीकारल्यामुळे शिवसेनेला कसा लाभ झाला हेही त्यांच्या लक्षात आले होते. 'हिंदुत्वाच्या विचारधारेचा शिवसेनेला झालेला लाभ लक्षात घेऊन प्रमोद महाजन यांनी पहिल्यांदा भारतीय जनता पक्षामध्ये त्याची सुरुवात केली. हिमाचलप्रदेश येथे १९८९ मध्ये झालेल्या परिषदेत त्यांनी भारतीय जनता पक्षाने राममंदिर उभारणीची मोहिम हाती घ्यावी असा ठराव केला.' अशी आठवण अकोलकर सांगतात. हिंदुत्वाशी आपणही जोडलेले असल्याचे दाखवून प्रमोद महाजन यांनी शिवसेनेच्या जवळ जाण्याचा प्रयत्न सुरू केला. हिंदुत्वाच्या नावावर या दोन्ही पक्षांची आघाडी ३० वर्षे टिकली. परंतु आता मात्र ती संपुष्टात आली होती. शपथविधी समारंभात उद्धव ठाकरे यांनी हिंदुत्वाची विचारधारा आता शिवसेनेमधून कमी होत चालल्याचे दाखवून दिलेच परंतु त्याचवेळी भाजपसमवेतचे नातेही संपुष्टात येत असल्याचे दाखवले.

मित्र आणि शत्रू एकाच व्यासपीठावर

शपथविधी समारंभ सायंकाळी ५ वाजता आयोजित करण्यात आला होता. शिवाजी पार्कच्या निम्म्या मैदानात ७० हजारांहून अधिक लोकांची उपस्थिती होती. या व्यासपीठाच्या पूर्वेकडे जाऊन तिथून संपूर्ण छायाचित्र टिपण्याचा प्रयत्न नितीन देसाई करीत होते. ते त्यांच्या कामाविषयी समाधानी दिसत होते. ऐतिहासिक सोहळा वाटावा अशा पद्धतीने ते व्यासपीठ खरोखरीच भव्य दिव्य साकारण्यात

---

6. https://www.business-standard.com/article/pti-stories/ex-shiv-sena-minister-sabir-shaikh-passes-away-14101501249_1.html

आलेले होते. शिवसेना, राष्ट्रवादी व काँग्रेसचे कार्यकर्ते दुपारपासूनच जमू लागले होते. उपस्थितांमध्ये सर्वाधिक लोक हे शिवसेनेचे होते. अर्थात उपस्थितांमध्ये मुंबईतील शिवसैनिकांच्या संख्येच्या तुलनेत पुणे व औरंगाबादमधून अधिक शिवसैनिक आलेले होते. राष्ट्रवादीचे कार्यकर्तेही उपस्थित होते परंतु शिवसैनिकांच्या तुलनेत त्यांची संख्या कमी होती. सर्वांत कमी लोक काँग्रेसच्या वतीने उपस्थित होते. राजकीय वर्तुळामध्ये त्या दिवशी जे मुद्दे चर्चेला होते त्यामध्ये शपथविधी सोहळ्याला निमंत्रित केलेले लोक हा एक महत्त्वाचा मुद्दा होता. आदल्या दिवशी एबीपी न्यूजच्या मृत्युंजय सिंग यांनी दिलेल्या बातमीनुसार आपला चुलत भाऊ आणि मनसेचे प्रमुख राज ठाकरे यांनाही या शपथविधी सोहळ्यासाठी निमंत्रित करण्यात येणार होते. त्यामुळे ते या सोहळ्याला उपस्थित राहतात की नाही हा एक औत्सुक्याचा भाग होता. मृत्युंजय यांनी आणखी एक बातमी दिली होती, ती म्हणजे, सोनिया गांधी यांना निमंत्रित करण्यासाठी स्वतः आदित्य ठाकरे हे दिल्लीला गेले होते तरीही सोनिया गांधी या सोहळ्याला उपस्थित राहणार नव्हत्या.[७]

उद्धव ठाकरे हे त्यांच्या कुटुंबीयांसमवेत सायंकाळी ६.३५ वाजता शिवाजी पार्कला पोहोचले. अल्पावधीतच राज्यपाल भगतसिंग कोश्यारी हे देखील व्यासपीठावर आले. राज्यपालांची बसण्याची व्यवस्था व्यासपीठाच्या बरोबर मध्ये करण्यात आलेली होती. या कार्यक्रमासाठी जे विशेष निमंत्रित होते त्यांच्यासाठी दोन्ही बाजूला दोन रांगा केलेल्या होत्या. व्यासपीठाच्या एका कोपऱ्यातील जागा माजी मुख्यमंत्री देवेंद्र फडणवीस यांच्यासाठी राखून ठेवलेली होती. राज ठाकरे येणार नाहीत असे अंदाज वर्तवले जात असताना ते खोटे ठरवत तेसुद्धा व्यासपीठावर आले. पंतप्रधान नरेंद्र मोदी, दिल्लीचे मुख्यमंत्री अरविंद केजरीवाल, पश्चिम बंगालच्या मुख्यमंत्री ममता बॅनर्जी यांनाही निमंत्रण पाठवले होते, परंतु ते उपस्थित राहिले नव्हते. विविध राज्यांतील आघाडीच्या नेत्यांनाही या समारंभासाठी निमंत्रित करण्यात आले होते. त्यामध्ये तमिळनाडूचे डीएमकेचे एम. के. स्टॅलिन यांनाही बोलावण्यात आले होते. भारतातील सर्वांत श्रीमंत उद्योगपतींपैकी एक असलेले मुकेश अंबानी हे सुद्धा यावेळी त्यांच्या कुटुंबासमवेत व्यासपीठावर

---

7. Intervhttps://economictimes.indiatimes.com/magazines/pa-nache/uddhav-thackeray-sworn-in-as-maha-cm-ambani-joins-fadnavis-at-ceremony-mahindra-says-balasaheb-must-be-looking-down-with-pride/articleshow/72286884.cms?from=mdriew of ABP News reporter Mrityunjay Singh.

उपस्थित होते.[८]

हे नवे सरकार शेतकऱ्यांच्या बाजूने विचार करणारे असेल हे दाखवण्यासाठी महाराष्ट्राच्या विविध जिल्ह्यांतील ४०० शेतकऱ्यांनाही या समारंभासाठी निमंत्रित केलेले होते. त्यातसुद्धा पीकांचे नुकसान झाल्याने आत्महत्त्या केलेल्या कुटुंबातील सदस्यांचा समावेश होता. त्यातील दोन जणांना प्रातिनिधिक स्वरूपात व्यासपीठावर बसवण्यात आले होते.

सायंकाळी ६.४२ वाजता उद्धव ठाकरे यांना शपथ देण्यासाठी राज्यपाल स्वतः उभे राहिले. त्यावेळी उपस्थित प्रचंड गर्दीने टाळ्यांचा कडकडाट केला आणि जोरदार घोषणा दिल्या. शिवाजी पार्क आता गर्दीने पूर्ण भरलेले दिसत होते. आपल्या खुर्चीवरून उठल्यानंतर त्यांनी व्यासपीठाच्या एका बाजूला ठेवलेल्या छत्रपती शिवाजी महाराजांच्या प्रतिमेस वंदन केले. यावेळी तुतारी वाजवण्यात आली. सगळीकडे शांतता झाल्यानंतर ठाकरे यांनी शपथ घेण्यास सुरुवात केली. राज्यपाल त्यांना सांगत होते व त्यापाठोपाठ ते वाचन करीत होते. "छत्रपती शिवाजी महाराजांना वंदन करून, माझ्या आई वडिलांचे स्मरण करून मी उद्धव बाळासाहेब ठाकरे ईश्वराला साक्षी ठेवून शपथ घेतो की मी भारतीय राज्यघटनेवर पूर्ण विश्वास ठेवून त्याचे पालन करेन. मी भारताचे सार्वभौमत्व व एकात्मता टिकवण्यासाठी कटिबद्ध राहिन. महाराष्ट्राचा मुख्यमंत्री या नात्याने मी माझ्या कर्तव्यांचे पालन करेन..." शपथविधीची औपचारिकता पूर्ण केल्यानंतर उद्धव ठाकरे व्यासपीठाच्या मधोमध आले. उपस्थितांसमोर त्यांनी गुडघे टेकले आणि व्यासपीठाला कपाळ लावून त्यांनी त्यांची कृतज्ञता व्यक्त केली. हा संपूर्ण कार्यक्रम सर्व राष्ट्रीय व प्रादेशिक वाहिन्यांवर थेट प्रक्षेपित केला जात होता. साधारण महिनाभर सुरू असलेल्या आणि अवघ्या देशाचे लक्ष लागून राहिलेल्या राजकीय नाट्याची ही खरी अर्थपूर्ण सांगता होती. या संपूर्ण राजकीय नाट्यामध्ये अनेक धक्कादायक घटना होत्या. अनेक अवाक करणारे क्षण होते. उद्धव ठाकरे राज्याचे मुख्यमंत्री म्हणून शपथ घेत आहेत ही अशीच आश्चर्यकारक वाटणारी घटना होती. ठाकरे कुटुंबातील कुणी राज्याचा मुख्यमंत्री बनण्यास तयार झालेला आहे ही गोष्ट अनेक राजकीय निरीक्षकांना पचवायला जड जात होती. उद्धव

---

8. Intervhttps://economictimes.indiatimes.com/magazines/panache/uddhav-thackeray-sworn-in-as-maha-cm-ambani-joins-fadnavis-at-ceremony-mahindra-says-balasaheb-must-be-looking-down-with-pride/articleshow/72286884.cms?from=mdriew of ABP News reporter Mrityunjay Singh.

यांचे वडील आणि शिवसेनेचे संस्थापक बाळासाहेब यांनी कधीही निवडणूक लढवणार नाही किंवा सार्वजनिक कार्यालयाची जबाबदारी घेणार नाही हे जाहीर केलेले होते. उद्धव ठाकरेही वडिलांच्या या तत्त्वाचे पालन करीतच आलेले होते. त्यामुळेच २२ नोव्हेंबर रोजी नेहरू सेंटरमध्ये झालेल्या बैठकीनंतर जेव्हा शरद पवारांनी माध्यमांसमोर जाहीर केले की उद्धव ठाकरे हेच मुख्यमंत्री असतील तेव्हाही अनेकजण या बाबतीत साशंक होते. अनेकांना असे वाटत होते की अगदी शेवटच्या क्षणी उद्धव ठाकरे आपल्याऐवजी दुसऱ्या कुणाचेतरी नाव मुख्यमंत्री म्हणून सुचवतील अथवा जाहीर करतील. त्यामुळे या पदासाठी उद्धव ठाकरे यांचा मुलगा आदित्य आणि शिवसेनेतील ज्येष्ठ नेते एकनाथ शिंदे यांचे नाव सर्वाधिक चर्चेत होते. इतकेच काय युवा सेनेच्या काही उत्साही कार्यकर्त्यांनी तर ठाकरे यांच्या निवासस्थानाबाहेर आदित्य ठाकरे हेच मुख्यमंत्री असतील असे होर्डिंगसुद्धा लावलेले होते. परंतु शरद पवार हे खऱ्या अर्थाने या सरकारचे रचनाकार होते. त्यांनी ठरवलेले होते की उद्धव ठाकरेंशिवाय मुख्यमंत्रिपदासाठी दुसरा कोणताही उमेदवार असणार नाही. तिन्ही पक्षांमध्ये सौहार्दाचे नाते टिकवून ठेवायचे असेल तर उद्धव ठाकरे यांच्यासारखा सक्षम नेताच सरकारचा चेहरा असला पाहिजे असे शरद पवार यांचे ठाम मत होते.

शांत, संयमी व्यक्तिमत्त्व ते मुख्यमंत्री

उद्धव ठाकरे मुख्यमंत्री बनले खरे पण त्यांनी एक दीर्घ पल्ला पार केलेला आहे. बाळासाहेब आणि मीनाताईंचा हा तिसरा मुलगा. उद्धव यांना राजकारणात फारसा रस नव्हता. लहानपणापासून त्यांना फोटोग्राफीची अधिक आवड होती. त्यामुळे त्यांनी त्यातील शिक्षणासाठी जे. जे. स्कूल ऑफ आर्टसमध्ये प्रवेश घेतला. एबीपी न्यूजचे प्रतिनिधी सौमित्र पोटे यांनी त्यांच्या १९८१-८२ च्या बॅचमधील काही मित्रांशी संवाद साधला. त्यांच्या मते, उद्धव हे अतिशय सभ्य आणि मितभाषी असे व्यक्तिमत्त्व होते. त्याउलट त्यांचा चुलत भाऊ राज ठाकरे यांचा स्वभाव पहिल्यापासूनच आक्रमक होता.

''आम्ही उद्धवना त्यांच्या 'डिंगा' या त्यांच्या टोपणनावानेच हाक मारत असू. ते स्वभावाने अतिशय नम्र होते. त्यांच्या वागण्याबोलण्यात कधीही आपण बाळासाहेब ठाकरे यांचा मुलगा असल्याचा अभिनिवेश नसायचा. ते लोकल ट्रेननेच प्रवास करायचे. दररोज हार्बल लाईनवरून बांद्राची ट्रेन पकडायचे आणि व्हिक्टोरिया टर्मिनलला कॉलेजसाठी यायचे. अगदी साधा प्लेन शर्ट, खांद्यात कॅमेरा अडकवलेला इतक्या साधेपणाने हा माणूस कॉलेज कॅंपसमध्ये येताना

दिसायचा. त्यांचा हा कमालीचा साधेपणा पाहून खरंच हा बाळासाहेबांचा मुलगाच आहे ना असा आम्हाला प्रश्न पडायचा.''

एक राजकारणी म्हणून यशस्वी झालेले पाहताना खूप आश्चर्य वाटते असे एका मित्राने सांगितले. ते म्हणाले, ''ते स्वभावाने इतके चांगले आहेत की आमच्यात कधीही कशावरूनही भांडणे झाली नाहीत. त्यांनी जेव्हा राजकारणात प्रवेश केला तेव्हा शिवसेनेमध्ये ते तग धरू शकतील का अशी शंका आम्हा सगळ्याच मित्रांना वाटत होती याचे कारण त्यांचा अत्यंत साधा व शांत स्वभाव.''

एका मित्राने उद्धव ठाकरे हे मित्रांना मदत करण्यासाठी किती तत्पर असायचे याची आठवण सांगितली. मित्राच्या बायपास सर्जरीचा सगळा खर्च तेव्हा उद्धव ठाकरे यांनी केला होता. ते त्यानंतरही अनेकदा आपल्या मित्रांना भेटत असत आणि जसे विद्यार्थी असताना मित्र म्हणून वागायचे तसेच वागत असत. ''आम्हाला अतिशय अभिमान वाटतो. आमच्या ज्या मित्रासोबत आम्ही कटिंग चहा एकत्र प्यायलो होतो तोच मित्र आज महाराष्ट्राचा मुख्यमंत्री झालेला आहे.''

उद्धव यांचे दोन मोठे बंधू बिंदुमाधव आणि जयदेव या दोघांनाही राजकारणात बिलकुल रस नव्हता आणि त्यांनी चित्रपट निर्मितीकडे लक्ष दिले. परंतु पुढे अशी काही परिस्थिती निर्माण झाली की उद्धव यांना शिवसेनेच्या राजकीय घडामोडींमध्ये हळूहळू लक्ष घालावे लागले. त्यांचा चुलत भाऊ राज ठाकरे हे राजकारणातच कारकिर्द घडवण्याच्या दृष्टीने राजकारणाचे धडे वेगाने गिरवताना दिसत होते. त्यावेळी शिवसेनेच्या भारतीय विद्यार्थी सेनेचे प्रमुख म्हणून त्यांनी स्वतंत्र जबाबदारीही घेतलेली होती. परंतु १९९६ मध्ये रमेश किणी यांच्या संशयास्पद मृत्यूमुळे राज ठाकरे यांच्यावर ठपका ठेवला गेला. अर्थात त्यातून राज ठाकरे यांना क्लिन चीट मिळाली. हाच तो काळ होता जेव्हा उद्धव ठाकरे यांना पक्षात महत्त्व मिळू लागले. बाळासाहेबांचा वारसदार म्हणून पुढे त्यांचेच नाव जाहीर करण्यात आले. २०१२ मध्ये जेव्हा बाळासाहेब ठाकरे यांचे निधन झाले तेव्हा उद्धव ठाकरे आणि त्यांचा पक्ष शिवसेना हा कसोटीच्या काळातून चाललेला होता. अवघ्या चारच महिन्यांपूर्वी उद्धव ठाकरे यांच्या छातीत वेदना होत असल्याने त्यांना रुग्णालयात भरती करण्यात आलेले होते. त्यांच्या रक्तवाहिन्यांमध्ये तीन ब्लॉकेज आढळून आले होते त्यामुळे त्यांच्यावर अँजिओप्लास्टी करण्यात आली होती. जेव्हा बाळासाहेबांचा राजकीय वारसदार म्हणून उद्धव ठाकरे यांचे नाव जाहीर करण्यात आले तेव्हा चिडलेल्या राज ठाकरे यांनी शिवसेना सोडली आणि त्यांनी स्वतःचा महाराष्ट्र नवनिर्माण सेना हा पक्ष स्थापन केला. मनसेने शिवसेनेच्या अस्तित्वाला आव्हान देण्यास सुरुवात केली आणि २००९ पासून निवडणूकीतही विरोधी उमेदवार उभे करण्यास सुरुवात केली. शिवसेनेचा बालेकिल्ला असणाऱ्या

काही जागांवर मात देत मनसेने शिवसेनेसमोर नवे आव्हानही उभे केले. अनेक ठिकाणी मनसेचे उमेदवार जिंकू शकले नाहीत, परंतु मतांची विभागणी करून तिथे शिवसेनेचा उमेदवारही जिंकून येणार नाही असे त्यांनी प्रयत्न केले. मनसेने आणखी एक महत्त्वाचे यश संपादन केले ते म्हणजे नाशिक महापालिकेवर मनसेचा झेंडा फडकला! त्यामुळे राजकीय टीकाकारांनी उद्धव ठाकरे यांना लक्ष्य केले आणि मनसेच आता नवी शिवसेना होईल असे कयास बांधले जाऊ लागले. बाळासाहेब ठाकरे यांच्याकडे जो करिष्मा आणि आक्रमकता होती तशीच राज ठाकरे यांच्यामध्ये दिसून येत असल्याने ते चर्चेत होते आणि उद्धव ठाकरे यांच्याकडे नेमका त्याचाच अभाव होता. अर्थात तरीही आपल्या नम्र स्वभावाच्या बळावर त्यांनी लोकांना धरून ठेवले आणि सल्लागारांचे चांगले वर्तुळ आपल्या सभोवताली निर्माण केले. ज्यावेळी उद्धव ठाकरे यांचे नाव मुख्यमंत्रिपदासाठी घोषित करण्यात आले होते तेव्हा कदाचित तब्येतीचे कारण सांगून ते नकार देतील असाही अनेकांचा अंदाज होता. कारण मुख्यमंत्रिपदाची जबाबदारी ही तशी ताण वाढवणारी, अनेकदा तासन तास काम करावे लागते अशी होती. बैठकांमागून बैठका घ्याव्या लागतात आणि बऱ्याचदा प्रवासही करावा लागतो. त्यामुळे जेवणाच्या आणि विश्रांतीच्या वेळाही नियमित राहत नाहीत. काही लोकांना वाटत होते की उद्धव ठाकरे यांना अगोदरपासून हृदयाचा त्रास आहे. त्यातून त्यांच्यावर अँजिओप्लास्टी करण्यात आलेली आहे. त्यामुळे त्यांनी ही हॉट सीट न स्वीकारणेच योग्य राहील. परंतु परिस्थितीच अशी काही निर्माण झाली की त्यांना मुख्यमंत्रिपद स्वीकारणे भाग होते.

मिड-डेचे राजकीय संपादक धर्मेंद्र झोरे यांनी याविषयी म्हटले, "उद्धव हे त्या अर्थाने अनिच्छेने बनलेले मुख्यमंत्री आहेत यात जराही शंका नाही. परिस्थितीच अशी काही निर्माण झालेली होती की त्यांना मुख्यमंत्रिपद स्वीकारण्याखेरीज दुसरा पर्याय नव्हता. शिवसेनेमध्ये त्या उंचीचा दुसरा कुठलाही नेता नसल्याने उद्धव यांनीच ही जबाबदारी घ्यायला हवी असा शरद पवार यांचाही आग्रह होता. या तिन्ही पक्षांच्या आघाडीमध्ये समन्वय आणि सुसंवाद राखण्याच्या दृष्टीने उद्धव यांच्यासारखाच नेता तिथे आवश्यक होता. हे शिवसेनेसाठीदेखील चांगलेच होते कारण अन्य कुठल्याही व्यक्तीचे नाव शिवसेनेचा मुख्यमंत्री म्हणून पुढे आले असते तर त्यातून पक्षातही फाटाफूट झाली असती. कारण शिवसेनेतही अनेक महत्त्वाकांक्षी व या पदाची आस असणारे नेते आहेतच.''(९)

अर्थात उद्धव यांना मुख्यमंत्री बनण्याची इच्छाच नव्हती असे अजिबात नाही

---

9. धर्मेंद्र झोरे यांची लेखकाने घेतलेली मुलाखत

असे मानणारेही काहीजण आहेत. पूर्वाश्रमीचे नवभारत या हिंदी दैनिकातील पत्रकार आणि त्यानंतर मनसेमध्ये सक्रिय प्रवेश केलेले वागीश सारस्वत यांच्या मते, "२० वर्षांपूर्वी शिवसेनेच्या मेळाव्यानंतर एक पत्रकार परिषद आयोजित करण्यात आलेली होती. त्यावेळी मी उद्धव ठाकरे यांना प्रश्न विचारला होता की त्यांना मुख्यमंत्री बनायला आवडेल का? यावर त्यांनी नकार दिला नव्हता ते म्हणाले होते की जर तशीच परिस्थिती निर्माण झाली तर मी निश्चित विचार करेन. परंतु अर्थात अंतिम निर्णय हा बाळासाहेबच घेतील."

धवल कुलकर्णी याने उद्धव ठाकरे व त्यांचा चुलत भाऊ राज यांच्यावर पुस्तक लिहिलेले आहे.[१०] त्यात त्याने सारस्वत यांच्या म्हणण्याला दुजोरा दिलेला आहे. नारायण राणे यांना मुख्यमंत्री बनवल्यानंतर जो काही वाईट अनुभव शिवसेनेला आलेला होता तो पाहता आपल्याच कुटुंबातील कुणीतरी मुख्यमंत्री बनलेले चांगले असा विचार झालेला होता. त्यामुळे उद्धव यांनी स्वेच्छेने हे पद स्वीकारलेले आहे. त्यामुळे त्यांना अनिच्छेने बनलेले मुख्यमंत्री म्हणणे योग्य ठरणार नाही.[११]

सर्वसमावेशक भूमिका

उद्धव ठाकरे हे जरी स्वतःला आक्रमक आणि खंबीर राजकीय नेता म्हणून प्रदर्शित करू पाहत असले तरीही एक सहृदयी माणूस हीच त्यांची सार्वत्रिक ओळख होती. द्वेषाचे आणि हिंसेचे राजकारण करण्यावर त्यांचा अजिबात विश्वास नाही. तीन दशकांची आघाडी तोडण्याचा त्यांचा निर्णय, आक्रमक हिंदुत्व सोडण्याचा निर्णय किंवा धर्मनिरपेक्ष पक्षांशी जुळवून घेण्याचा निर्णय हे सगळे त्यांच्या सर्वसमावेशक वृत्तीला साजेसे निर्णय आहेत. शिवसेनेसारख्या केडर बेस असणाऱ्या राजकीय पक्षाच्या कृती आणि धोरणे पाहता त्यातून नेत्यांचे व्यक्तिमत्त्व काय असेल याचा अंदाज येतो. परंतु पक्षाचे प्रमुख म्हणून बाळासाहेब ठाकरे जे काही करीत होते त्याच्या अगदी उलट वागणारे उद्धव ठाकरे होते. बाळासाहेब ठाकरे हे अतिशय आक्रमक आणि कठोर व्यक्ती म्हणून ओळखले जात असत. त्यांच्या प्रभावाखालीच शिवसेनेमध्ये द्वेषाचे राजकारण स्वीकारले गेलेले होते. त्याच्या अगदी उलट, उद्धव हे अतिशय मृदू भाषिक, अतिशय सभ्य आणि

---

10. Kulkarni, Dhaval (2019), The Cousins Thackeray: Uddhav, Raj and the Shadows of Their Senas, Penguin Ebury Press, London.

11. धवल कुलकर्णी याची लेखकाने घेतलेली मुलाखत.

लवचिक व्यक्तिमत्त्व आहे. त्यांच्या या व्यक्तिमत्त्वामुळेच त्यांनी शिवसेनेला पुढे नेले. नवभारत टाईम्सचे राजकीय संपादक अभिमन्यू शितोळे या विषयी म्हणतात, 'उद्धव ठाकरे हे जेव्हापासून शिवसेनेमध्ये सक्रिय झाले तेव्हापासून त्यांनी पक्षाची प्रतिमा बदलण्याचा प्रयत्न केला. ते कधीही स्वतःला वाटेल तेच पुढे रेटत जाणाऱ्यांपैकी नव्हते. उद्धव यांना शिवसेना कायमच एक प्रगतीशील आणि सर्वसमावेशक पक्ष बनायला हवा होता. त्याच विचारांतून त्यांनी मुंबईची संमिश्र लोकजीवनाची मानसिकता लक्षात घेऊन 'मी मुंबईकर' ही मोहिम सुरू केली.'(१२)

शितोळे यांच्या मताशी राजकीय पत्रकार जतीन देसाई सहमत आहेत. ते म्हणतात, ''उद्धव यांनी कधीही मुस्लिमांच्या किंवा परप्रांतीयांच्या विरोधात मुद्दामून उद्युक्त करणारी वक्तव्ये केलेली नाहीत.''(१३) उद्धव हे व्यक्तीतील गुणांना महत्त्व देणारे आहेत. त्याच भूमिकेतून त्यांनी बिहारमध्ये जन्माला आलेले पत्रकार प्रीतीश नंदी आणि सिंधी वकिल राम जेठमलानी यांना राज्यसभेत खासदार म्हणून निवडून देण्यासाठी पाठिंबा दिला होता. त्याच सर्वसमावेशक भूमिकेतून त्यांनी हिंदी वृत्तपत्र सुरू करण्याचा आग्रह धरला आणि त्यातून फेब्रुवारी १९८३ मध्ये 'दोपहर का सामना' हे सायंदैनिक हिंदी भाषेतून सुरू केले. हा पेपर सुरू करण्याबरोबरच त्यांनी हिंदी भाषिकांसमवेत संवाद वाढवण्यासाठी पत्रकार संजय निरुपम यांना राज्यसभेत खासदार म्हणून पाठवण्यासाठी नामांकन दिले. अर्थात त्यांचे चुलत बंधू राज ठाकरे यांचा मात्र त्याला स्पष्ट विरोध होता. त्यावेळी राज ठाकरे शिवसेनेत सक्रिय होते. १९९६ मध्ये मुंबईतील अंधेरी स्पोर्टस कॉम्प्लेक्समध्ये उत्तर भारतीय महासंमेलन आयोजित करण्यात आले होते. त्यावेळी बाळासाहेब ठाकरे यांनी उत्तर प्रदेश व बिहार या राज्यातील लोकांना संबोधित केले होते. त्यामुळेच शिवाजी पार्कवर शपथविधी सोहळा होत असताना हिंदी भाषिक शिवसैनिकही मोठ्या संख्येने आलेले दिसत होते यात आश्चर्य वाटण्यासारखे काही नव्हते.

उद्धव ठाकरे यांनी शपथ घेतल्यानंतर आघाडीच्या प्रत्येक पक्षातील दोन नेत्यांनी मंत्री म्हणून प्रातिनिधिक स्वरूपात शपथ घेतली. त्यात शिवसेनेच्या वतीने एकनाश शिंदे व सुभाष देसाई, राष्ट्रवादीतर्फे जयंत पाटील व छगन भुजबळ, काँग्रेसतर्फे बाळासाहेब थोरात व नितीन राऊत यांनी शपथ घेतली. उर्वरित सर्व मंत्री नंतर शपथ घेतील असे आघाडीत ठरले होते.

देवेंद्र फडणवीस यांच्याबरोबर जाऊन जे अवाजवी धाडस अजित पवार यांनी केले होते त्यानंतर ते पक्षात परत आले होते. शपथविधी सोहळ्याला ते व्यासपीठावरही

---

12. अभिमन्यू शितोळे यांची लेखकाने घेतलेली मुलाखत

13. जतीन देसाई यांची लेखकाने घेतलेली मुलाखत.

उपस्थित होते परंतु मंत्र्यांच्या यादीमध्ये त्यांचे नाव नव्हते. पवारांची दगाबाजी केल्याची ही शिक्षा होती का? राष्ट्रवादीमध्ये आता त्यांचे भवितव्य काय असणार होते? असे अनेक प्रश्न लगेचच राजकीय वर्तुळात सुरू झाले. परंतु राष्ट्रवादीमध्ये जे अजित पवारांना जवळून ओळखत होते त्यांना हे माहीत होते की त्यांचे लवकरच किंवा काही काळानंतर पुनर्वसन केले जाईल, अन्यथा ते पक्षासाठी मोठे नुकसान घडवून आणणारे टाईम बॉम्ब ठरू शकतात याची श्रेष्ठींना जाणीव होती.

शपथविधी सोहळा झाल्यानंतर उद्धव ठाकरे हे सह्याद्री गेस्टहाऊसवर आपल्या पहिल्या कॅबिनेट मिटिंगसाठी गेले. जाताना ते सिद्धीविनायक मंदिराजवळ थांबले व त्यांनी गणपतीचे दर्शन घेऊन आशीर्वाद घेतले. त्यावेळी त्यांच्याबरोबर त्यांची पत्नी व आदित्य, तेजस ही मुलेही होती. ३५ दिवसांच्या एका विलक्षण अशा राजकीय नाट्यानंतर महाराष्ट्राला सरकार मिळाले होते. सद्य:स्थितीत त्याचीही परिस्थिती नाजूक वाटत असली तरीही देवेंद्र फडणवीस यांच्या ८० तासांच्या सरकारपेक्षा ते नक्कीच टिकेल अशी आशा निश्चितच या सरकारने निर्माण केलेली होती.

१७

राज ठाकरेंचे नवे प्रेम

"मी अपघाताने राजकारणात आलो..." ठाण्यामध्ये एका आघाडीच्या मराठी वृत्तपत्राने दिनांक १ मार्च २०२० रोजी आयोजित केलेल्या समारंभात भरगच्च गर्दी झालेली होती. त्यांच्यासमोर राज ठाकरे बोलत होते. "मी व्यंगचित्रे काढण्यात रमलो होतो. त्यामुळे राजकारणात येण्याचा माझा काहीही विचार नव्हता. परंतु माझा जन्मच एका राजकीय कुटुंबात झाला असल्याने मी राजकारणात ओढलो गेलो. माझा दररोज ज्यांच्याशी संवाद होत होता ती सारी माणसे राजकारणाशी संबंधित होती. त्यामुळे मी देखील राजकारणात उतरलो."(१)

अर्थात आपण जरी अपघाताने राजकारणात आलो असे जरी राज ठाकरे म्हणत असले तरीही महाराष्ट्राच्या आधुनिक राजकारणात मनसेचे प्रमुख राज ठाकरेंचा उल्लेख केल्याखेरीज त्याला पूर्णत्व येणार नाही. संख्याबळाचा विचार करायचा झाला तर सद्यस्थितीत मनसेची राज्यातील परिस्थिती फारच दयनीय आहे. २०१९ च्या विधानसभा निवडणुकीत त्यांनी १०४ जागांवर उमेदवार उभे केले होते त्यापैकी केवळ एका जागेवर मनसेच्या उमेदवाराला विजय मिळालेला आहे. दुर्दैवाने २०१४ च्या निवडणुकीत देखील फारशी वेगळी परिस्थिती नव्हती. त्यावेळीही जुन्नरमधून शरद सोनावणे हे मनसेतर्फे जिंकलेले एकमेव उमेदवार होते. २००६ मध्ये राज ठाकरे यांनी आपल्या पक्षाची स्थापना केली. तेव्हा पासून निवडणूक मग ती कोणतीही असो, स्थानिक स्वराज्य संस्था, विधानसभा वा लोकसभा प्रत्येक निवडणुकीत राज ठाकरे चर्चेत असतात. परंतु या ३५ दिवसांच्या राजकीय नाट्यामध्ये मात्र निवडणूक निकाल लागल्यापासून ते शपथविधीपर्यंतच्या काळात मात्र राज ठाकरे हे कुठल्याही प्रकारे चर्चेत नव्हते. निकालातील अपयशामुळे सत्तेच्या

1. १ मार्च, २०२० रोजीची 'एबीबी माझा'वरील बातमीपत्र

खेळात त्यांना कुठेही महत्त्व उरलेले नव्हते.

शिवसेनेच्या अस्तित्वालाच धोका

जेव्हा राज ठाकरे हे शिवसेनेतून बाहेर पडले आणि त्यांनी मनसेची स्थापना केली तेव्हा ते शिवसेनेसाठी एक मोठे आव्हान ठरेल असे मानले जात होते. राज ठाकरे यांनी मराठी माणसाचा मुद्दा उचलला आणि भूमीपुत्रांसाठी संघर्ष सुरू केला.. १९६० मध्ये बाळासाहेब ठाकरे यांनी शिवसेना स्थापन केल्यानंतर तिची मुळे रुजवण्यासाठी अगदी हाच मुद्दा उचलून काम सुरू केले होते. बाळ ठाकरे यांच्याप्रमाणेच राजसुद्धा परप्रांतीयांमुळे मराठी माणसाच्या रोजगाराच्या संधी हिरावून घेतल्या जातात हा मुद्दा हिरीरीने मांडतात. शिवसेनेप्रमाणेच त्यांनी देखील परप्रांतीयांच्या विरोधात हिंसक आंदोलने सुरू केली. फरक इतकाच होता की शिवसेनेने दक्षिण भारतीयांना ठोकले होते आणि राज ठाकरे हे उत्तर भारतीयांच्या विरोधात होते. त्यातही प्रामुख्याने उत्तरप्रदेश व बिहारमधून महाराष्ट्रात नोकरीच्या शोधात येणारे फॅक्टरीतील कामगार आणि टॅक्सी ड्रायव्हर्स यांच्या विरोधात हे आंदोलन छेडलेले होते. दुकानांवर व कंपन्यांवर मराठीतच फलक लिहिलेले असावेत यासाठीही मनसेने आंदोलन केले. जे फलक मराठीत नसतील त्यांना काळे फासण्याची मोहीम राबवण्यात आली. १९८०च्या दरम्यान शिवसेनेने मराठी माणूस या भूमिकेशी फारकत घेऊन हिंदुत्वाची विचारधारा अंगीकारली. त्यामुळे राज ठाकरे यांनी ती रिकामी जागा नेमकेपणाने हेरली व आपल्या पक्षाला त्या दिशेने काम करायला लावले. २००९ मध्ये राज ठाकरे यांना पहिल्यांदा यशाची चव चाखता आली. त्या वेळी झालेल्या विधानसभेच्या निवडणुकीत मनसेचे १३ आमदार निवडून आले. ही शिवसेनेसाठी अर्थातच धोक्याची घंटा होती.

कारण माहिममध्ये शिवसेनेचे चांगले प्राबल्य असताना तिथे मनसेच्या उमेदवाराने शिवसेनेच्या उमेदवाराला मात दिली होती. शिवसेनेचे मुख्यालय जिथे आहे तिथे शिवसेनेचा उमेदवार हारणे ही शिवसेनेला विचार करायला लावणारी बाब होती.[२]

पुढच्या तीन वर्षांत मनसेला आणखी एक मोठे यश मिळाले. नाशिक महापालिकेवर मनसेचा झेंडा फडकला. १२२ वॉर्डपैकी ४० वॉर्डमध्ये मनसेचे उमेदवार जिंकले. त्यामुळे नाशिक महापालिकेच्या इतिहासात पहिल्यांदाच मनसेचा

2. https://www.livemint.com/Politics/FhCHAOuHnnr1RfWdr1MxRM/MNS-wins-13-seats-eats-into-Shiv-Sena8217s-vote-bank.html

महापौर झाला.^(३) त्यामुळे आता मनसे शिवसेनेला संपवणार अशी भाकिते राजकीय पंडितांकडून लगेचच सुरू झाली. मनसे हीच नवी शिवसेना बनणार असेही सांगितले जाऊ लागले. काहींच्या मते तर, राज ठाकरे यांची सुरुवात म्हणजे शिवसेनेचा शेवट ठरण्याची चिन्हे दिसत होती. राज ठाकरे यांचा निवडणूक प्रचार विशेषतः मराठी तरुणांच्या पसंतीस उतरला. असे म्हटले जाऊ लागले होते की प्रत्येक कुटुंबातील वडील जर शिवसेनेला मतदान करीत असतील तर त्याच घरातील तरुण मात्र मनसेला मतदान करू लागला होता.

ब्ल्यू प्रिंट!

राज ठाकरे हे बहुआयामी व्यक्तिमत्त्व आहे. त्यांना राजकारणापलीकडेही अनेक गोष्टी आवडतात. त्यांना संगीताची आणि साहित्याची आवड आहे. मुंबईतील शिवाजी पार्कजवळील कृष्ण कुंजमध्ये जे गेले आहेत त्यांना लक्षात आले असेल की विविध विषयांवरच्या अनेकानेक पुस्तकांचे उत्तम कलेक्शन त्यांच्याकडे आहे. इंग्रजी व मराठी अशा दोन्ही भाषांतील पुस्तके त्यांच्याकडे आहेत. त्यांना लेखक, वरिष्ठ पत्रकार व कलाकार यांच्यासमवेत वेळ घालवायला आवडतो. २००६ मध्ये त्यांनी मनसेची स्थापना केल्यानंतर ठाकरे यांनी राज्यस्तरीय दौरा काढला होता व त्यात त्यांनी विचारवंत व महाराष्ट्रातील बुद्धिवंतांच्या गाठीभेटी घेतल्या होत्या. महाराष्ट्राच्या भविष्यकालीन विकासाचे एक व्हिजन डॉक्युमेंट आपण तयार करू आणि सादर करू अशी ग्वाही त्यांनी त्यावेळी दिलेली होती. त्यानंतर आठ वर्षांनी ते प्रत्यक्षात त्यांनी सादर केले. दिनांक २५ सप्टेंबर २०१४ रोजी मुंबईतील माटुंगा येथील षण्मुखानंद हॉल येथे राज ठाकरे यांनी मनसेतर्फे महाराष्ट्राची ब्ल्यू प्रिंट सादर केली. संपूर्ण राज्यामध्ये काय काय नवनवे तयार करता येईल याचे व्हिजन डॉक्युमेंटच त्यांनी सादर केले. राज्यामध्ये कोणकोणते बदल घडवणे आवश्यक आहे याविषयीचे व्हिजन त्यांनी त्यातून महाराष्ट्रासमोर मांडले होते. त्यामध्ये पर्यावरणापासून ते पायाभूत सुविधांपर्यंत आणि शिक्षणापर्यंत विविध विषयांवरील त्यांचा भविष्यकालीन दृष्टिकोन काय आहे हे जगापुढे आले. मोठ्या शहरांमध्ये येणारे परप्रांतीयांचे लोंढे थांबायला हवेत यावर त्यांनी भर दिला होता. त्यादृष्टीने नवी ३६ नागरी केंद्रे साकारण्याचीही सूचना त्यात होती. महाराष्ट्राला विकास घडवून आणण्यासाठी अधिक स्वायत्तता मिळणे गरजेचे आहे आणि ज्या ज्या मालमत्ता महिला खरेदी करतील त्यावर

3. https://www.thehindu.com/news/national/other-states/backed-bybjp-mns-bags-nashik-mayors-post/article2998669.ece

कोणत्याही प्रकारची स्टँप ड्युटी लावू नये अशीही एक त्यांची सूचना होती.(४)

त्याच कार्यक्रमामध्ये राज ठाकरे यांनी विधानसभेला उभे राहणाऱ्या त्यांच्या १५३ मनसे उमेदवारांची यादीही जाहीर केली. त्यांच्या टीकाकारांनी या बहुप्रतिक्षित ब्ल्यू प्रिंटची मनसेचा निवडणूक जाहीरनामा म्हणून संभावना केली.

यशाचा बुडबुडा!

राज ठाकरे यांच्या २००९च्या कामगिरीने जरी सर्वांचे लक्ष वेधून घेतले असले तरीही भविष्यातील निवडणुकांमध्ये त्याची पुनरावृत्ती करण्यात त्यांना अपयश आले. मनसेने २०१४ची लोकसभा निवडणूकसुद्धा लढवली. त्यांनी केवळ शिवसेनेच्या विरोधात आपले उमेदवार उभे केले. शिवसेनेची आघाडी असलेल्या भाजपच्या विरोधात मात्र मनसेचे उमेदवार उभे केले नाहीत. भाजपने पंतप्रधानपदासाठी नरेंद्र मोदी यांचे नाव जाहीर केले तेव्हा राज ठाकरे यांनी त्यांच्या नावाला मनसेचा पाठिंबा जाहीर केला. अर्थात या निवडणुकीत मनसेला एकही जागा जिंकता आली नाही.(५)

२०१७ मध्ये पक्षाकडे केवळ पाच नगरसेवक शिल्लक राहिल्याने महापौर अशोक मुर्तडक यांना काढून टाकण्यात आले.(६) त्याचवर्षी मुंबई महापालिकेच्याही निवडणुका झाल्या त्यामध्ये मनसेला २२७ जागांमध्ये केवळ ७ ठिकाणी विजय संपादन करता आला. या सात मनसे नगरसेवकांपैकी सहा जणांनी पुढे शिवसेनेची वाट धरली.(७)

नरेंद्र मोदी विरुद्ध राज ठाकरे

२०११ मध्ये राज ठाकरे हे गुजरात दौऱ्यावर गेलेले होते. त्यावेळी गुजरातचे मुख्यमंत्री नरेंद्र मोदी यांनी त्याचे जंगी स्वागत केले. 'विकासाचे मोदी

---

4. http://archive.indianexpress.com/news/raj-thackeray-unveils-maharashtra-navnirman-senas-blueprint-to-develop-state/1292994/

5. https://www.indiatoday.in/elections/highlights/story/will-support-narendra-modi-for-pm-says-mns-chief-raj-thackeray-184268-2014-03-09

6.https://timesofindia.indiatimes.com/city/nashik/mns-bites-dust-in-bastion/articleshow/57319425.cms

7. https://www.outlookindia.com/newsscroll/6-mns-members-defectto- shiv-sena-in-bmc-uddhav-calls-it/1167540

मॉडेल' आणि त्यांचे भ्रष्टाचारमुक्त प्रशासन पाहण्यासाठी आपण गुजरातला भेट दिल्याचे राज यांनी सांगितले. या निमित्ताने पत्रकारांशी बोलताना राज ठाकरे म्हणाले, की गुजरातमधील प्रशासन पाहून आपण खूप प्रभावित झालो आहोत आणि त्यांनी मोदींचे भरभरून कौतुक केले.[८]

२०१९ मध्ये मात्र राज ठाकरे यांनी जरी लोकसभा निवडणूक लढवणार नसल्याचे जाहीर केलेले असले तरीही त्यांनी मोदींच्या विरोधात राजकीय प्रचार करण्याची विरुद्ध भूमिका घेतली. त्यांनी महाराष्ट्रभर दौरा केला. त्यांच्या व्यासपीठावर व्हिडिओ स्क्रीन लावलेल्या असत. मोदींची आधीच्या निवडणुकीतील आश्वासने, जाहीर सभांतील वक्तव्ये यांचा पंचनामा करण्यास सुरुवात केली. सतत खोटे बोलणारे आणि दिलेली आश्वासने न पाळणारे मोदी आहेत अशी मोदींची प्रतिमा रंगवण्याचा राज ठाकरे यांनी पुरेपूर प्रयत्न केला.[९] राज ठाकरेच्या प्रचार सभांना जोरदार गर्दी होत असे आणि या सभांची चर्चाही खूप होत असे. या सर्व प्रचारसभांना राष्ट्रवादी आणि काँग्रेसकडून पैसा पुरवला जात असल्याचा आरोप भाजपने केला. या पक्षांकडूनच या प्रचारसभांसाठी गर्दीही जमवली जात असल्याचा भाजपचा आक्षेप होता. मुख्यमंत्री फडणवीस यांनी तर राज ठाकरे यांना 'बारामतीचा पोपट' असे नाव ठेवले. मुंबईतील एका जाहीर सभेत फडणवीसांनी शरद पवारांचे थेट नाव घेतले नाही, परंतु ते म्हणाले, "बारामती हे नेहमीच नव्या पोपटाच्या शोधात असतात. काही गोष्टी जे ते स्वतः भाजपच्या संदर्भात बोलू शकत नाहीत अशा गोष्टी बोलण्यासाठी ते पोपटांना नेमतात. राज ठाकरे हा सुद्धा असाच एक पोपट आहे. कलाकार असल्याने ते दिलेली स्क्रीप्ट चांगल्या प्रकारे वाचून दाखवू शकतात. या सगळ्या स्क्रीप्ट बारामतीवरूनच येतात."[१०]

अर्थात राज ठाकरेंच्या व्हिडिओयुक्त भाषणांनी प्रत्यक्ष निकालात फार काही फरक पडला नाही. काँग्रेस-राष्ट्रवादी या दोन्ही पक्षांची कामगिरी सुमारच राहिली. लोकसभेच्या एकूण ४८ जागांपैकी त्यांना जेमतेम सहा जागा जिंकता आल्या.

---

8. https://www.dnaindia.com/india/report-raj-thackeray-visits-gujaratpraises-narendra-modi-what-s-cooking-1572511
9. https://www.dnaindia.com/mumbai/report-lok-sabha-election-2019-raj-thackeray-s-lav-re-toh-video-a-big-hit-this-pollseason-2745092
10. https://www.timesnownews.com/elections/article/raj-thackeray-is-a-parrot-of-baramati-maharashtra-cm-devendra-fadnavis/380013

इडीच्या जाळ्यात

लोकसभा निवडणुका संपल्यानंतर महाराष्ट्रातील राजकीय पक्षांनी विधानसभा निवडणुकांसाठी मोर्चेबांधणी सुरू केली होती. कारण या निवडणुका ऑक्टोबर २०१९ मध्ये होणार होत्या. भाजप व्यक्तिरिक्त सर्व पक्षांनी एकत्रित यावे आणि इलेक्ट्रॉनिक व्होटिंग मशीनच्या (इव्हीएम) विरोधात सर्वांनी एकत्रित आवाज उठवावा असे आवाहन राज ठाकरे यांनी केले होते. निवडणुकीच्या निकालामध्ये इव्हीएमद्वारे फेरफार केला जातो असा विरोधी पक्षांचा आरोप होता. त्यामुळे बॅलेट पेपरनेच पूर्वीसारखे मतदान करण्याची प्रक्रिया सुरू ठेवावी अशी या पक्षांची मागणी होती. त्यादृष्टीने राज ठाकरेंनी ऑगस्ट महिन्याच्या तिसऱ्या आठवड्यात इव्हीएम विरोधातील रॅली आयोजित केली होती.[११] काँग्रेसलाही त्यात सहभागी करावे म्हणून राज ठाकरे दिनांक ८ जुलै रोजी दिल्लीला गेले आणि त्यांनी सोनिया गांधी यांची भेट घेतली.[१२] दिनांक ३१ जुलै रोजी त्यांनी कोलकोत्याला जाऊन पश्चिम बंगालच्या मुख्यमंत्री ममता बॅनर्जी यांचीही भेट घेतली आणि या रॅलीत सहभागी व्हायचे आवाहन केले.[१३] आपण स्वतः त्या रॅलीत येऊ शकणार नाही असे ममता बॅनर्जी यांनी स्पष्ट केले, मात्र तृणमुल काँग्रेसमधील कुणीतरी वरिष्ठ नेता त्या रॅलीत सहभागी होण्यासाठी येईल असे आश्वासन दिले. कोलकोत्यावरून परत आल्यानंतर राज ठाकरे रॅलीची तयारी करीत असताना राज ठाकरे यांना अंमलबजावणी संचलनालयाची (इडी)ची नोटीस आली. ही एजन्सी केंद्रशासनाच्या अखत्यारित काम करते. त्यांच्या नोटीसीनुसार राज ठाकरे यांना मनी लाँडरिंगच्या प्रकरणात चौकशी करण्यासाठी दक्षिण मुंबईतील बॅलार्ड इस्टेट येथील कार्यालयात हजर होण्यास सांगण्यात आले होते. ही केस दहा वर्षांपूर्वीची होती आणि कोहीनूर-सीटीएनएलचे हे

11.https://mumbaimirror.indiatimes.com/mumbai/other/raj-thackeray-postpones-anti-evm-rally-scheduled-for-august-21-by-a-week-due-to-maharashtra-floods/articleshow/70604224.cms

12. https://economictimes.indiatimes.com/news/politics-and-nation/raj-thackeray-meets-sonia-gandhi-discusses-various-political-issues/articleshow/70131453.cms

13. https://www.indiatoday.in/india/story/raj-thackeray-invites-mamata-for-anti-evm-rally-tmc-chief-shows-inability-1575820-2019-07-31

प्रकरण होते. त्याचे राज ठाकरे हे पूर्वी समभागधारक होते. इन्फ्रास्ट्रक्चर अँड लिजिंग फायनान्शिअल सर्व्हिसेसने (आयएलएफएस) त्यांना कर्ज दिले होते आणि ८६० कोटी रुपये कोहिनूर सीटीएनएलमध्ये गुंतवले होते. या कंपनीच्या परत फेडीमध्ये मात्र अनियमितता होती. त्यामुळे या ग्रुपमधून राज ठाकरे बाहेर का पडले हे इडीला जाणून घ्यायचे होते.[१४]

दिनांक २२ ऑगस्ट रोजी सकाळी ११.२५ वाजता राज ठाकरे हे आपली पत्नी शर्मिला, मुलगा अमित आणि सून मिताली यांच्यासमवेत इडीच्या ऑफिसला पोहोचले. राज ठाकरे ऑफिसमध्ये गेल्यानंतर त्यांचे कुटुंबीय व पक्षाचे वरिष्ठ नेते तिथल्याच जवळच्या हॉटेलमध्ये थांबले. मनसे कार्यकर्त्यांकडून कोणताही गोंधळ होऊ नये व कायदा सुव्यवस्थेचा प्रश्न निर्माण होऊ नये म्हणून मनसे कार्यकर्त्यांवर सेक्शन १४४ अंतर्गत जमावबंदी लागू करण्यात आलेली होती. या इमारतीच्या आजूबाजूला शेकडो पोलीस तैनात करण्यात आलेले होते. इडीकडे जाणाऱ्या सगळ्या मार्गांवर बॅरीकेड्स लावून ते बंद करण्यात आलेले होते. इडीच्या ऑफिसजवळ कार्यकर्त्यांनी जमू नये अशा सूचना राज ठाकरे यांनी अगोदरच कार्यकर्त्यांना दिलेल्या होत्या तरीही आपल्या नेत्याप्रती असणारी निष्ठा प्रगट करण्यासाठी अनेकजण जमलेलेच होते.[१५]

एका कार्यकर्त्याने तर 'EDiot Hitler' असे स्वतःच्या टीशर्टवर छापले देखील होते. इडीच्या विरोधात काही घोषणाही दिल्या जात होत्या.[१६]

या वेळी शिवसेनेचे संजय राऊत म्हणाले, की संपूर्ण ठाकरे कुटुंबीय राजच्या बरोबर आहे.[१७]

तब्बल नऊ तासांच्या चौकशीनंतर राज ठाकरे ऑफिसमधून रात्री ८.१५

---

14. https://timesofindia.indiatimes.com/city/mumbai/ilfs-probe-donot-step-out-of-home-on-thursday-mns-tells-mumbai-residents/articleshow/70741038.cms

15. https://www.thehindubusinessline.com/news/national/raj-thackerayreaches-ed-office-with-family-in-tow/article29219989.ece

16. https://timesofindia.indiatimes.com/city/mumbai/raj-thackeraygriòed-by-enforcement-directorate-in-money-laundering-case/articleshow/70791599.cms

17. https://www.deccanherald.com/national/west/thackeray-family-still-supporting-raj-sanjay-raut-756169.html

वाजता बाहेर आले. बाहेर येत असताना ते शांत वाटत होते, परंतु त्यांनी माध्यमांशी बोलणे टाळले आणि ते आपल्या दादरच्या घरी रवाना झाले.

राज ठाकरे यांना इडीने दिलेले समन्स म्हणजे केंद्रातील भाजपच्या सरकारने आपले राजकीय वैर काढण्यासाठी केलेली कृती आहे असे मानले गेले. लोकसभा निवडणुकींच्या दरम्यान राज ठाकरे यांनी मोदींच्या विरोधात जे व्हिडिओ दाखवले होते आणि इव्हीएमला विरोध करण्यासाठी भाजप वगळता अन्य पक्षांना एकत्रित करण्याचा जो प्रयत्न राज ठाकरे यांनी चालवला होता त्याचा बदला घेण्यासाठी ही कृती केल्याचे बोलले जात होते. आगामी विधानसभा निवडणुकांमध्ये भाजपला त्यांनी टार्गेट करू नये म्हणून इशारा देण्यासाठी या केसमध्ये गुंतवण्यात आले होते. 'नवभारत टाईम्स'चे राजकीय संपादक अभिमन्यू शितोळे याविषयी म्हणतात, "राज ठाकरे यांना घाबरवण्यासाठी भाजपने खेळलेली ही राजकीय खेळी होती. राज ठाकरे यांनी कोणत्याही शासकीय कार्यालयात जबाबदारी हाताळलेली नसल्याने त्यांच्यावर भ्रष्टाचाराचे कोणतेही प्रकरण सिद्ध होऊच शकणार नव्हते. त्यामुळे इतके जुने प्रकरण हे केवळ त्यांना घाबरवण्यासाठीच उकरून काढलेले होते."[१८] अनुभवी पत्रकार जतीन देसाई म्हणतात, "जेव्हा सर्वोच्च न्यायालयाने २०१३ मध्ये सीबीआयला बोलावले होते. तेव्हा काँग्रेस अशा शोधयंत्रणाचा आपल्या विरोधकांची तोंडे बंद करण्यासाठी गैरवापर करीत असल्याचा आरोप हाच भाजपा करीत होता. आता राज ठाकरे यांना बजावलेले समन्स भाजपच्या बाबतीत तीच प्रतिमा तयार करणारे ठरले होते." देसाई यांनी आणखी एक महत्त्वाची आठवण सांगितली. १९७९ मध्ये रुस्तमजी कमिशन तयार केलेले होते. कायद्याची अंमलबजावणी करणाऱ्या यंत्रणांचा राजकीय स्वार्थासाठी वापर होण्यापासून रोखण्यासाठी त्यांनी अनेक महत्त्वाच्या सूचना केलेल्या होत्या. परंतु कोणत्याही राजकीय पक्षांना त्या सूचनांची अंमलबजावणी करण्याचे स्वारस्य नव्हते.[१९] देसाई यांनी आणखी एक महत्त्वाचे निरीक्षण नोंदवले ते म्हणजे, इडीच्या चौकशीला सामोरे गेल्यानंतर राज ठाकरे यांची पूर्वीची आक्रमकता लोप पावलेली दिसून आली. तथापि माध्यमांमध्ये काही दिवस टीका झाल्यानंतर राज म्हणाले, की ते गप्प बसणार नाहीत. ते म्हणाले, "माझी तिखट जीभ कधीही थांबणार नाही. माझी चौकशी तासा-दीड तासात संपण्यासारखी होती परंतु माझी कसून चौकशी केली हे त्यांना कुणालातरी दाखवायचे होते."[२०]

---

18. अभिमन्यू शितोळे यांची लेखकाने घेतलेली मुलाखत
19. जतीन देसाई यांची लेखकाने घेतलेली मुलाखत.
20. 'एबीपी न्यूज'वरील राज ठाकरे यांची मुलाखत.

काँग्रेसला राज ठाकरेंची ॲलर्जी

विधानसभा निवडणुकांपूर्वी राज ठाकरे आणि अजित पवार यांच्या काही बैठका झाल्या. त्यामुळे राजकीय वर्तुळामध्ये पुन्हा एकदा तर्कवितर्कांना उधाण आले. काँग्रेस-राष्ट्रवादी आघाडीसोबत मनसे जाणार अशी चर्चा सुरू झाली.(२१) परंतु शरद पवार यांनी स्पष्ट केले की जरी राष्ट्रवादी मनसेला सोबत घेण्यास तयार झाली तरीही काँग्रेसला ते मान्य होणार नाही. काँग्रेस नेत्यांच्या मते जरी आपण मनसेला सोबत घेतले तरीही त्या आघाडीचा महाराष्ट्राबाहेर काँग्रेसला काहीही फायदा होणार नाही. उलट राज ठाकरे यांची परप्रांतीयांविरोधातील मोहीम आणि भूमिका पाहता उत्तर प्रदेश आणि बिहारमध्ये होणाऱ्या निवडणुकांना सामोरे जाताना खूप अडचणी येतील. लोकसभेच्या वेळी राज ठाकरे यांनी भाजपच्या विरोधात जी मोहीम उघडली होती त्याचे काँग्रेसने स्वागत केले असले तरीही औपचारिकरित्या व अधिकृतपणे राज ठाकरेंचा आघाडीत समावेश करायला मात्र ते तयार नव्हते.(२२)

राष्ट्रवादीसमवेत मैत्रीपूर्ण संबंध

२०१९च्या विधानसभा निवडणुकांपूर्वी आपण निवडणूक लढवावी की न लढवावी अशा द्विधा मनःस्थितीत राज ठाकरे होते. त्यापूर्वी, राज ठाकरे यांनी इव्हीएममध्ये घोटाळा असल्याचे कारण सांगून निवडणुकांवर बहिष्कार टाकण्याचे आवाहन केले होते. अर्थात त्यांच्या या आवाहनाला अन्य राजकीय पक्षांनी पाठिंबा दिला नाही आणि त्यांनी जर निवडणूक लढवल्या नाहीत तर तो राजकीय आत्मघात ठरेल असे त्यांना अनेकांनी समजावले. त्यामुळे, अगदी शेवटच्या क्षणी त्यांनी २८८ पैकी निवडक अशा १०४ जागांवर आपले उमेदवार उभे करण्याचे ठरले. काँग्रेस राष्ट्रवादीच्या आघाडीमध्ये त्यांचा अधिकृत समावेश झाला नाही, परंतु त्यांच्याशी चांगले संबंध असल्या कारणाने मनसेने त्यांच्या महत्त्वाच्या व हक्काच्या जागांवर आपले स्पर्धक उमेदवार उभे केले

---

21. https://economictimes.indiatimes.com/news/politics-andnation/supporting-raj-but-cong-ncp-in-two-minds-over-pact/articleshow/70797184.cms

22. https://economictimes.indiatimes.com/news/elections/lok-sabha/india/mns-chief-raj-thackeray-campaigns-for-ashok-chavanindirectly/articleshow/68858686.cms?from=mdr

नाहीत. उदाहरणार्थ नाशिकमध्ये छगन भुजबळ किंवा मुंब्रामध्ये जितेंद्र आव्हाड यांच्या विरोधात मनसेचा उमेदवार उभा राहिला नाही.[२३]

निवडणुक प्रचाराच्या दरम्यान त्यांनी आपल्या एका विधानाने सर्वांनाच आश्चर्यचकीत केले. ते म्हणाले, 'मी मते मागतो आहे कारण मला विरोधी पक्षात बसायचे आहे. सक्षम विरोधी पक्षच अस्तित्वात नसल्याने ती दरी आपण भरून काढणार आहोत.'[२४]

विरोधी पक्षात बसण्यासाठी निवडणूक लढत आहोत अशी घोषणा करणारा बहुधा हा भारतातील पहिलाच पक्ष असावा. परंतु प्रत्यक्षात निकाल लागले तेव्हा मात्र मनसेच्या वाट्याला केवळ एक जागा आली. कल्याणमधून रमेश पाटील हे मनसेचे एकमेव उमेदवार निवडणूक जिंकले.[२५]

उधळपट्टीचा आणि उद्धट स्वभाव असल्याचा आक्षेप

राज ठाकरे यांची राजकीय अधोगती झाली त्याचे मुख्य कारण काय असावे? महाराष्ट्राच्या राजकारणात त्यांची अजूनही गरज आहे का? याची उत्तरे शोधण्यासाठी आपल्याला त्यांच्या भूतकाळात आणि व्यक्तिमत्त्वात डोकावणे गरजेचे आहे. हे जाणून घेण्यासाठी राज ठाकरे यांना दीर्घकाळापासून ओळखणारे आणि पक्षाचे उपाध्यक्ष वागीश सारस्वत यांच्याशी चर्चा केली. ते म्हणाले, ''माझा नेता हा एक चांगला माणूस आहे यात अजिबात शंका नाही. ते उत्तम वाचन करणारे आणि राजकारणाची नस जाणणारे आहेत. परंतु सातत्याचा अभाव हा मोठा दोष आहे आणि त्यामुळेच आमची आज राज्यात ही स्थिती आहे. ते जी गोष्ट सुरू करतात त्यातील काहीही शेवटापर्यंत नेऊन पूर्ण करीत नाहीत ही मुख्य समस्या आहे.'' यासाठी ते राज ठाकरे शिवसेनेत असतानाची काही उदाहरणे दाखला म्हणून देतात. ते म्हणाले, ''राज ठाकरेंनी मराठी माणसाला रोजगार मिळवून देण्यासाठी शिव उद्योग सेना सुरू केली. त्यांच्या

---

23. https://mumbaimirror.indiatimes.com/maharashtra-assembly-elections/news/ncp-supports-mns-candidate-avinash-jadhav-in-thane/articleshow/71490385.cms

24. https://theprint.in/opinion/mns-raj-thackeray-maharashtra-assembly-election-opposition/307514/

25. https://mumbaimirror.indiatimes.com/maharashtra-assembly-elections/news/mns-defeats-shiv-sena-in-kalyan-rural-for-its-only-seat/articleshow/71749028.cms

निमंत्रणाचा स्वीकार करून मायकल जॅक्सन देखील आला आणि त्याचा कार्यक्रमही जोरदार झाला, परंतु त्यानंतर या संघटनेला जी उंची मिळाली होती ती लोप पावत गेली आणि ही संस्था निष्क्रिय होत गेली. त्यांनी टोलच्या विरोधातही असेच एक मोठे आंदोलन सुरू केले आणि काही काळाने ते सोडून दिले. आजही मुंबईमध्ये पाचही प्रवेशमार्गांवर टोल त्याच पद्धतीने पुन्हा सुरू झाले आहेत जसे पूर्वी घेतले जात होते. मग त्यांनी बदल काय घडवला?'' असा प्रश्न सारस्वत उपस्थित करतात.[२६] २०१२ साली मुंबई महापालिकेच्या निवडणुका होण्यापूर्वी राज ठाकरे यांनी भारतीय राजकारणात काहीतरी वेगळे केले होते आणि ट्रेंडसेटर होण्याची त्यांची क्षमता होती. त्यांनी जाहीर केले होते की मुंबई महापालिकेच्या निवडणुकीस उमेदवार म्हणून पात्र होण्यासाठी सर्व इच्छुक उमेदवारांना दोन तासांची लेखी परीक्षा उत्तीर्ण व्हावी लागेल. त्यातून या उमेदवारांचे शहराविषयीचे ज्ञान व नागरी प्रशासनाविषयीचे आकलन तपासले जाईल. या परीक्षा उत्तीर्ण होणाऱ्यांच्या मुलाखती खुद्द राज ठाकरे स्वतः घेणार होते. गुणवत्तेच्या आधारावरच उमेदवारांची निवड केली जावी यासाठी सर्व राजकीय पक्षांना आदर्शभूत ठरावी अशी पद्धती राज ठाकरे आणू पाहत होते.

या परीक्षेमध्ये पुढीलप्रमाणे प्रश्न होते. ''बॉम्बेचे नाव मुंबई करण्याचा ठराव मुंबई महापालिकेने कोणत्या वर्षी मान्य केला?'' ''मुंबई महापालिका कोणत्या कलमांतर्गत काम करते?'' अशा प्रकारचे साधारण ५० वैकल्पिक प्रश्न उमेदवारांना दिले जायचे आणि त्यासाठी प्रत्येकी दोन गुण होते. त्यात दोन विस्ताराने लिहायचे प्रश्नही होते. परीक्षेपूर्वी इच्छुक उमेदवारांना अभ्यासाचे पूरक साहित्यही दिले जात असे. या परीक्षेसाठी मुंबईतून ६०० इच्छुक उमेदवार आलेले होते.[२७]

अर्थात ही उमेदवार निवडीची चांगली पद्धती असूनदेखील ती टिकू शकली नाही. २०१७ मध्ये मुंबईच्या निवडणुकीमध्ये उमेदवार हे पुन्हा पारंपरिक पद्धतीने निवडले गेले. त्यामुळेच राज ठाकरे जे सुरू करतात ते पूर्णत्वास नेत नाहीत याचेच हे आणखी एक उदाहरण असल्याचे बोलले जाऊ लागले. राज ठाकरे यांना त्यांच्या पक्षातही न मानणारे अनेक जण होते. त्यापैकी एक म्हणजे शिशिर शिंदे. राज ठाकरे यांच्या बरोबरीने शिवसेना सोडणारे आणि मनसेच्या स्थापनेत बरोबर असणारे नेते होते. शिंदे यांनी शिवसेना सोडणे हा शिवसेनेसाठी

---

26. वागीश सारस्वत यांची लेखकाने घेतलेली मुलाखत

27. https://www.hindustantimes.com/mumbai/mns-releasesfi r s t -list-of-208-candidates-with-exam-marks/ s t o r y -c5fGrbW2cRHo880cwOdwrJ.html

मोठा धक्का होता. पक्षातील ते महत्त्वाचे नेते होते आणि भारत पाकिस्तानच्या नियोजित सामन्याच्या वेळी पाकिस्तानला भारतात खेळू देऊ नये म्हणून वानखेडे येथील पीच खणणारे ते शिवसैनिक होते, त्यामुळे ते देशभर लोकप्रिय झाले होते. मनसेचा जो ऱ्हास झाला त्याविषयी लेखकाशी बोलताना शिंदे यांनी राज ठाकरेंवर जोरदार टीका केली. "मी त्यांची साथ सोडली कारण राज ठाकरे वरिष्ठ नेत्यांचे ऐकूनच घेत नाहीत. ते अतिशय उद्धट आहेत. ते चुकीचे निर्णय घेतात आणि लोकांना त्याची अंमलबजावणी करायला भाग पाडतात. पक्षातील नेत्यांचा ते अवमान करतात. त्यांचे द्वेषाचे राजकारण त्यांना फार लांब नेऊ शकत नाही. त्यामुळे मला तरी मनसेचे काही भवितव्य दिसत नाही."[२८]

आणखी एक नेते म्हणजे संजय घाडी. हे मनसेचे सरचिटणीस म्हणून काम पाहत होते. त्यांनी शिवसेना सोडून मनसेत प्रवेश घेतला होता. त्यांचेही मत शिंदेंसारखेच होते. ते म्हणाले, "राज ठाकरे यांचा त्यांच्या कार्यकर्त्यांशी संपर्कच नाही. त्यांच्या कार्यकर्त्यांना काय करायचे याची कोणतीही दिशा नसते आणि कोणताही कार्यक्रम ठरलेला नसतो. माझ्याप्रमाणेच राम कदम, प्रवीण दरेकर, वसंत गीते या सारख्या वरिष्ठ नेत्यांनी त्यांची साथ सोडली आणि इतर पक्षांत प्रवेश घेतला कारण राज ठाकरेंच्या बरोबर राहून आपली राजकीय प्रगती होऊ शकणार नाही असे या साऱ्यांचेच मत बनले होते."[२९] राज ठाकरे यांच्याबरोबर संजय घाडी यांनी २२ वर्षे एकत्रित काम केले आहे. त्यांच्या मते मनसेमध्ये फक्त हुकूमशाही आहे त्यामुळे त्यांनी हा पक्ष सोडला.[३०]

एबीपी न्यूजचे गणेश ठाकूर हे दहा वर्षांपासून मनसे हे बीट पाहतात. त्यांच्या मते, लोकांना त्यांचा जो उद्धटपणा दिसतो तो म्हणजे खरे तर नको असलेले लोक व विनाकारण आणि पूर्व परवानगी न घेता भेटायला येणाऱ्या लोकांसाठी असतो. परंतु त्यांनी जर तुम्हाला निमंत्रित केलेले असेल तर ते सर्वोत्तम पद्धतीने आदरातिथ्य करतात. ते स्वतःच्या हाताने जेवण वाढतात सुद्धा आणि आपल्या पाहुण्यांना सोडायला ते अगदी गेटपर्यंतसुद्धा येतात.[३१] उद्धव ठाकरे हे शिवसेनेची धुरा पुढे सांभाळतील या बाळासाहेब ठाकरेंच्या निर्णयाने दुखावल्याने राज ठाकरे यांनी शिवसेना पक्ष सोडला असला तरीही आपल्या काकांकडून वागायचे कसे याच्या अनेक गोष्टी ते शिकले होते. राज ठाकरेंवर

---

28. शिषीर शिंदे यांची लेखकाने घेतलेली मुलाखत.
29. संजय घाडी यांची लेखकाने घेतलेली मुलाखत
30. https://www.mid-day.com/articles/mns-is-a-dictatorship/56747
31. 'एबीपी न्यूज'चे रिपोर्टर गणेश ठाकूर यांची लेखकाने घेतलेली मुलाखत.

बाळासाहेबांचा मोठा प्रभाव आहे. ते त्यांच्याप्रमाणे नुसते व्यंगचित्रकारच नाहीत तर राज ठाकरे दिसतातही अगदी त्यांच्यासारखेच. बाळासाहेब तरुणपणी जसे दिसायचे तसेच राज ठाकरेही दिसतात. बाळासाहेब ज्या पद्धतीने बोलायचे ती शैलीही राज ठाकरे यांनी उचललेली आहे. त्यांच्या भाषणांमध्ये देखील अर्वाच्य शब्द, दुसऱ्यांची अवहेलना, विरोधातील राजकारण्यांची नक्कल आणि त्यांना इशारेवजा धमक्या देणे याचा पुरेपूर भरणा असतो. उत्कृष्ट अशा वक्तृत्व कलेमुळे राज ठाकरेंच्या सभांना मोठी गर्दी होते. त्याच्या अगदी विरुद्ध अशी उद्धव ठाकरे यांची प्रतिमा आहे. ते अतिशय मृदू भाषी, सभ्य आणि नम्र समजले जातात. उद्धव ठाकरे हे त्यांची नम्रता व साधेपणासाठी ख्यात आहेत तर राज ठाकरे हे त्यांच्या उधळपट्टी आणि आक्रमकतेसाठी ओळखले जातात. ते कला, खाणेपिणे आणि दारू यातील दर्दी समजले जातात. त्यांना लक्झरी कार्सची आवड आहे आणि बऱ्याचदा ते स्वतःच गाडी चालवतात. काही लोक राज ठाकरे यांना त्यांच्या उद्धटपणाच्या आधारावरच ओळखतात. परंतु त्यांचे दुसरे रूप हे मनसोक्त जगणाऱ्याचे आहे. त्यांना खास प्रकारची परफ्युम्स, इंटरनॅशनल गॅजेट्स आणि पेनची आवड आहे. ते बेन्सन अँड हेजेसचीच सिगारेट ओढतात आणि प्रिमियम सिंगल माल्ट व्हिस्की ग्लेनफीडीचची त्यांना आवड आहे. आपल्या काकांप्रमाणेच त्यांनी दारू आणि सिगारेटच्या बाबतीत कधीही तडजोड केलेली नाही.(३२)

अवनिंद्र आशुतोष हे सामनाच्या हिंदी आवृत्तीमध्ये काम करीत होते. ते या संदर्भातील आठवण सांगताना म्हणतात, ''राज ठाकरे आणि उद्धव ठाकरे यांना सामनाच्या कार्यालयात केबिन्स देण्यात आल्या. राज ठाकरे हे कायम उंची असे परदेशी परफ्युम लावत असत. त्यांची कार मुख्य इमारतीच्या गेटमधून आत आली आणि ते आतून बाहेर आले की त्यांनी लावलेल्या परफ्युमचा सुगंध वरच्या मजल्यापर्यंत येत असे. त्यांचा परफ्युम ही त्यांच्या येण्याची खूण असे. त्यामुळे ते येत आहेत हे समजताच सगळे जण सावध होत असत.(३३) १९९०च्या दरम्यान, भारतीय बाजारपेठेत अद्याप मोबाइल फोन दाखल झालेले नव्हते. मोबाईलच्या जागी पेजर वापरले जात असत. मुंबईमध्ये सर्वप्रथम पेजरसुविधेचा वापर करणाऱ्यांमध्ये राज ठाकरे यांचे नाव होते. त्यावेळी स्वतःचा पेजर असणं हा एक स्टेटस सिम्बॉल होता आणि त्यामुळे राज ठाकरे आपल्या कमरेला तो पेजर आवर्जून लावत असत. आशुतोष सांगतात, राज ठाकरे जेव्हा केव्हा

---

32. 'एबीपी न्यूज'चे रिपोर्टर गणेश ठाकूर यांची लेखकाने घेतलेली मुलाखत.
33. अवनिंद्र आशुतोष यांची लेखकाने घेतलेली मुलाखत

सामनाच्या कार्यालयात येत असत तेव्हा ते आपल्यासमवेत अनेक मित्रांना किंवा पक्षाच्या नेत्यांना घेऊन येत असत. त्यांच्या केबिनमध्ये दररोज दरबार भरत असे. त्याठिकाणी अनेक सेलिब्रेटीज आणि उद्योजकसुद्धा येऊन जात असत. ''मी स्वतः जॅकी श्रॉफ, आदित्य पांचोली तसेच मराठी चित्रपटसृष्टीतील अनेक कलावंत त्यांच्या दरबारात हजेरी लावून गेलेले पाहिले आहेत.''

राजचे चुलत बंधू उद्धव ठाकरे यांचे वागणे हे अगदी विरुद्ध. राजची एंट्री होत असे तसे ते कधीच आले नाहीत. ते शांतपणे येत असत आणि आपल्या येण्याची चाहूलही लागू न देता ते त्यांच्या केबिनमध्ये निघून जात असत. त्यांना अगदी मोजकी माणसं भेटायला येत असत.

राज विरुद्ध 'सामना'

राज आणि उद्धव हे जेव्हा केव्हा 'सामना'च्या कार्यालयात येत असत तेव्हा सुभाष देसाई हे 'सामना'चे प्रकाशक होते. ते कायम या दोघांच्या समवेत राहत असत. शिव उद्योग सेनेच्या आर्थिक मदतीच्या उभारणीसाठी राज ठाकरे यांनी मायकल जॅक्सनला निमंत्रित केले तेव्हा त्यांच्यावर खूप टीका झाली. हिंदुत्वाचे रक्षक असलेल्या शिवसेनेने असा कार्यक्रम आयोजित करणे हा विरोधाभास होता. राज ठाकरे यांच्या विरोधात वृत्तपत्रांतून रकानेच्या रकाने भरून मजकूर येत होते. पाश्चिमात्य संस्कृतीला विरोध करण्यासाठी शिवसेनेने व्हॅलेंटाईन डे साजरा करण्यास विरोध केला होता. व्हॅलेंटाईन डेच्या दिवशी भेटकार्डे विकणारी दुकाने आणि या दिवसाच्या निमित्ताने खास कार्यक्रमांचे आयोजन करणारे यांच्यावर शिवसैनिक हल्ले करीत होते व दुकानांची नासधूस करीत असत. व्हॅलेंटाईनला विरोध करणारी शिवसेना मायकल जॅक्सनला बोलावते हा मात्र लोकांना दांभिकपणा वाटला. कारण मायकल जॅक्सन हा पाश्चिमात्य पॉप म्युझिकचा आयकॉन होता. अशा परिस्थितीत आशुतोषने बातमी प्रकाशित केली की, जो कोणी ५० हजार रुपये देईल त्याला मायकेल जॅक्सनसमवेत हॉटेल ऑबेरॉयच्या टेरेसवर जेवण करण्याची संधी मिळेल. ही कल्पना अधिकाधिक फंड मिळवण्याची असली तरी ती नकारात्मक बाजूने पाहिली गेली. शिवसेनेचे मुखपत्र असलेल्या 'सामना'मध्ये ही बातमी प्रकाशित झाल्यानंतर राज ठाकरे खूप चिडले. त्यांनी आशुतोष यांना केबिनमध्ये बोलावले. राज ठाकरेंच्या रागाचा पारा काय असेल याचा अंदाज असल्याने आशुतोष आधी 'सामना'च्या हिंदी आवृत्तीचे कार्यकारी संपादक संजय निरुपम यांना भेटले. राज ठाकरे आत्ता चिडलेले असल्याने काही दिवस त्यांच्या समोर जाऊच नकोस आणि त्यांचा रागही काही दिवसांत निवळून जाईल असा

सल्ला निरुपम यांनी दिला. त्या दिवसांची आठवण सांगताना आशुतोष म्हणतात, राज ठाकरे हे अतिशय अनाकलनीय अशा पद्धतीने वागायचे. एक दिवस सकाळी ६.३० वाजताच ते हातात एक कागद घेऊन आले. त्यावेळी उपस्थित असलेल्या स्टाफच्या हातात तो कागद देऊन म्हणाले, ''मी हे कार्टून काढलेले आहे. आजच्या 'दोपहर का सामना' मध्ये ते प्रसिद्ध करा.''

राज ठाकरे हे नेहमी खूप उशिरा उठतात हे माहीत असल्याने राज ठाकरे इतक्या लवकर कार्यालयात आल्याचे पाहताच सगळ्यांनाच आश्चर्य वाटले. अनेक वर्षांनंतर जेव्हा राज ठाकरे यांनी मनसे स्थापन केली तेव्हा शरद पवार यांनी राज ठाकरे यांच्या उशिरा उठण्याच्या सवयीवर नेमकेपणाने बोट ठेवले. पवार उपहासाने म्हणाले, की ज्याला राजकीय पक्ष उभा करायचा आहे त्याने लोकांना भेटण्यासाठी किमान लवकर उठणे गरजेचे आहे.[३४]

प्रेम शुक्ला हे हिंदी सामनाचे चीफ रिपोर्टर होते. ते आता भाजपचे राष्ट्रीय प्रवक्ते आहेत. ते राज ठाकरे यांच्याविषयीचे भाष्य करताना म्हणतात, राज ठाकरे हे आपण कायम असुरक्षित आहोत असे मानणारे राजकारणी होते. 'सामना'मध्ये त्यांच्याविषयी काय प्रसिद्ध होणार आहे याविषयी ते अतिशय जागरूक असत. अशीच एक त्यांची आठवण शुक्ला यांनी सांगितली. हिंदी 'सामना'चे एक रिपोर्टर पी. महेश हे राज ठाकरे यांची पत्रकार परिषद कव्हर करण्यासाठी गेले. त्यांनी लिहिलेल्या बातमीमध्ये त्यांनी राज ठाकरे यांच्या पदाचा उल्लेख करताना भारतीय विद्यार्थी सेनेचे प्रमुख म्हणण्याऐवजी भारतीय कामगार सेनेचे प्रमुख म्हटले. राज ठाकरे यांनी त्याचा फार मोठा इश्यू केला. अखेरीस राज ठाकरे यांचे समाधान व्हावे म्हणून संजय निरुपम यांना त्या रिपोर्टरला काढून टाकावे लागले.

शुक्ला सांगतात, की राज ठाकरे यांना भारतीय कामगार सेनेचे प्रमुख म्हटल्याने त्यांची दुखती नस दाबली गेली होती. शिवसेनेमध्ये भारतीय कामगार सेना ही अतिशय सक्षम आणि सामर्थ्यवान अशी कामगार संघटना समजली जात होती. मुंबईतील सर्व स्टार हॉटेलमधील कामगार संघटनांमध्ये त्याचा प्रभाव मोठा होता. त्यामुळे राज ठाकरे यांना भारतीय कामगार सेना स्वतःच्या अधिपत्याखाली हवी होती. परंतु त्याच्या अध्यक्षपदी दुसऱ्या कुणाचीतरी वर्णी लागल्याने राज ठाकरे यांचा अहंकार दुखावला गेलेला होता. उद्धव ठाकरे यांच्या अपरोक्ष ही

34.https://www.livemint.com/Politics/ DZYWHj8UxOcu8auhniOEVI/Dont-speak-truth-in-politics- when-it-could-hurt-Sharad-Paw.html

बातमी छापून आल्याने राज ठाकरे अधिक अस्वस्थ झालेले होते.[३५]

लहरी स्वभाव

राज ठाकरे यांचा लहरी व विक्षिप्त स्वभाव कसा आहे याचे उदाहरण प्रेम शुक्ला यांनी दिले. बाळासाहेब ठाकरे यांनी राज ठाकरे यांना 'मार्मिक' या साप्ताहिकाचे मुखपृष्ठाचे कार्टून दर गुरुवारी काढून देण्याची जबाबदारी दिली होती. कारण दर शुक्रवारी हा अंक छपाईला पाठवण्यात येत असे. परंतु लवकरच राज ठाकरे यांचा त्यातील इंटरेस्ट कमी झाला आणि त्यांच्याकडून डेडलाईन चुकू लागली. अगदी शेवटच्या क्षणी त्यांचे पर्याय म्हणून नेमलेले कार्टूनिस्ट विकास सबनीस यांना कार्टून काढण्यास सांगण्यात येत असे. त्यामुळे बाळासाहेब ठाकरेही वैतागले होते. शुक्ला आठवण सांगतात, की एकदा ते ऑफिसमध्ये असताना लँडलाईनवर बाळासाहेबांचा फोन आला. त्यांनी शुक्ला यांना कॉम्प्युटरवरून एक प्रिंट आऊट काढायला सांगितली. त्यावर एक सूचना लिहिलेली होती. 'बुधवारी राज ठाकरे कुणालाही भेटणार नाहीत. त्या दिवशी ते मार्मिकसाठी कार्टून काढतील. - आदेशावरून - बाळ ठाकरे.' ही प्रिंटआऊट सामना कार्यालयाच्या मुख्य प्रवेशद्वारावर लावण्यात आली. या नोटीसमुळे राज ठाकरे पुढील काही आठवडे न चुकता वेळेत कार्टून देत पाहिले परंतु त्यानंतर त्यांची कार्टून येणे पूर्णपणे बंद झाले.

राज ठाकरे यांची उद्धवशी तुलना करताना शुक्ला म्हणतात, ''उद्धव व राज यांच्यातील मुख्य फरक म्हणजे उद्धव जे काही हाती घेईल ते कमालीच्या गांभीर्याने करतो. ससा आणि कासवाच्या गोष्टीमधले कासव म्हणजे उद्धव आहेत.''

रमेश किणी मृत्यूप्रकरण

फोटोग्राफर रमेश किणी खूनप्रकरणी राज ठाकरे यांचा 'सामना' कार्यालयातील दरबार पुन्हा एकदा चर्चेत आला होता. अर्थात राज ठाकरे यांच्यावर जेलमध्ये जाण्याची पाळी आली नाही हेच नशीब. या प्रकरणाने राज ठाकरे यांच्या कारकिर्दीला वेगळे वळण मिळाले आणि इथूनच राज ठाकरे यांना शिवसेनेमध्ये साईड लाईन करण्यास सुरुवात झाली. अंतिमतः राज ठाकरे यांनी पक्ष सोडला.

दिनांक २३ जुलै १९९६ रोजी रमेश किणी नावाच्या एका माणसाचा मृतदेह पुण्यातील एका चित्रगृहात सापडला होता. त्याच्या पत्नीने शीलाने सांगितले की ते 'सामना'च्या ऑफिसमध्ये जात आहेत असे सांगून निघाले होते.

35. प्रेम शुक्ला यांची लेखकाने घेतलेली मुलाखत.

पोलिसांनी सुरुवातीला ही आत्महत्येची घटना मानली, परंतु त्यांच्या पतीच्या हत्येसाठी राज ठाकरे जबाबदार आहेत असा आरोप पत्नी शीलाने केला. रमेश किणी हे एका भाड्याच्या फ्लॅटमध्ये राहत होते. दक्षिण आणि मध्य मुंबईमध्ये त्या दिवसांत पगडी पद्धत सुरू होती. या पद्धतीनुसार, जो भाडेकरू त्या खोलीमध्ये राहत असेल तो त्या मालमत्तेचा मालकही बनत असे. शीला यांच्या मते, त्यांच्या मालकाला ती जागा पुनर्विकासासाठी काढायची असल्याने ते ती जागा रिकामी करण्यासाठी दबाव टाकत होते. ही जागा रिकामी करण्यासाठी ते जे पैसे देऊ करीत होते ते कमी असल्याने रमेश किणी यांनी नकार दिलेला होता. किणींना त्रास देण्यासाठी जमीन मालकांने राज ठाकरे यांची मदत घेतली होती. एकच दिवस अगोदर किणी यांनी त्यांच्या वकिलांना दोन पत्रे दिली होती. त्यामध्ये त्यांनी आपल्याला फ्लॅट रिकामा करण्यासाठी जागा मालकाकडून मानसिक त्रास दिला जात असल्याची तक्रार केलेली होती.[३६]

हा मुद्दा विरोधी पक्षांनी उचलून धरला आणि त्यांनी राज ठाकरे यांना अटक करण्याची मागणी केली. संबंधित घरमालकाला आपण ओळखतो हे राज ठाकरे यांनी मान्य केले, परंतु आपण कधीही किणी यांना भेटलेलो नसल्याचे किंवा या मृत्यूशी आपला काहीही संबंध नसल्याचे त्यांनी स्पष्ट केले. या प्रकरणाचा तपास होत असताना राज यांच्यावर आरोप होत होता. याच प्रकरणी भारतीय विद्यार्थी सेनेचे आशुतोष राणे यांना पोलिसांनी अटक केली. शिवसेनेचे सरकार सत्तेवर आल्यानंतर ही एक महत्त्वाची घटना घडलेली होती आणि ठाकरे कुटुंबातील कुणावर पहिल्यांदाच असा गुन्हा दाखल झालेला होता.

प्राथमिक तपास पुणे पोलिसांनी केला, परंतु त्यानंतर हे प्रकरण सीआयडीकडे सोपवण्यात आले. त्यांनी राज ठाकरे यांची तासन तास चौकशी केली. पुढे मुंबई उच्च न्यायालयाच्या आदेशानुसार हे प्रकरण सीबीआयकडे सोपवण्यात आले. सीबीआयने सुद्धा त्यांच्या मुंबईतील फोर्टमधील ऑफिसमध्ये राज ठाकरेंची तासन तास चौकशी केली. परंतु काही दिवसांनंतर त्यांना क्लिन चीट देण्यात आली. राज ठाकरे यांना सोडण्यात आले तरीही या प्रकरणातील घरमालक आणि राज ठाकरेंचा विश्वासू आशुतोष राणे यांच्यावर मात्र गुन्हा दाखल करण्यात आला.[३७]

36. https://www.huffingtonpost.in/entry/murder-case-raj-thackerayexit-shiv-sena_in_5d88b9d3e4b070d468d03613
37. https://www.freepressjournal.in/cmcm/kini-murder-case-to-haunt-raj-thackeray-heres-everything-about-the-case

उद्धव विरुद्ध राज

रमेश किणी हे प्रकरण सुरू असताना राज ठाकरे यांनी राजकारणापासून दूर राहावे आणि थोडी आक्रमकपणाला मुरड घालावी असे त्यांना सांगण्यात आले होते. त्यांच्या सामनातील भेटी आणि राज ठाकरेंचा दरबार या दोन्ही गोष्टी संपल्या. किणी प्रकरणामुळे राज ठाकरे यांची राजकीय कारकिर्द एका वेगळ्याच वळणावर गेली. त्यांच्या पक्षातीलच टीकाकारांनी त्यांच्या ऐषआरामी जीवनशैली आणि सोबत असलेल्या लोकांविषयी टीका करण्यास सुरुवात केली. बाळासाहेब ठाकरे आजवर त्यांची नेहमीच पाठराखण करीत आले होते. त्यांच्या मनात राज यांच्या व्यक्तिमत्त्वाविषयी आणि नेता म्हणून असणाऱ्या त्यांच्या क्षमतांविषयी खूप चुकीच्या गोष्टी मनात भरण्यास लोकांनी सुरुवात केली.

किणी प्रकरणात राज ठाकरे यांचे नाव आल्याने त्यांच्या प्रतिमेवर काळा डाग बसला आणि त्यामुळे पक्षाचा पुढचा वारसदार म्हणून राज ठाकरे यांचे नाव जाहीर करणे बाळासाहेबांना धोकादायक वाटले असावे. कारण त्यातून आपल्याही प्रतिमेला धक्का बसेल आणि पक्षासाठीही ते चांगले नसेल असा विचार बाळासाहेबांनी केला असावा.[३८] या सगळ्या पार्श्वभूमीवर उद्धव ठाकरे यांचा पक्षामध्ये वेगाने उदय सुरू झाला. लवकरच उद्धव यांनी आपला अलिप्तपणा बाजूला सारला आणि सक्रिय राजकारणात रस घेण्यास सुरुवात केली. दुसरीकडे राजचे पंख कापले जात होते.

राज ठाकरे यांच्या समर्थकांचा पक्षातील मान आणि सामर्थ्य दोन्ही संपुष्टात आले. अनेक निवडणुकांमध्ये राज ठाकरेंचे समर्थक असलेल्या नेत्यांना निवडणुकीत तिकिटे नाकारली जाऊ लागली. भाजप- शिवसेना युती सत्तेत आल्यानंतर राज आणि उद्धव या दोघांनीही त्यांची माणसे राज्यातील महापालिका आणि प्रशासकीय संस्थांमध्ये घुसवण्यासाठी प्रयत्न सुरू केले. अर्थात त्यामध्ये प्राधान्य अर्थातच उद्धवच्या माणसांना दिले जाऊ लागले आणि राज ठाकरे यांचे पाठिराखे बाजूला काढले जाऊ लागले. १९९६ साली पुण्यातील राज्यसभेची जागा रिक्त झाली. राज ठाकरे यांना त्यांचे औद्योगिक क्षेत्रातील मित्र असलेले परवेझ दमानिया यांना शिवसेनेतून राज्यसभेवर पाठवण्याची इच्छा होती. परंतु उद्धव ठाकरे यांना मात्र 'दोपहर का सामना' या हिंदी वृत्तपत्राचे कार्यकारी संपादक संजय निरुपम यांना राज्यसभेवर पाठवायचे होते. शेवटी

38. Kulkarni, Dhaval (2019), The Cousins Thackeray: Uddhav, Raj and the Shadows of Their Senas, Penguin Ebury Press, London.

उद्धव यांचाच शब्द अंतिम ठरला आणि निरुपम यांची निवड झाली.[३९]

१९९२च्या निवडणुकीत बाळासाहेबांनी उमेदवार निश्चिती केली होती तेव्हा राज ठाकरे यांनी त्यांना तिकिटवाटपाच्या वेळी सहकार्य केले होते. परंतु प्रत्यक्षात निवडणुकीचे निकाल लागले तेव्हा शिवसेनेचा धुव्वा उडाला. शिवसेना हारली आणि मुंबई महापालिकेवर काँग्रेसची सत्ता आली. १९९७ मध्ये हीच जबाबदारी उद्धव ठाकरे यांच्या खांद्यावर देण्यात आली. राज ठाकरे यांचे एकनिष्ठ असलेले काही नेते होते ज्यांना पक्षाने तिकीट द्यावे अशी राज ठाकरे यांची इच्छा होती. त्या पैकी तीन उमेदवार तर असे होते ज्यांना तिकिट मिळायलाच हवे असा त्यांचा आग्रह होता. परंतु प्रत्यक्षात या तीन नावांपैकी एकाच उमेदवाराला तिकिट मिळाले.[४०]

उद्धव ठाकरे यांना उत्तर भारतातील लोकांना पक्षाशी जोडायचे होते. शिवसेना हा केवळ मराठी भाषिक लोकांचा पक्ष नसून तो सर्व हिंदूंचा पक्ष आहे अशी शिवसेनेची प्रतिमा जनमानसात तयार व्हावी असा उद्धव यांचा प्रयत्न होता. त्याच भूमिकेतून त्यांनी बाळासाहेब ठाकरे यांना आग्रहाने हिंदी वृत्तपत्र सुरू करण्यास सांगितले होते. याच प्रयत्नांचा एक भाग म्हणजे निरूपम यांना देण्यात आलेली राज्यसभेची उमेदवारी हा होता. परंतु राज ठाकरे यांनी मात्र शिवसेनेच्या इमेज बिल्डिंगसाठी उद्धव यांनी सुरू केलेल्या प्रयत्नांना सुरूंग लावण्याची सुरुवात केली.

दिनांक २१ नोव्हेंबर २००३ रोजी राज ठाकरे यांच्या भारतीय विद्यार्थी सेनेचे कार्यकर्ते मुंबईतील कल्याण रेल्वे स्टेशनवर दाखल झाले. रेल्वे रिक्रुटमेंट बोर्डाच्या वतीने दोन दिवसांनंतर नोकरीस इच्छुक असलेल्या उमेदवारांसाठी प्रवेश परीक्षा आयोजित केलेली होती. या प्रवेश परीक्षेत सहभागी होण्यापासून उत्तर भारतीयांना रोखावे म्हणून राज ठाकरे यांचे कार्यकर्ते रेल्वे स्टेशनमध्ये काठ्या घेऊन घुसले आणि त्यांनी जो जो उत्तर भारतीय रेल्वे स्टेशनवर दिसेल त्याला बदडून काढायला सुरुवात केली. त्यांना कानाखाली मारल्या, लाथा घातल्या आणि बुकलूनही काढले. मार खाल्लेले बहुतांश तरुण हे उत्तर भारतातील उत्तर प्रदेश, बिहार या राज्यांतून परीक्षेसाठी आलेले होते. त्यांची हॉल तिकिट काढून घेण्यात आली आणि फाडण्यात आली. राज ठाकरेंच्या माणसांपासून मार खावा लागू नये म्हणून अनेक तरुण आपले सामान तिथेच टाकून पळून गेले.[४१]

---

39. Ibid.
40. प्रेम शुक्ला यांची लेखकाने घेतलेली मुलाखत
41. https://timesofindia.indiatimes.com/city/mumbai/Railway-exams-sent-off-track/articleshow/295829.cms

त्यानंतर थोड्याच वेळात राज ठाकरे यांनी जाहीर केले की, 'हा तर फक्त ट्रेलर आहे. त्यांनी हा इशारा लक्षात घेतला नाही तर काय होईल हे पाहा.'[४२] उत्तर भारतीयांमध्ये शिवसेनेविषयी विश्वास निर्माण करण्याच्या उद्धव यांच्या प्रयत्नांना मोठी खीळ बसवणारी ही घटना होती. त्याचबरोबर शिवसेनेचा राज्यातील राजकीय भागीदार असलेल्या भाजपसाठीसुद्धा ही लाजिरवाणी बाब होती. कारण भाजप हा राष्ट्रीय पक्ष असल्याने उत्तर प्रदेश आणि बिहारमधील त्यांच्या मतदारांना ते काय उत्तर देणार होते? कारण ज्यांच्यासमवेत युती केली आहे त्याच राजकीय पक्षाचे लोक महाराष्ट्रात त्यांच्यावर हल्ले करीत होते. त्यामुळे त्यांना समजवायचे कसे हा मोठाच प्रश्न होता.

राज ठाकरे हे पक्षातून बाहेर पडले आणि त्यांनी मनसे स्थापन केली तेव्हा उद्धव ठाकरे यांनीही रमेश किणी प्रकरणाचा राज ठाकरे यांना लक्ष्य करण्यासाठी वापर केला. भाजप-शिवसेना युतीने प्रख्यात वकील महेश जेठमलानी यांना नॉर्थ सेंट्रलच्या लोकसभा जागेसाठी २००९ मध्ये उभे केले. तेव्हा राज ठाकरे यांनी त्यांना उपरोधिकपणे टोला लगावला. ते म्हणाले, शिवसेना मराठी लोकांसाठी काम केल्याचा दावा करून लोकप्रियता मिळवू पाहते आणि त्याचवेळी उत्तर भारतीय माणसाला मत द्यायला लावते. नेमका त्याच लोकसभा मतदारसंघात शिवसेनेचा पराभव झाला. त्यावेळी 'राज ठाकरे हा कृतघ्न माणूस आहे' अशा शब्दांत उद्धव ठाकरेंनी राज ठाकरेंवर टीका केली. कारण ज्यावेळी राज हा रमेश किणी प्रकरणात अडकलेला होता तेव्हा बाळासाहेब ठाकरे यांनी महेश जेठमलानी यांचे वडील राम जेठमलानी यांना भेटून राजला या प्रकरणातून सोडवण्याची विनंती केली होती.[४३]

अनेकदा अशा पद्धतीने पराभव पत्करावा लागल्यानंतर, निवडणुकीत वाईट कामगिरी राहिल्यानंतर आणि सातत्याने टीकेचा धनी झाल्यानंतर देखील राज ठाकरे यांची मान कायम वरच राहिली. एबीपी न्यूजच्या वतीने आयोजित एका टीव्ही शोमध्ये निवडणुकीच्या पार्श्वभूमीवर ते म्हणाले होते, "जर मी हार मान्य केली तरच मी हारलो असे म्हणता येईल."[४४] ठाकरे यांची वाटचाल अनेक वर्षांपासून पाहणाऱ्या ज्येष्ठ पत्रकारांच्या मते मनसेतील त्यांचे अनेक टीकाकार हे अतिशय महत्त्वाकांक्षी लोक होते आणि अशी विचारधारा असणाऱ्या माणसासमवेत

---

42. Frontline, cover story, December 2003.

43. https://www.dnaindia.com/mumbai/report-raj-is-ungrateful-uddhav-thackeray-1258463

44. 'एबीपी न्यूज'वरील राज ठाकरे यांची मुलाखत

ते फार काळ काम करू शकणार नव्हते. त्यापैकी काहींना तर त्यांच्या नातेवाईकांनाही निवडणुकीची तिकिटे देण्याची इच्छा होती. परंतु आपल्या मागण्या मान्य होऊ शकणार नाहीत हे लक्षात आल्यावर त्यांनी पक्षाला रामराम केला.

मनसेचा भगवा झेंडा!

दिनांक २३ जानेवारी २०२० हा दिवस म्हणजे शिवसेनेचे संस्थापक बाळासाहेब ठाकरे यांचा जन्मदिवस. याच दिवशी मनसेने एक राज्यस्तरीय मेळावा आयोजित केला. त्या सायंकाळी राज ठाकरे यांनी आपल्या पक्षासाठी एक नवा झेंडा सादर केला. हा झेंडा संपूर्णपणे भगवा आहे आणि त्यावर छत्रपती शिवाजी महाराजांची राजमुद्रा स्थापित करण्यात आली आहे. व्यासपीठाच्या मागे लावलेल्या या झेंड्याकडे पाहत राज ठाकरे म्हणाले, "मी जेव्हापासून माझा पक्ष स्थापन केला आहे तेव्हापासून माझ्या मनात असलेला झेंडा हाच आहे. यापूर्वीचा मनसेचा झेंडा हा चार आडव्या पट्ट्यांमध्ये चार रंग असलेला होता. त्यात निळा, पांढरा, भगवा आणि हिरवा असे चार रंग होते. सोशल इंजिनिअरिंगचा भाग म्हणून पक्षाचा पूर्वीचा चार रंगांचा झेंडा स्वीकारलेला होता. परंतु हिंदुत्व हे माझ्या रक्तात आहे."[४५]

या कार्यक्रमाने राज ठाकरे यांच्या पक्षामध्ये एक वेगळाच क्रांतीकारी बदल घडवून आणण्याचे काम केले आहे. मराठी माणूस ही विचारधारा त्यांनी सोडून दिली असे ते उघडपणे म्हणाले नाहीत, परंतु आता त्यांचा पक्ष हा हिंदुत्वाचा पुरस्कार करणारा भगवा पक्ष असेल हा संदेश त्यांनी निश्चितपणे दिला आहे. काही दिवसांपूर्वीच शिवसेनेने हिंदुत्वाची विचारधारा सोडली होती. राजने मोदींच्या सरकारलाही आपला पाठिंबा जाहीर केला आणि बेकायदेशीररीत्या भारतात राहणारे बांगलादेशी आणि पाकिस्तानी घुसखोर यांना बाहेर हाकलून द्यायलाच हवे अशी जाहीर भूमिका मांडली.

जेव्हा मनसेच्या वरिष्ठ नेत्यांशी मी संवाद साधला तेव्हा ते म्हणाले, "आता राजकारणामध्ये आपले अस्तित्व राखून ठेवण्यासाठी ज्याप्रमाणे बाळासाहेब ठाकरे यांनी योग्य वेळी हिंदुत्व स्वीकारले होते त्याचप्रमाणे आता हिंदुत्वाची विचारधारा अंगीकारणे आणि भाजपशी हात मिळवणे हाच पर्याय होता. आत्ता सुदैवाने परिस्थिती अशी निर्माण झाली की हे सारे शक्य झाले. शिवसेनेने

45. https://www.indiatoday.in/india/story/maharashtra-mns-raj-thackeray-hindutva-caa-nrc-muslim-immigrants-1639617-2020-01-24

काँग्रेस-राष्ट्रवादीसमवेत जाताना त्यांची हिंदुत्वाची विचारधारा बाजूला ठेवलेली आहे आणि ती पोकळी मनसे निश्चितपणे भरू शकते. दुसऱ्या बाजूला शिवसेनेशी घटस्फोट झाल्यानंतर भाजपसुद्धा एखाद्या प्रादेशिक पक्षाचा हात हातात घेऊ शकतो आणि तो पक्ष मनसे असू शकतो.''

मुंबईच्या आझाद मैदानमध्ये २०१२ साली झालेल्या प्रचारसभेत राज ठाकरे यांनी जाहीर केले होते, ''मी महाराष्ट्र धर्म सोडून अन्य कोणताही धर्म मानत नाही.'' त्यावेळी 'भूमीपूत्रांचे हक्क' ही संकल्पना केंद्रस्थानी होती.(४६)

परंतु त्यांच्या पक्षाची निवडणुकीतील घसरण पाहता हा मुद्दा केंद्रस्थानी ठेवून प्रत्यक्ष निवडणूकीत त्याचा फायदा होत नाही हे लक्षात आले होते. अनुभवी पत्रकार प्रकाश अकोलकर याविषयी म्हणतात, ''महाराष्ट्रात २०२२ मध्ये होणाऱ्या मुंबई महापालिकेच्या निवडणुका हे महाराष्ट्रातील सर्व पक्षांपुढील सर्वांत मोठे आव्हान असणार आहे. जर राज ठाकरे हे भाजपसमवेत जाणार असतील तर दोन्ही पक्षांना त्याचा लाभ होईल. शिवसेनेने राष्ट्रवादी व काँग्रेस समवेत जी आघाडी केलेली आहे ती अनेक शिवसैनिकांना आवडलेली नाही. त्यामुळे छुपेपणाने ते मनसेला पाठिंबा देणे शक्य आहे. त्याचप्रमाणे उद्धव ठाकरे यांनी आपल्या मुलाला आदित्यला कॅबिनेटमध्ये घेतले हेदेखील शिवसेनेच्या काही नेत्यांना रुचलेले नाही. कारण त्यातून एक चुकीचा संदेश गेलेला आहे की पक्षातील अनेक पक्षनिष्ठांना डावलून कुटुंबातील सदस्यांना प्राधान्य दिले गेले आहे. असे दुखावलेले नेते पक्षाचे नुकसान करू शकतात.'' राज ठाकरे यांनी हिंदुत्वाचा अजेंडा स्वीकारल्यानंतर अवघ्या आठवड्याभरातच मुंबई आणि ठाणे या शहरांत काही बॅनर्स आणि पोस्टर्स लागलेले दिसले. त्यामध्ये राज ठाकरे यांचा फोटो व त्याखाली हिंदू हृदयसम्राट लिहिलेले होते. पण त्यांचे काका बाळासाहेब ठाकरे यांनी १९८७ साली जेव्हा हिंदुत्वाची विचारधारा स्वीकारलेली होती तेव्हा पासून त्यांना हिंदू हृदयसम्राट या विशेषणाने ओळखले जाते. अर्थात राज ठाकरे यांनी लगेचच आपल्या कार्यकर्त्यांना सांगितले की आपल्याला त्या नावाने संबोधू नये.(४७) राज ठाकरे यांनी हिंदुत्वाचा अजेंडा उचलून धरल्यानंतर आता राजकीय वर्तुळात हा प्रश्न विचारला जातो आहे की त्यांचा पक्ष आता

---

46. https://www.rediff.com/news/slide-show/slide-show-1-maharashtra-dharma-is-my-only-religion-raj-thackeray-prasanna-azad-maidan/20120821.htm

47. 'Raj Thackeray: Don't call me Hindu Hriday Samrat', Mumbai Mirror, 27 January, 2020.

भाजपसमवेत हात मिळवणार का आणि शिवसेनेला एक समर्थ पर्याय बनणार का?

भाजपचे महाराष्ट्राचे प्रदेशाध्यक्ष चंद्रकांत पाटील म्हणाले, ''राज ठाकरे यांनी हिंदुत्वाची विचारधारा स्वीकारली आहे याचे आम्ही स्वागत करतो परंतु त्यांनी परप्रांतीयांच्या विरोधातील राजकारण सोडले तरच आम्ही त्यांचा विचार करू.''(४८)

मनसेने आता 'मराठी' राजकारण सोडून 'हिंदुत्व' हाताशी धरलेले असले तरीही 'वायर'चे राजकीय पत्रकार रवीकिरण शिंदे यांच्या मते राज ठाकरे यांना उघड आणि छुप्या हिंदुत्वाच्या अरुंद पोकळीत काम करावे लागणार आहे. त्यामध्ये अगोदरपासूनच भाजप आणि शिवसेना आहेत.(४९) 'राज ठाकरे यांच्यातील हा बदल झाला त्यापूर्वीच त्यांचे बंधू मुख्यमंत्री झाले आहेत. राज ठाकरेंनी मात्र मराठी कार्डचा त्याग करून महाराष्ट्रातील स्वतःचे वेगळे स्थान डळमळीत केले आहे.' हिंदुत्वाचा लाभ व्हावा म्हणून रिकाम्या झालेल्या जागेमध्ये राज ठाकरे प्रयत्न करीत आहेत परंतु ते सर्वस्वी खरे नाही. भाजप हा त्या रिंगणात पूर्णपणे उतरून खेळणारा खेळाडू आहे आणि शिवसेना परिस्थितीनुरूप आपली शक्ती आणि प्रभाव वाढवू शकते. अशा रीतीने राज यांनी आपल्याकडील सारे काही एकाच पारड्यात टाकलेले आहे. शिवसेनेने निर्माण केलेल्या रिकाम्या जागेत ही संधी साधून आपली जागा तिथे निर्माण करावी असा प्रयत्न आहे, परंतु शिवसेनेने तो प्रयत्न हाणून पाडला तर काय? काही महिन्यांपुरती काँग्रेस आणि राष्ट्रवादीशी ही आघाडी टिकून राहिली आणि पुन्हा शिवसेनेने भाजपशी हात मिळवले तर? मग राज ठाकरे यांना काही पर्याय उरेल का? असे शिंदे यांनी लिहिले आहे.(५०)

अनेक राजकीय भाष्यकार अजूनही असे मानतात की राज ठाकरे हे शून्यातून पुन्हा वर येण्याची क्षमता असणारे नेतृत्व आहे. ते पुन्हा त्यांच्या पक्षाला नवी संजीवनी नक्की देऊ शकतील. जर त्यांनी स्वतःच्या वर्तणुकीत काही बदल घडवले आणि प्रयत्नांत सातत्य आणले तर निश्चितपणे चांगले, वेगळे काही घडू शकेल.

इतिहासाने दाखवून दिले आहे की राजकारणात कधीही काहीही होऊ शकते.

48. https://www.lokmat.com/mumbai/bjp-leader-chandrakant-patil-has-welcomed-mns-taking-role-hindutva/
49. https://thewire.in/communalism/raj-thackeray-uddhav-mns-saffron
50. 'Raj Thackeray's Right Turn is Dangerous.',The Wire, 25th January, 2020.

उपोद्घात

मुख्यमंत्री बनल्यानंतर तिसऱ्या दिवशी म्हणजे दिनांक ३ डिसेंबर २०१९ रोजी उद्धव ठाकरे यांनी १६९ आमदारांच्या पाठिंब्यासह विधानसभेच्या फ्लोअरवर विश्वासदर्शक ठराव संमत केला. यात प्रो-टेम स्पीकरही बदलण्यात आले. उपस्थितांपैकी चार आमदार तटस्थ राहिले आणि भाजपच्या १०५ आमदारांनी सभागृहातून वॉक आऊट केले. कालीदास कोळंबकर यांच्या जागी प्रो टेम स्पीकर म्हणून दिलीप वळसे पाटील यांची नियुक्त केल्याने त्याचा निषेध म्हणून आणि इतरही काही मुद्द्यांसाठी भाजपने वॉक आऊट केले.

नवे पवार आणि ठाकरे

महाराष्ट्राच्या पाच दशकांच्या राजकारणाला आकार देणारी आणि त्यावर वरचष्मा असणारी दोन आडनावे म्हणजे पवार आणि ठाकरे. २०१९च्या घडामोडींनी हे दाखवून दिले की पुन्हा एकदा हीच दोन नावे महाराष्ट्राच्या राजकारणावरील आपली पकड कायम असल्याचे दाखवून देणार आहेत. हे वर्ष अनेकार्थांनी महत्त्वाचे होते कारण या वर्षी नवे ठाकरे आणि पवार महाराष्ट्राच्या राजकीय रंगमंचावर दाखल झाले.

उद्धव ठाकरे यांचे चिरंजीव आदित्य हे जरी अधिकृतपणे शिवसेनेत २०१० पासून कार्यरत असले तरीही प्रत्यक्ष निवडणुकीत उभे राहून विधानसभा निवडणूक लढवण्याची सुरुवात त्यांनी २०१९ पासूनच केली. ठाकरे घराण्यात निवडणूक लढवणारे आणि मंत्री होणारे आदित्य ठाकरे हे पहिलेच. त्यांनी मुंबईतील वरळी या सुरक्षित मतदारसंघातून निवडणूक लढवली. कारण तो शिवसेनेचा बालेकिल्ला समजला जातो. आदित्यचा लहान भाऊ तेजस हासुद्धा आता राजकीय कार्यक्रमांतून दिसू लागला आहे.

मनसेचा राज्यस्तरीय मेळावा २३ जानेवारी रोजी मुंबईच्या नेस्को मैदानावर झाला. त्यावेळी राज ठाकरे यांनी त्यांचा मुलगा अमित याला पक्षाच्या राज्यस्तरीय मेळाव्यात प्रथमतः समोर आणले. अमित हा राज ठाकरे यांच्या समवेत अनेक राजकीय कार्यक्रमांतून दिसत आला आहे आणि अनेक परिषदांतही तो राज ठाकरेंच्या समवेत दिसतो. त्यामुळे राज ठाकरे त्यालाही पुढच्या राजकीय कारकिर्दीसाठी तयार करत आहेत हे आता सर्वांच्याच लक्षात आले आहे. राज आणि अमित यांचे व्यक्तिमत्त्व पाहता ते अगदी बाळासाहेब ठाकरे व उद्धव ठाकरे यांच्या व्यक्तिमत्त्वाप्रमाणेच पूर्णतः विरूद्ध आहे. राज ठाकरे हे बाळासाहेबांप्रमाणेच आक्रमक आणि कठोर भूमिका घेणारे आहेत. तर त्यांचा मुलगा हा नेमका उद्धव ठाकरे यांच्याप्रमाणे मृदूभाषी आणि सभ्य वागणारा आहे. अमित हा त्याचा चुलत भाऊ आदित्यपेक्षा दोन वर्षांनी लहान आहे.

त्याचप्रमाणे इकडे आणखी एका नव्या पवारांनी राज्याच्या राजकारणात २०१९ मध्ये पाऊल ठेवले आहे. त्यांचे नाव आहे रोहित पवार. रोहित पवार हे शरद पवारांचे मोठे बंधू अप्पासाहेब पवार यांचे नातू आहेत. ते कर्जत-जामखेडची विधानसभा जागा जिंकलेले होते. त्यांनी अलीकडेच जिल्हा परिषद निवडणूकही लढवलेली होती. काही महिन्यांपूर्वीच त्यांचा चुलत भाऊ पार्थ यांनी लोकसभेची निवडणूक मावळमधून लढवली होती, परंतु त्यांत त्यांचा दणकून पराभव झाला. अर्थात तरीही त्यांनी पूर्ण हार मानली नसून ते राजकारणात सक्रिय राहणार आहेत. रोहित आणि पार्थ यांच्या रूपाने राजकारणामध्ये पवारांची तिसरी पिढी उतरल्याचे दिसते आहे.

काटेरी मुकूट

मुख्यमंत्री झाल्यानंतर उद्धव ठाकरे यांच्या पुढ्यात सर्वांत मोठे आव्हान होते ते म्हणजे मंत्रीमंडळ तयार करणे आणि मंत्रिपदे निश्चित करून खातेवाटप करणे. कारण शपथविधी झाल्यावर महिना उलटला तरीदेखील अवघ्या सहा मंत्र्यांच्या बळावर शासन चालवले जात होते. अंतर्गत वादविवाद आणि ताण्याबाण्यांमुळे काँग्रेस व राष्ट्रवादी हे आपल्या मंत्र्यांची एकत्रित यादी सादर करू शकलेले नव्हते. अखेर वादातून मार्ग निघाला आणि ३० डिसेंबर रोजी उद्धव ठाकरे यांनी आपले विस्तारित मंत्रीमंडळ जाहीर केले. सर्व तिन्ही पक्षांच्या मंत्र्यांनी विधानभवनमध्ये मंत्रिपदाची शपथ घेतली. याच शपथविधी सोहळ्यामध्ये उपमुख्यमंत्री म्हणून अजित पवार यांनी शपथ घेतली. याचा अर्थ ते जे काही चुकीचे वागलेले होते त्यासाठी त्यांना माफ करण्यात आले होते आणि राष्ट्रवादीमध्ये त्यांना पुन्हा

त्यांची पूर्वीची प्रतिष्ठा बहाल करण्यात आली होती. परंतु भविष्यात अजित पवारांनी पक्षांतर्गत काहीही चुकीच्या गोष्टी घडवू नयेत यासाठी त्यांचे पुनर्वसन योग्य रीतीने करणे आवश्यक होते त्यासाठी शरद पवारांनी हे पाऊल उचलले असावे असे काही राजकीय पंडितांचे मत आहे. सर्वांत शेवटी आदित्य ठाकरे यांनी शपथ घेतली. पहिल्यांदाच आमदार होऊनसुद्धा त्यांना मंत्रीमंडळात स्थान मिळाल्याचे दिसत होते. शिवसेनेचे प्रमुख उद्धव ठाकरे यांचा मुलगा असल्याचा थेट लाभ झाला असल्याचे दिसून येत होते. ठरलेल्या फॉर्म्युलाप्रमाणे, एकूण ४३ मंत्रिपदांपैकी शिवसेनेला १५, राष्ट्रवादीला १६ आणि काँग्रेसला १२ मंत्रिपदे मिळाली. शिवसेनेने त्यांच्या कोट्यातील तीन पदे अपक्ष आमदारांना दिली. कारण त्यांनीही शिवसेनेला पाठिंबा दिलेला होता. हा शपथविधी सोहळा होताच अंतर्गत कुरबुरींना उघडपणे सुरुवात झाली. तिन्ही पक्षांतून तक्रारींचे सूर उमटू लागले. शिवसेनेतून संजय राऊत यांचे बंधू सुनिल राऊत यांनी आपल्या आमदारकीचा राजीनामा देण्याचा इशारा दिला. मंत्रिपदाच्या यादीतून त्यांना वगळण्यात आल्याने त्यांचा रोष होता. शिवसेनेचे प्रताप सरनाईक, भास्कर जाधव या आमदारांनाही मंत्रिपदे न मिळाल्याने त्यांनी नाराजी व्यक्त केली. त्याचप्रमाणे शिवसेनेतील इतर महत्त्वाचे नेते, रामदास कदम, दीपक केसरकर, दिवाकर रावते हे फडणवसींच्या काळात (शिवसेना भाजप युती असताना) मंत्रिपदांवर होते त्यांनाही या वेळी मंत्रिपद देण्यापासून डावलण्यात आलेले होते. भोर मतदारसंघातील काँग्रेसचे आमदार संग्राम थोपटे यांच्या समर्थकांनी तर पुण्यातील काँग्रेस भवन येथील कार्यालयावर हल्ला केला आणि त्यांना मंत्रिपद नाकारल्याने धुडगूस घालून प्रचंड नासधूस केली. मुंबादेवीतून आमदार बनलेले अमीन पटेल यांनीही पक्षाच्या हाय कमांडला पत्र लिहून मुस्लिमांना मंत्रीमंडळात योग्य प्रतिनिधीत्व दिले जात नसल्याची तक्रार केली. प्रणिती शिंदे यांचा समावेश मंत्रीमंडळात आवश्यक असल्याचे सांगण्यासाठी सोलापूरच्या आमदार प्रणिती शिंदे यांच्या समर्थकांनी तर सोनिया गांधी यांना चक्क रक्ताने पत्र लिहिले आणि आपली उघड नाराजी व्यक्त केली. त्या तुलनेत राष्ट्रवादीच्या गोटातून फारशी नाराजी उघडपणे व्यक्त झाली नाही. आमदार प्रकाश सोळंके यांना मंत्री न बनवल्याबद्दल त्यांची नाराजी होती व त्यांनी विधानसभेच्या आमदारकीचा राजीनामा देण्याचा इशारा दिला होता. परंतु धनंजय मुंडे व अजित पवार यांनी त्यांना समजावले. मंत्रिपदे न मिळाल्यानंतर हे राजकारणी ज्या पद्धतीने वागताना दिसत होते ते पाहता महाराष्ट्राचे माजी राज्यपाल पी. सी. अलेक्झांडर यांनी आपल्या 'पेरिल्स ऑफ डेमॉक्रसी' या पुस्तकात लिहिलेले पटू लागते. ते म्हणतात, 'एक दुर्दैवी म्हणावी अशी बाब म्हणजे विधानसभेमध्ये आमदार म्हणून निवडले जाणे

हे मोठे अथवा पुरेसे लक्ष्य आहे असे या लोकप्रतिनिधींना वाटत नाही असे दिसते. एकदा आपण आमदार झालो म्हणजे आपल्याला मंत्रीमंडळात स्थान मिळायलाच हवे अशी हक्काची भावना त्यांच्या मनामध्ये निर्माण होते. त्यातून त्याने जर एक किंवा दोन खाती सांभाळलेली असतील तर आता मुख्यमंत्री बनणे हासुद्धा आपला हक्क बनला आहे असे त्यांना वाटू लागते. मंत्री म्हणून काम करताना आपल्याला जितके समाधान मिळणार आहे तेवढेच समाधान सक्रिय आणि लोकांना उपयोगी ठरणारा आमदार वा खासदार बनूनसुद्धा मिळूच शकते असा विचार फारच कमी लोकप्रतिनिधी करताना दिसतात... कुठूनतरी कॅबिनेटमध्ये आपला शिरकाव व्हावा म्हणून ते प्रादेशिक, उपप्रादेशिक, धार्मिक, जातीय, उपजातीचे दाखले देऊन ते विचारात घेण्याचा आग्रह करतात आणि अशा परिस्थितीत मुख्यमंत्र्यांनाही त्याकडे दुर्लक्ष करणे अवघड जाते.' [१]

श्रीमती फडणवीस यांचा हस्तक्षेप

या सगळ्या राजकीय रणधुमाळीत २२ डिसेंबर रोजी माजी मुख्यमंत्री देवेंद्र फडणवीस यांची पत्नी अमृता फडणवीस यांच्या एका ट्वीटने नव्या वादाला तोंड फोडले. त्यांनी उद्धव ठाकरे यांना टॅग करीत ट्वीट केले, "केवळ आपल्या नावाच्या पुढे 'ठाकरे' हे आडनाव लिहिल्याने कुणी 'ठाकरे' होत नसतात. त्यासाठी ती व्यक्ती सत्याची चाड असणारी, तत्त्वांना मानणारी, सर्वांत महत्त्वाचे म्हणजे राजकीय गणिते जपणारी व स्वतःच्या कुटुंबापेक्षाही लोकहिताचा व पक्षातील लोकांचा विचार करणारी असावी लागते."

या ट्वीटमुळे शिवसैनिक आणि शिवसेनेच्या महिला कार्यकर्त्या खवळल्या. त्यांनी अमृता फडणवीस यांच्या विरोधात रस्त्यांवर निदर्शने सुरू केली. ठाण्याचे महापौर नरेश म्हस्के हे सुद्धा या वक्तव्यामुळे खूप चिडले. त्यांच्या महापालिकेतील सगळ्या कर्मचाऱ्यांचे पगार ॲक्सिस बँकेतून राष्ट्रीय बँकेत हलवण्याचा तातडीने निर्णय त्यांनी जाहीर केला. कारण काय तर, ॲक्सिस बँकेच्या अध्यक्षा आहेत अमृता फडणवीस. पश्चिम भारतातील बँकेच्या कॉर्पोरेट अफेअर्सची धुरा त्या सांभाळतात.

मुंबईच्या महापौर किशोरी पेडणेकर यांनीही जाहीर केले की जर अग्नीशामक दलाचे कर्मचारी तयार असतील तर आम्हीही आमच्या कर्मचाऱ्यांची खाती ॲक्सिस बँकेतून अन्य बँकांमध्ये हलवू. ही निषेधाची आग शमते न शमते तोच

1. Alexander, P.C. (1995), The Perils of Democracy, Somaiya Publications, Mumbai.

अमृता फडणवीस यांनी दुसरे ट्वीट केले. "वाईट नेतृत्व लाभणं यात महाराष्ट्राचा दोष नाही. परंतु त्याच्या सोबत राहणं हा नक्कीच आहे. जागो महाराष्ट्र!"

श्रीमती ठाकरे बनल्या संपादक

दिनांक १ मार्च २०२० रोजी 'सामना'च्या वाचकांना आश्चर्याचा धक्का बसला कारण उद्धव ठाकरे यांची पत्नी रश्मी ठाकरे यांचे नाव आता संपादक म्हणून समाविष्ट करण्यात आले होते. बाळासाहेब ठाकरे यांच्या निधनानंतर उद्धव हेच संपादक म्हणून काम पाहत होते. जेव्हा उद्धव हे मुख्यमंत्री बनले तेव्हा संजय राऊत हेच संपादक असल्याप्रमाणे वागत होते. परंतु रश्मी ठाकरे यांच्या नियुक्तीने 'सामना'च्या संपादकपदी कायम ठाकरे कुटुंबातीलच व्यक्ती राहणार हा स्पष्ट संकेत देण्यात आला होता. संजय राऊत हे पूर्वीप्रमाणेच कार्यकारी संपादकपदाच्या भूमिकेत राहणार आहेत हे स्पष्ट झाले. रश्मी ठाकरे यांच्या नियुक्तीने आणखी एक गोष्ट स्पष्ट झाली ती म्हणजे त्या भविष्यात राजकारणात उतरू शकतात या अंदाजांना पुष्टी मिळाली. रश्मी या माध्यमांशी कधीही फारशा बोलत नाहीत अथवा भाषणेही देत नाहीत परंतु त्या उद्धव यांच्या बरोबर अनेक राजकीय कार्यक्रमांना मात्र हजेरी लावतात. पक्षाच्या अनेक कामांमध्ये पडद्यामागे राहून त्या मदतही करतात आणि राजकीय घडामोडींवरही बारकाईने लक्ष ठेवून असतात. ज्या वेळी पत्रकारांनी संजय राऊत यांची भेट घेतली आणि रश्मी यांची संपादकपदी नियुक्ती झाल्याबद्दल त्यांची प्रतिक्रिया जाणून घेण्याचा प्रयत्न केला तेव्हा ते काहीसे अस्वस्थ जाणवले. परंतु पक्षाशी ते एकनिष्ठ आहेत हे दाखवणे गरजेचे होते त्यामुळे ते म्हणाले, "बाळासाहेबांनी मला त्यांचा भक्त प्रल्हाद म्हणून घेतलेले आहे. त्यामुळे मी त्यात कमीही नाही आणि जास्तही नाही."(२)

सिटीझनशिप ॲमेंडमेंट ॲक्ट

पक्षाचे प्रमुख या नात्याने उद्धव ठाकरे यांच्या समोर सिटीझनशिप ॲमेंडमेंट बिलच्या (सीएबी) रुपाने एक नवे आव्हान आले. कारण विभिन्न विचारधारा असणाऱ्या सरकारचे नेतृत्व उद्धव ठाकरे करीत होते. या मुद्द्यावरून काँग्रेस व शिवसेनेमध्ये तीव्र मतभेद निर्माण होण्याची शक्यता होती. काँग्रेसने अपेक्षेप्रमाणे कॅबला विरोधच केला. परंतु जेव्हा हे बिल लोकसभेमध्ये सादर करण्यात आले तेव्हा शिवसेनेने त्याच्या समर्थनार्थ मत दिले. त्यानंतर या दोन्ही पक्षांमध्ये

---

2. संजय राऊत यांची वैभव परब यांनी घेतलेली मुलाखत

पडद्यामागे जी काही चर्चा झाली त्यानंतर शिवसेनेने राज्यसभेत मात्र कॅबला दिलेला पाठिंबा काढून घेतला. अर्थात असे करूनही दोन्ही सभागृहांत कॅब संमत झाले आणि त्याला कायद्याचेही स्वरूप प्राप्त झाले. गृहमंत्री अमित शहा यांनी आपल्या भाषणामध्ये शिवसेनेला लक्ष्य केले आणि सत्तेच्या लोभामुळे त्यांनी आपली भूमिका बदलली असा आरोप केला. ''शिवसेनेने आपली भूमिका एका रात्रीत का बदलली हे महाराष्ट्राच्या जनतेला कळायला हवे.'' असा टोमणाही अमित शहा यांनी मारला.

अर्थात, शिवसेनेची या मुद्द्यावरील डळमळीत भूमिका कायम राहिली. फेब्रुवारीच्या पहिल्या आठवड्यात उद्धव ठाकरे यांनी सामनाला दिलेल्या मुलाखतीत सीएएची पाठराखण केली आणि म्हणाले की या कायद्याविषयी गैरसमजच अधिक पसरवले आहेत. त्यांचा पक्ष या कायद्याला पाठिंबा देतो आहे. अर्थात, नॅशनल रजिस्टर ऑफ सिटिझन्सच्या (एनआरसी) मात्र आम्ही विरोधात आहोत कारण त्याचा परिणाम हिंदुंवरही होणार आहे.[३]

सावरकरांच्या मुद्द्यावरून शिवसेना विरुद्ध काँग्रेस एकमेकांसमोर

एका मुद्द्यावरून शिवसेना कशीबशी बाहेर न पडते तोच आणखी एक वादाचा मुद्दा समोर आला. तो म्हणजे स्वातंत्र्यवीर विनायक दामोदर सावरकर. दिल्लीमध्ये १४ डिसेंबर रोजी झालेल्या काँग्रेसच्या भारत बचाओ रॅलीमध्ये बोलताना राहुल गांधी यांनी जे वक्तव्य केले त्याची माफी मागण्यास त्यांनी नकार दिला. मोदींच्या सरकारवर टीका करताना ते म्हणाले, देशात 'मेक इन इंडिया' ही योजना नसून देशात फक्त 'रेप इन इंडिया' आहे. भाजपने त्यांच्या या वक्तव्याचा निषेध करून त्यांनी माफी मागावी अशी मागणी केली. या रॅलीमध्ये माफी मागण्याऐवजी राहुल गांधी यांनी सावरकरांवर तिरकसपणाने भाष्य केले. काँग्रेसच्या एका वरिष्ठ नेत्याने अशा शब्दांत सावरकरांवर टीका केल्यानंतर शिवसेना त्यावर आता काय भूमिका घेणार याकडे सगळ्यांचे लक्ष लागले होते. सावरकरांचे जे हिंदुत्वाचे विचार होते त्याचा शिवसेनेवर किती प्रभाव आहे हे काही लपून राहिलेले नाही. सावरकरांना भारतरत्न देण्यात यावे अशी मागणी शिवसेना अनेक वर्षांपासून करीत आलेली आहे. एक सच्चा देशभक्त म्हणून शिवसेना सावरकरांकडे पाहते. ज्या ज्या वेळी सावरकरांच्या विरोधात कुणी वक्तव्ये केलेली

---

3. https://theprint.in/politics/shiv-sena-flip-flop-on-caa-continues-now-uddhav-thackeray-says-law-has-been-misunderstood/360084/

आहेत, तेव्हा तेव्हा शिवसेनेने त्याचे अतिशय तिखट शब्दांत प्रत्युत्तर दिलेले आहे. या वेळी मात्र शिवसेनेच्या नेत्यांनी काही मोजक्या प्रतिक्रिया दिल्या आणि ट्वीट केले. परंतु त्याचा जोर तितकासा नव्हता. शिवसेनेच्या वतीने संजय राऊत यांनी अनेक ट्वीट्सद्वारे भूमिका मांडली. त्यांनी आपल्या पहिल्या ट्वीटमध्ये लिहिले, "वीर सावरकर यांची देशभक्ती ही केवळ महाराष्ट्रापुरती नव्हती तर ती संपूर्ण देशासाठी होती. सावरकरांच्या नावामध्ये आत्मसन्मान आणि देशाविषयीचाही सन्मान आहे. नेहरू आणि गांधी यांच्याप्रमाणेच सावरकरांनीही देशाच्या स्वातंत्र्यासाठी आपले संपूर्ण आयुष्य वेचले आहे. अशा सर्व देशभक्तांचा आदर राखला जावा. त्याबाबतीत कोणतीही तडजोड होऊ शकत नाही. जय हिंद."

थोड्याच वेळात त्यांनी पुन्हा ट्वीट केले. "आम्ही पंडीत नेहरू आणि महात्मा गांधी यांचा आदर करतो. तुम्ही सावरकरांचा अवमान करू नका."

भाजपचे प्रवक्ते शाहनवाज हुसेन यांनी या ट्वीटचा पुरेपूर समाचार घेतला. ते म्हणाले, "राहुल गांधी यांनी सावरकरांचा अवमान केल्यानंतर केवळ ट्वीटवरून निषेध करून भागणार नाही. उद्धव टाकरे यांनी ठाम भूमिका घ्यायला हवी. एका राष्ट्रभक्ताचा अवमान करणाऱ्या काँग्रेससमवेत आपण पुढे आघाडीत राहणार का हे जाहीर करायला हवे." सावरकरांच्या मुद्द्यावरून शिवसेनेने दिलेल्या प्रतिसादावरून सुरू झालेला वाद पुढे वाढू शकला नाही आणि भाजपला त्या वादंगातून स्वतःला अपेक्षित असणारा फायदा उचलता आला नाही. असे म्हणतात की या मुद्द्यावर शरद पवार यांनी मध्यस्ती केली आणि पक्षांमधील सौहार्द टिकून राहील असा प्रयत्न केला आणि भविष्यात होऊ शकणारा धोका टाळण्याचा प्रयत्न केला.

शिवसेना विरुद्ध राष्ट्रवादी-काँग्रेस - एल्गार परिषद

फडणवीसांचे सरकार असताना पुणे पोलिसांनी चळवळीतल्या काही कार्यकर्त्यांवर गुन्हे दाखल केले होते व ते सारे 'शहरी नक्षलवादी' असल्याचे म्हटले होते. पुण्यातील शनिवारवाडा येथे दिनांक ३१ डिसेंबर २०१७ रोजी झालेल्या 'एल्गार परिषदे'मध्ये जी भडकवणारी वक्तव्ये करण्यात आलेली होती त्यामुळे दुसऱ्या दिवशी भीमा कोरेगाव येथे दंगल उसळली होती, असा ठपका ठेवण्यात आला होता. माओइस्ट लिंक असल्याच्या आरोपावरून अनेक डाव्या विचारांच्या कार्यकर्त्यांना यात अटकही करण्यात आली होती.

जानेवारी २०२० मध्ये शरद पवार यांनी उद्धव ठाकरे यांना एक पत्र लिहिले आणि या प्रकरणाची चौकशी करण्यासाठी एक स्पेशल इन्व्हेस्टीगेशन टीम नेमावी अशी मागणी केली. फडणवीस यांच्या सरकारने सत्तेचा गैरवापर

केलेला होता आणि अन्यायाच्या विरोधात आवाज उठवणाऱ्या विचारवंतांचा आवाज दाबण्यासाठी त्याचा चुकीच्या पद्धतीने वापर केला होता असा आरोप या पत्राद्वारे त्यांनी केला. शरद पवारांनी उद्धव ठाकरे यांना पत्र लिहिल्याचे समजताच केंद्र शासनाने हे प्रकरण नॅशनल इन्व्हेस्टीगेशन एजन्सी (एनआयए)कडे सोपवले. हे राज्याच्या अधिकारांवर अतिक्रमण असल्याचे सांगत काँग्रेस व राष्ट्रवादीने या कृतीचा विरोध केला.[४] या संदर्भात राज्याचे गृहमंत्री राष्ट्रवादीचे अनिल देशमुख म्हणाले, की हे प्रकरण एनआयएकडे जाण्यापासून रोखण्यासाठी राज्य सरकार कायदेशीर बाबींचा अभ्यास करेल.[५]

असे असूनही उद्धव ठाकरे यांनी देशमुख यांचे ऐकले नाही आणि हे प्रकरण एनआयएकडे जाऊ दिले. त्यामुळे शरद पवार मात्र वैतागले. ते म्हणाले, ''केंद्रशासनाने अशा पद्धतीने हे प्रकरण एनआयएकडे सोपवणे योग्य नव्हते. परंतु त्याहीपेक्षा हे प्रकरण त्यांच्याकडे सोपवण्यात राज्य सरकारने त्यांना पाठिंबा देणे हे त्याहीपेक्षा अधिक चुकीचे आहे.'' शरद पवार यांनी उद्धव ठाकरे यांच्यावर सत्ता स्थापनेनंतर केलेली ही पहिली जाहीर टीका.[६] केंद्राने हे प्रकरण एनआयएकडे सोपवण्याच्या निर्णयाला उद्धव ठाकरे यांनी पाठिंबा दिला यावर काँग्रेसनेही आक्षेप घेतला आणि टीका केली. काँग्रेसचे महाराष्ट्राचे प्रदेशाध्यक्ष मल्लिकार्जुन खर्गे यांनीही आपली नाराजी व्यक्त केली. ते म्हणाले, ''हा निर्णय योग्य नव्हता आणि उद्धव ठाकरे यांनी हा निर्णय घेण्यापूर्वी आघाडीतील अन्य सहयोगी पक्षांशी चर्चा करायला हवी होती.[७]

---

4. https://www.hindustantimes.com/mumbai-news/to-save-some-people-maharashtra-home-minister-accuses-centre-after-nia-takes-over-bhima-koregaon-case/story-tdJjvoBOHsevLyxfDdgFuO.html
5. https://www.hindustantimes.com/mumbai-news/elgar-parishad-case-state-mulls-legal-options-over-nia-taking-up-probe/story-7Fp8Z0CyUNkl5h1VhNuMtI.html
6. https://www.indiatoday.in/india/story/pawar-criticises-uddhav-niaprobe-elgar-pune-court-transfers-case-1646634-2020-02-15
7. https://www.ndtv.com/india-news/congress-targets-uddhavthackeray- over-elgar-parishad-case-transfer-2180822

पवारांचे स्पष्टीकरण

उद्धव ठाकरे यांचा शपथविधी झाल्यानंतर शरद पवार यांनी एबीपी माझा या मराठी वृत्तवाहिनीला एक विस्तृत मुलाखत दिली होती. सरकार स्थापन करताना जे काही घडले होते त्याबाबतीत अनेक महत्त्वाचे खुलासे त्यांनी केले आणि सर्वांनाच आश्चर्यचकीत करून सोडले. निवडणुकीच्या अगोदरपासून भाजप व शिवसेनेमध्ये जे काही सुरू होते त्याचा पाठपुरावा आपण करीत होतो हे पवारांनी मान्य केले. निकालानंतर त्यांनी त्रिपक्षीय सरकारचाही विचार केला होता परंतु त्यांनी शिवसेनेच्या संमतीची वाट पाहिली. जेव्हा शिवसेना त्यास तयार झाली तेव्हा ते थेट सोनिया गांधींशी बोलले. पवार म्हणाले, काँग्रेसमध्ये असे अनेक आमदार होते त्यांना आपला विजय वाया जाऊ द्यायचा नव्हता त्यामुळे त्यांनी शिवसेनेसमवेत सरकार स्थापन करण्याच्या कल्पनेला पाठिंबा दर्शवला होता. परंतु राष्ट्रीय स्तरावरच्या नेत्यांचा मात्र या आघाडीला विरोध होता. त्यामुळे शरद पवारांनी काँग्रेसचे मन वळवण्यासाठी पूर्वी शिवसेनेने काँग्रेसला कधी कधी पाठिंबा दिला आहे याचे दाखले दिले आणि अखेर ते सोनिया गांधींचे मन वळवण्यात यशस्वी ठरले. याच मुलाखतीमध्ये पवारांनी उघड केले की दिल्लीमध्ये दिनांक २० नोव्हेंबर २०१९ रोजी पंतप्रधान नरेंद्र मोदी यांच्यासमवेत झालेल्या बैठकीत मोदींनी त्यांना भाजपसमवेत आघाडी करण्याचा प्रस्ताव दिलेला होता. पवारांनी मात्र तो प्रस्ताव नाकारला होता. अर्थात त्यावेळी दिनांक २० नोव्हेंबर रोजी या बैठकीनंतर माध्यमांशी बोलताना मात्र त्यांनी याचा सुगावा लागू दिला नव्हता. महापुराचा फटका बसलेल्या शेतकऱ्यांशी संबंधित मुद्द्यांवर पंतप्रधानांशी चर्चा केली आणि कोणताही राजकीय मुद्दा चर्चेला आला नाही असे त्यांनी त्यावेळी सांगितलेले होते.

देवेंद्र फडणवीस यांच्या बरोबरीने २३ नोव्हेंबर रोजी अजित पवार यांनी उपमुख्यमंत्रिपदाची शपथ घेतली होती. त्याविषयी शरद पवारांना या मुलाखतीत विचारण्यात आले. त्यावर ते म्हणाले, अजित पवार या सगळ्या परिस्थितीमुळे नाराज आहेत याची त्यांना कल्पना होती. अजित पवार हे देवेंद्र फडणवीस यांना भेटले होते हे त्यांना माहीत होते आणि दिनांक २३ नोव्हेंबर रोजी काँग्रेस व शिवसेनेसमवेत जी बैठक सुरू होती त्यात सर्वमान्यता होत नसल्याने ते वैतागले होते हे देखील पवारांना ठाऊक होते. पवारांनी हे देखील सांगितले की, जेव्हा अजित पवारांनी ज्या चुकीच्या गोष्टी केलेल्या आहेत हे समजले तेव्हा लगेचच त्यांनी पत्रकार परिषद बोलावली आणि आपण त्यांच्यासोबत नसल्याचे जाहीर

केले होते. त्यामुळे अजित पवारांच्या दबावामुळे झुकलेले लोक पुन्हा पक्षामध्ये परत आले. अजित पवार यांनाही लक्षात आले की त्यांनी जे काही केले आहे त्यामुळे आपले कुटुंबीयसुद्धा नाराज आहेत. त्यानंतर ते सुप्रिया सुळे यांच्याशी बोलले आणि पक्षात परत आले.

उद्धव ठाकरे यांनी मुख्यमंत्रिपदाची धुरा सांभाळून जेमतेम महिनाही झाला नाही तोच सिंचन घोटाळ्यामध्ये अजित पवार यांना क्लिनचिट मिळाल्याची बातमी समोर आली. काँग्रेस-राष्ट्रवादीचे सरकार असताना या कारणावरूनच त्यांना उपमुख्यमंत्रिपदाचा राजीनामा द्यावा लागला होता.

भ्रष्टाचारविरोधी पथकाचे प्रमुख परमबीर सिंग यांनी मुंबई उच्च न्यायालयाच्या नागपूर खंडपीठाकडे याचिका दाखल केली आणि या घोटाळ्यातील सहभागातून पवारांना मुक्त करावे अशी मागणी केली. विशेष म्हणजे ज्या देवेंद्र फडणवीसांनी काही आठवड्यापूर्वीच अजित पवारांच्या पाठिंब्याने मुख्यमंत्रिपदाची शपथ घेतली होती त्यांनी पवारांना क्लिन चीट मिळण्याबाबत विरोध केला. फडणवीस म्हणाले, ''मी याला पूर्णपणे विरोध करतो. मला खात्री आहे न्यायालयात हे स्वीकारले जाणार नाही.''

कृषी संकट

सत्तेत आल्यानंतर उद्धव ठाकरे यांनी जाहीर केलेला सगळ्यात मोठा निर्णय म्हणजे, शेतकऱ्यांची कर्जमाफी हा होता. हा निर्णय म्हणजे तिन्ही पक्षांनी एकत्र येत ठरवलेल्या कॉमन मिनिमम प्रोग्रॅमचा एक भाग होता. दिनांक २१ डिसेंबर रोजी नागपूरच्या हिवाळी अधिवेशनामध्ये उद्धव ठाकरे यांनी शेतकऱ्यांच्या कर्जमाफीची घोषणा केली. त्यानुसार, ३० सप्टेंबर २०१९ पर्यंतचे शेतकऱ्यांचे कर्ज माफ करण्यात आले होते. त्याला दोन लाखापर्यंतची मर्यादा घालून देण्यात आली होती. या योजनेला महात्मा ज्योतीराव फुले कृषी कर्जमुक्तता योजना असे नाव देण्यात आले होते. नंतर त्यांनी सरसकट कर्जमाफी देण्याचीही हमी जाहीर केली. शेतकऱ्यांना महत्त्व देणारे सरकार म्हणून आपली प्रतिमा तयार करण्याचा प्रयत्न नव्या सरकारकडून होत असला तरीही भाजपचे प्रदेशाध्यक्ष चंद्रकांत पाटील यांनी उद्धव ठाकरे यांना उद्देशून कृषीविषयक टोमणा मारला. ते म्हणाले, ''त्यांना एकर आणि हेक्टरमधील फरकसुद्धा माहीत नाही आणि त्यामुळे जेव्हा केव्हा शेतकऱ्यांशी संबंधित काही मुद्दे समोर येतात तेव्हा ते आपल्या इतर मंत्र्यांच्या तोंडाकडे पाहत बसतात.''

मोठ्या प्रकल्पांचे दुर्दैव

महा विकास आघाडी (एमव्हीए) सत्तेत आल्यानंतर फडवणीस सरकारच्या काळात सुरू झालेल्या मोठ्या प्रकल्पांचे काय होणार हे एक मोठेच प्रश्नचिन्ह निर्माण झाले. मुंबई आणि नागपूरच्या दरम्यान समृद्धी महामार्ग, विविध शहरांत कार्यान्वित झालेले मेट्रो ट्रेन प्रकल्प, मुंबई आणि अहमदाबाद यांच्या दरम्यान असलेला बुलेट ट्रेन प्रकल्प हे सगळे प्रकल्प फडणवीस यांच्या काळात सुरू झालेले होते. परंतु उद्धव यांनी त्या सगळ्या प्रकल्पांच्या बाबतीत अनपेक्षित अशी भूमिका घेतली. याला अपवाद होता मुंबई मेट्रो ट्रेन लाईन ३ साठी आरे जंगलात बांधण्यात येणारी शेड. अन्य कोणताही प्रकल्प त्यांनी रोखला नाही. आरे कॉलनीमधील झाडे तोडण्यास विरोध करणाऱ्या ज्या कार्यकर्त्यांवर गुन्हे दाखल करण्यात आले होते त्यांचे गुन्हे मागे घेण्याचा निर्णय उद्धव ठाकरे यांनी घेतला. त्याचप्रमाणे समृद्धी महामार्गाला शिवसेना संस्थापक बाळासाहेब ठाकरे यांचे नाव देण्याचा निर्णय घेण्यात आला. शिवसेनेचा बुलेट ट्रेनला विरोध होता परंतु तो थांबवण्याबाबत कोणतीही ठोस उपाययोजना करण्यात आली नाही. या प्रकल्पासाठी भूसंपादन करण्याची प्रक्रिया राज्य सरकारमार्फत करावयाची आहे अर्थात यासाठी ठाकरे सरकारचे पुढे किती सहकार्य मिळत राहणार हे महत्त्वाचे ठरणार आहे.

फडणवीस सरकार (२०१४-१९) ची मुंबई ते पुणे या मार्गावर हायपरलूप सुरू करण्याची योजना होती. वाहतुकीसाठी हा नवा पर्याय ठरणार होता. कॅप्सुलच्या आकारातील डब्यातून वेगवान वाहतूक हायपरलूपद्वारे केली जाते.

ताशी १००० किलोमीटर या भन्नाट वेगाने वाहतूक शक्य असते. रिचर्ड ब्रॅनसन कंपनीने २०१६ मध्ये प्रथमतः या हायपरलूप तंत्रज्ञानाची चाचणी केली. फडणवीस सरकारने या संबंधातील फिजिबिलिटी रिपोर्टदेखील सादर केला होता आणि तो मंत्रीमंडळाने मंजूरदेखील केलेला होता. आता सत्ताबदल झाल्यानंतर चिंताक्रांत झालेल्या ब्रॅन्सन कंपनीने मुंबईत उद्धव ठाकरे यांची भेट घेण्यासाठी धाव घेतली आणि ही प्रक्रिया पुढे नेण्यासंदर्भात त्यांना समजावण्याचा प्रयत्न केला.

भगव्या झेंड्याचा खरा मालक कोण?

राज ठाकरे यांनी हिंदुत्वाची विचारधारा स्वीकारल्याने शिवसेनेमध्ये अस्वस्थता पसरली. कारण याच विचारधारेची कास धरून शिवसेना गेल्या तीन दशकांपासून आपली वाटचाल करीत आली होती. आता मात्र राजकीय परिस्थिती अशी काही उद्भवलेली होती की त्यानंतर ती विचारधारा पकडून ठेवणे शिवसेनेला शक्य नव्हते. राज ठाकरे यांनी त्यांचा पक्ष हिंदुत्वाची विचारधारा स्वीकारणार असल्याचे

जाहीर करण्याच्या एक दिवस अगोदर संजय राऊत यांनी जाहीर केले की उद्धव ठाकरे हे अयोध्येतील राम मंदिराला भेट देणार आहेत. सरकार स्थापन झाले त्याला १०० दिवस पूर्ण झाले म्हणून त्यांनी राम मंदिरात जायचे ठरवले होते. यापूर्वी उद्धव ठाकरे राम मंदिराला भेट देण्यासाठी २४ नोव्हेंबर २०१९ रोजी जाणार होते, परंतु सरकार स्थापनेमध्ये काँग्रेसला सोबत घेण्याची चर्चा सुरू झालेली असल्याने त्यांना नियोजित दौरा रद्द करावा लागला होता. राऊत यांनी उद्धव यांच्या प्रस्तावित अयोध्या भेटीची घोषणा मनसेच्या हिंदुत्वाच्या स्वीकाराच्या घोषणेच्या एक दिवस अगोदर केलेली असली तरीही राज ठाकरे यांना जो प्रतिसाद मिळाला त्यावर त्याचा काही विशेष परिणाम झाल्याचे दिसून आले नाही. अयोध्या भेटीचे कारण दाखवून शिवसेना अजूनही हिंदुत्वाची भूमिका राखून आहे हाच संदेश संजय राऊत यांना द्यायचा होता.

विरोधी पक्षातील नेत्यांवर लक्ष्य

दिनांक २३ जानेवारी २०२० रोजी राज्याचे गृहमंत्री अनिल देशमुख यांनी एक मोठा गौप्यस्फोट केला. देवेंद्र फडणवीस यांचे सरकार भाजपव्यतिरिक्त अन्य नेत्यांचे फोन टॅप करीत असे. हे छुप्या पद्धतीने लक्ष्य ठेवण्याचे काम शासकीय यंत्रणेचा गैरवापर करून केले जात होते. महाविकास आघाडी स्थापन होण्याच्या प्रक्रियेच्यावेळीसुद्धा त्याचा गैरवापर झाला होता असा आरोप त्यांनी केला. यामध्ये शरद पवार, उद्धव ठाकरे, संजय राऊत आदींचे फोन टॅप करण्यात येत होते असे अनिल देशमुख यांनी उघड केले. शिवसेना नेते संजय राऊत यांनी यालाच दुजोरा देत पुढे सांगितले की, भाजपमधील एका वरिष्ठ नेत्यानेच मला सांगितले होते की माझा फोन टॅप केला जात आहे. फोन टॅपिंगसाठी स्पायवेअर्सचा अभ्यास करण्यासाठी आधीच्या सरकारतर्फे काही अधिकारी खास इस्त्राइलला पाठवण्यात आलेले होते. हे सर्व प्रकरण गंभीर असल्याने गृहमंत्र्यांनी महाराष्ट्र पोलिसांच्या सायबर क्राईम सेलला या प्रकरणाची तपशीलवार चौकशी करण्याचे आदेश दिले. विरोधी पक्षातील कोणत्याही नेत्याचे फोन टॅप करण्याचे आदेश आपण दिलेले असल्याच्या आरोपांना देवेंद्र फडणवीस यांनी स्पष्ट शब्दांत फेटाळून लावले.

मुस्लिम आरक्षण

२०२० सालातील फेब्रुवारी महिन्याच्या शेवटच्या आठवड्यात आणखी एक राजकीय वादळ आले. मुस्लिमांना शैक्षणिक संस्थामंध्ये पाच टक्के आरक्षण

देण्याची सरकारची योजना आहे. त्यानुसार लवकरच त्याला कायद्याचे स्वरूप देण्यासाठी प्रयत्न केले जातील, अशी घोषणा अल्पसंख्यांक कार्यमंत्री नवाब मलीक यांनी जाहीर केली. नोकऱ्यांमध्येदेखील मुस्लिमांना आरक्षण देण्याचा विचार असल्याचेही त्यांनी जाहीर केले आणि त्यासाठी सरकार कायदेशीर सल्ला घेणार आहे, असे ते म्हणाले.[८]

काँग्रेस-राष्ट्रवादीचे सरकार २०१४ला सत्तेतून बाहेर जाण्यापूर्वी मुस्लिमांना रोजगार आणि शिक्षणामध्ये ५ टक्के आरक्षण देण्याचे विधेयक त्यांनी संमत केले होते. या विधेयकाला न्यायालयात आव्हान देण्यात आले. भाजपच्या नेतृत्वाखाली स्थापन झालेल्या सरकारने २०१४ पासून त्या विधेयकाकडे पूर्ण दुर्लक्ष केले आणि मुस्लिमांना शिक्षणात आरक्षण देण्याचे धोरण प्रत्यक्षात येऊ शकले नाही. त्यामुळे पुन्हा एकदा मुस्लिमांना आरक्षण देण्याचा प्रस्ताव समोर आला तेव्हा भाजपने त्याला विरोध सुरू केला.

विरोधी पक्षाचे नेते देवेंद्र फडणवीस यांनी सरकारवर हल्ला चढवला आणि ते म्हणाले, "मुस्लिमांना आरक्षण देण्यास भाजपचा विरोध आहे. धर्माच्या आधारावर आरक्षण द्यावे अशी कोणतीही तरतूद डॉ. बाबासाहेब आंबेडकरांनी तयार केलेल्या राज्यघटनेमध्ये नाही. त्यामुळे सरकारने जरी असा प्रयत्न केला तरीही कायदेशीर आधारावर टिकणार नाही." त्याचप्रमाणे मराठा आणि ओबीसी आरक्षणावरही मुस्लिम आरक्षणाचा परिणाम होईल असेही फडणवीस म्हणाले.[९]

सरकार टिकवून ठेवण्याची कसरत

ठाकरेंच्या नेतृत्वाखाली स्थापन झालेले सरकार नक्की किती काळ आणखी टिकेल? परस्परांच्या सहमतीने व पक्षांची आघाडी करून स्थापन झालेल्या आघाडी सरकारांच्या अस्तित्वासंदर्भात महाराष्ट्राचे माजी राज्यपाल पी. सी. अलेक्झांडर यांनी अतिशय अभ्यासपूर्ण निरीक्षणे नोंदवलेली आहेत. ते लिहितात... पक्षांची आघाडी करून सरकार स्थापन केले आणि अगदी जंबो आकाराची मंत्रीमंडळे तयार केली तरीही फ्लोअर क्रॉसिंगमध्ये ती यशस्वी होताना दिसत

---

8. www.ndtv.com/india-news/maharashtra-government-to-provide-5-per-cent-quota-to muslims-in-educational-institutions-willbring-2187162

9. www.indianexpress.com/article/india/devendra-fadnavis-muslim-quota-6292027

नाहीत. खात्यांमधील जबाबदारीत सतत बदल होतात आणि सरकारमध्ये अस्थिरता कायम राहते.

अशा प्रकारच्या आघाड्यांनी स्थापन झालेल्या सरकारवर सर्वांत मोठा आक्षेप घेतला जातो तो म्हणजे मंत्रीमंडळाच्या सामूहिक जबाबदारीविषयी ते तितकेसे गंभीर राहिल्याचे दिसून येत नाही. तत्वतः एकदा मंत्रीमंडळाने निर्णय घेतल्यानंतर संबंधित विषयावर मंत्र्यांचे व्यक्तिगत मत काहीही असले तरीही तो निर्णय प्रत्येकावर बंधनकारक असतो. सभागृहामध्ये त्या निर्णयाच्या पाठिशी खंबीरपणे उभे राहणे हे त्या प्रत्येकाचे कर्तव्य असते. तो निर्णय पुढे जाऊन त्याची अंमलबजावणी व्हावी म्हणून त्या निर्णयाच्या बाजूने मत देणेही आवश्यक असते. सामूहिक जबाबदारीच्या सिद्धांतानुसार असहमत असणाऱ्या मंत्र्यापुढेही हा एकच पर्याय असतो तो म्हणजे मंत्रीमंडळाच्या निर्णयाच्या विरोधात जाण्यासाठी मंत्रीमंडळाचा राजीनामा देणे.(१०)

अलेक्झांडर हे निवडणुकीनंतरच्या आघाड्यांचेही विश्लेषण करतात. 'केवळ सत्ता उपभोगण्याचा आनंद मिळवण्यासाठी प्रामुख्याने निवडणुकीनंतरच्या आघाड्या जन्म घेत असतात. त्याची सुरुवात काही राज्यांमध्ये १९६० नंतर प्रामुख्याने झाली. प्रशासनातील काही कलंकित आणि विनाशकारी प्रयोग या काळात घडले. जर काही पक्षांनी आपली समान ध्येय निश्चित केली आणि समान कार्यक्रमानुसार एकत्रित आले, भागीदार म्हणून निवडणूक लढवण्याचे ठरवले तर अशी आघाडी सत्तेत महत्त्वाची ठरू शकते. दुसऱ्या बाजूला निवडणुकीनंतर सत्तेसाठी काही राजकीय पक्ष एकत्र आले तर एक उत्तम सरकार देण्यासाठी आवश्यक असणारी क्षमता आणि कायदेशीर बाबी यात ते सरकार कमी पडते.' (११)

राजकीय वर्तुळातील अनेक जण हे अलेक्झांडर यांच्या मतांशी सहमत आहेत आणि त्यामुळेच हे सरकार किती टिकेल याविषयी साशंक आहेत. अनेकांना भीती आहे की कदाचित हे सरकार आपला पाच वर्षांचा कार्यकाळ पूर्ण करू शकणार नाही. विभिन्न पक्षांतील विभिन्न विचारधारांमधील संघर्ष आज ना उद्या दिसून येणारच आहेत. परंतु जर हा प्रयोग यशस्वी ठरला तर मात्र केंद्रात आणि अन्य राज्यांतही असे नवे प्रयोग साकारले जाऊ शकतात.

---

10. Alexander, P.C. (1995), The Perils of Democracy, Somaiya Publications, Mumbai.

11. Ibid.

महाराष्ट्राच्या राजकीय पटलावरचे
रथी-महारथी

बाळ ठाकरे

एक प्रख्यात व्यंगचित्रकार, शिवसेनेचे संस्थापक, शिवसेनेचे प्रमुख असलेल्या उद्धव ठाकरे यांचे वडील आणि पक्षाचे मुखपत्र असलेल्या 'सामना'चे संपादक. त्यांनी आपले आत्मचरित्र कधीही लिहिले नाही आणि कधी निवडणुकाही लढवल्या नाहीत. दिनांक १७ नोव्हेंबर २०१२ रोजी त्यांचे निधन झाले.

शरद पवार

महाराष्ट्राचे चार वेळा मुख्यमंत्री. केंद्रामध्ये संरक्षणमंत्री व कृषीमंत्री ही पदे भूषवलेली आहेत. काँग्रेसमधून १९९९ मध्ये बाहेर पडल्यानंतर राष्ट्रवादी काँग्रेस पक्षाची स्थापना केली. राष्ट्रवादीच्या नेत्या सुप्रिया सुळे यांचे ते वडील आणि अजित पवार यांचे काका.

उद्धव ठाकरे

बाळ ठाकरे यांचे सुपुत्र. शिवसेनेचे कार्याध्यक्ष आणि महाराष्ट्राचे विद्यमान मुख्यमंत्री. आदित्य ठाकरे हे त्यांचे चिरंजीव आणि मनसे प्रमुख राज ठाकरे हे त्यांचे चुलत भाऊ. उद्धव यांना वाईल्ड लाईफ फोटोग्राफी करायला आवडते.

देवेंद्र फडणवीस

महाराष्ट्राचे माजी मुख्यमंत्री आणि विधानसभेतील सध्याचे विरोधी पक्ष नेते. बँकर आणि अभिनेत्री अमृता फडणवीस या त्यांच्या पत्नी. मुळचे नागपूरचे आहेत.

अजित पवार

महाराष्ट्राचे उपमुख्यमंत्री आणि राष्ट्रवादीचे नेते. यापूर्वी जलसिंचन खात्याची जबाबदारी. राष्ट्रवादीचे संस्थापक व प्रमुख शरद पवार यांचे ते पुतणे.

सुप्रिया सुळे

शरद पवारांची कन्या व राष्ट्रवादीच्या नेत्या. लोकसभेच्या बारामतीच्या मतदारसंघातून त्या खासदार म्हणून निवडून गेलेल्या आहेत.

राज ठाकरे

महाराष्ट्र नवनिर्माण सेनेचे संस्थापक आणि प्रमुख. शिवसेनेचे पूर्वीचे नेते आणि उद्धव ठाकरे यांचे चुलत भाऊ.

संजय राऊत

शिवसेनेचे मुखपत्र असलेल्या सामनाचे कार्यकारी संपादक. पक्षाचे प्रवक्ते. राज्यसभेचे खासदार.

नारायण राणे

भाजपचे नेते. महाराष्ट्राचे माजी मुख्यमंत्री. राज्यसभेचे खासदार. शिवसेना, काँग्रेस आणि महाराष्ट्र स्वाभिमान पक्षाचे नेते म्हणून कार्यरत होते.

आदित्य ठाकरे

उद्धव ठाकरे यांचे चिरंजीव. शिवसेनेच्या युवा सेनेचे युवा नेते. उद्धव ठाकरे यांच्या मंत्रीमंडळात पर्यावरण आणि पर्यटन मंत्री म्हणून कार्यरत.

छगन भुजबळ

राष्ट्रवादी पक्षाचे नेते आणि उद्धव ठाकरे यांच्या मंत्रीमंडळात मंत्री. मुंबईचे महापौर आणि राज्याचे उपमुख्यमंत्री म्हणून जबाबदारी पेललेली आहे. शिवसेनेच्या संस्थापक सदस्यांपैकी एक.

जयंत पाटील

राष्ट्रवादीचे नेते आणि उद्धव ठाकरे यांच्या मंत्रीमंडळातील नेते. राष्ट्रवादीच्या महाराष्ट्र युनिटचे अध्यक्ष. यापूर्वी राज्यशासनात गृहमंत्री व अर्थमंत्री म्हणून जबाबदारी.

पृथ्वीराज चव्हाण

काँग्रेसचे नेते आणि महाराष्ट्राचे माजी मुख्यमंत्री. यापूर्वी राज्यामध्ये मंत्री आणि पंतप्रधान कार्यालयात कार्यरत.

अशोक चव्हाण

काँग्रेसचे नेते आणि उद्धव ठाकरे यांच्या मंत्रीमंडळात मंत्री. महाराष्ट्राचे माजी मुख्यमंत्री आणि नांदेडमधून निवडून गेलेले लोकसभेचे माजी खासदार.

बाळासाहेब थोरात

उद्धव ठाकरे यांच्या मंत्रीमंडळात मंत्री आणि काँग्रेसचे महाराष्ट्रातील प्रदेशाध्यक्ष.

मनोहर जोशी

शिवसेनेचे नेते आणि महाराष्ट्राचे माजी मुख्यमंत्री. लोकसभेचे अध्यक्ष.

एकनाथ शिंदे

शिवसेनेचे नेते आणि उद्धव ठाकरे यांच्या मंत्रीमंडळात मंत्री.

मिलिंद नार्वेकर

शिवसेनेचे सरचिटणीस आणि उद्धव ठाकरे यांचे स्वीय सचिव

नवाब मलिक

राष्ट्रवादीचे प्रवक्ते आणि उद्धव ठाकरे यांच्या मंत्रीमंडळात मंत्री.

धनंजय मुंडे

राष्ट्रवादीचे नेते आणि उद्धव ठाकरे यांच्या मंत्रीमंडळात मंत्री. भाजपचे नेते स्व. गोपीनाथ मुंडे यांचे पुतणे

पंकजा मुंडे

भाजप नेत्या आणि माजी महिला व बाल कल्याण मंत्री. भाजपचे नेते स्व. गोपीनाथ मुंडे यांची कन्या.

चंद्रकांत पाटील

भाजपचे महाराष्ट्राचे प्रदेशाध्यक्ष आणि माजी मंत्री.

भगत सिंह कोश्यारी

महाराष्ट्राचे राज्यपाल आणि उत्तराखंडचे माजी मुख्यमंत्री.